TỪNG BƯỚC HỌC PHẬT

THÍCH NỮ HẰNG NHƯ

ISBN: 979-8-2956-5736-8

Kính dâng Giác linh Thầy;

Bậc Ân Sư đã hết lòng giáo dưỡng, dìu dắt con từng bước *“trên đường về nhà”* đồng thời *“ứng dụng lời Phật dạy”* vào đời sống hằng ngày với lòng biết ơn sâu sắc.

Con nguyện *“y giáo phụng hành”* những gì Thầy đã giao phó.

Nam Mô Bổn Sư Thích Ca Mâu Ni Phật;

Thiền viện CHÂN NHƯ , Navasota, Texas.

27/12/2025 Tưởng niệm 6 năm, ngày Thầy vắng bóng.

THÍCH NỮ HẰNG NHƯ

(An Như)

Con, An Như.

Về đến nhà rồi ra khỏi

nhà, nhe con

Houston 12-19-06

MỤC LỤC

ĐÔI LỜI KÍNH THƯA...

Quyển sách thứ ba "*Từng Bước Học Phật*" này có cơ hội ra mắt bạn đọc, là do sự khát khao, mong muốn mở mang kiến thức về Phật học của một số thiền sinh. Sự ham học, ham tu của các thiền sinh là động lực thúc đẩy chúng tôi tiếp tục soạn những bài viết về giáo lý Phật đà ở dạng căn bản này, để cùng các bạn đồng tu tại gia, cũng như xuất gia, ôn tập và học hỏi lẫn nhau. Những bài soạn này dựa trên lời giảng của các bậc Thầy, Tổ, cũng như dựa vào kinh sách Nikãya.

Giáo lý chính yếu của Phật giáo, tóm lược các quan điểm trong ba tạng Kinh-Luật-Luận, là nền tảng duy nhất giúp người tu tập diệt khổ, tiến đến Niết-Bàn.

Tuy biết rằng gia tài Phật lý đồ sộ này khó có người thấu giác toàn triệt. Nhưng ở mức độ căn bản "*từng bước học Phật*", thì yếu điểm trong quyển sách này chỉ mong người đọc nhận được đâu là tướng trạng và bản thể của vũ trụ và nhân sinh, hiểu thấu thế nào là nhân-quả nghiệp-báo, thế nào là chơn, thế nào là vọng, thế nào là động, thế nào là tịnh, thế nào là tâm thế gian, thế nào là tâm siêu thế, thế nào là hạnh phúc sinh diệt, thế nào là hạnh phúc miên viễn theo cái nhìn Phật giáo... Rồi từ đó áp dụng pháp hành theo lộ trình đức Thế Tôn chỉ dạy Giới-Định-Tuệ giúp tâm phàm phu tẩy sạch tham sân si, phát huy trí tuệ. Hành trì Giới, Nghiệp cũ tuy còn, nhưng Nghiệp mới không có cơ hội xuất hiện. Tâm không còn lăng xăng loạn động nhờ thiền Định. Qua thiền Tuệ, hành giả soi thấu Vô ngã thấy vạn pháp như chúng đang là. Nhưng nếu chỉ tu tập theo Giới-Định-Tuệ, mà Nghiệp chưa hoàn toàn đoạn tận thì vẫn còn trong vòng luân hồi sinh tử.

Giáo lý Phật đà cho chúng ta biết bánh xe luân hồi không bao giờ dừng quay trong dục giới. Nếu không tìm cách thoát ra khỏi bánh xe luân hồi ấy, chúng ta mãi mãi bị nghiền nát trong đau khổ. May mắn thay, ngoài nhiều phương thức tu tập, đức Phật còn dạy hành giả nuôi dưỡng tâm Bồ đề, là tâm hướng đến lợi ích của tất cả hữu tình. Tâm này sẽ thành lọc Nghiệp cũ bằng từ bi và công đức.

Khi các pháp này vận hành đồng bộ, tâm hành giả sẽ hoán chuyển từ ô nhiễm trở nên thanh tịnh, từ dao động trở nên định tĩnh, từ vô minh trở thành sáng tỏ. Bấy giờ, tâm hoàn toàn trụ trong Tánh giác. Thế rồi năng lượng của Tánh giác hay Phật tánh vốn vẫn luôn hiện hữu, sẽ tự biểu hiện thành trí tuệ, không phải trí hữu lậu, do học hỏi từ kinh nghiệm thế gian, mà là trí tuệ vô lậu, tự sinh ra từ một tâm vắng bóng mọi ác pháp, tham sân si mà có!

Giáo lý tất nhiên là tối quan trọng. Nhưng nếu chỉ học để mở mang kiến thức, mà không áp dụng vào đời sống hằng ngày, không hành trì, không thực tập để lắng nghe, quan sát, cảm nhận rõ biết chính mình, tức thân chứng, tâm chứng thì không thấy được chỗ vi diệu của Pháp bảo. Hòa thượng Viên Minh có lần nhắc nhở: *"Đức Phật tự tri, tự giác mà chứng ngộ sự thật rồi mới nói ra Phật pháp, chứ không phải học Phật pháp mà chứng ngộ.*" Sự thật là như vậy, nhưng chúng ta thì khác, với trí phàm phu trên đường học đạo, đương nhiên là phải thông suốt pháp học và pháp hành từ sự chỉ dạy của bậc toàn giác là đức Thế Tôn, thì mới hy vọng một ngày nào đó thành tựu được cứu cánh.

Vì số trang sách giới hạn, nên còn một số bài không thể in trong quyển "*Từng Bước Học Phật*". Nếu thuận duyên, được sự giúp đỡ, chúng tôi sẽ cho xuất bản quyển kế tiếp với tựa đề là "*Thắp Sáng Nội Tâm*" nội dung cũng là những bài viết về Phật học.

Với khả năng khiêm nhường nên nội dung quyển sách hẳn còn nhiều khiếm khuyết, ngưỡng mong quý chư tôn thiền đức, chư bậc Thầy lớn, chư học giả Phật giáo dạy dỗ thêm. Chúng con (chúng tôi) cúi đầu niệm ân học hỏi.

Sau cùng và quan trọng hơn hết, tác giả chân thành cảm tạ Nhà xuất bản Ananda Viet Foundation đã phát tâm xuất bản ba quyển sách: Trên Đường Về Nhà, Ứng Dụng Lời Phật Dạy và Từng Bước Học Phật này. Nguyện cầu tất cả công đức tài thí, pháp thí kết thành quả phúc thù thắng cho tất cả chúng sanh sớm trọn thành Phật đạo.

Nam Mô Bổn Sư Thích Ca Mâu Ni Phật;

Thiền thất CHÂN TÂM 12-2-2026 (Cuối năm Ất Tỵ)

THÍCH NỮ HẰNG NHƯ

Cẩn bút

1

"TU" TRONG ĐẠO PHẬT

I. "TU" LÀ GÌ?

Chữ "*tu*" có nghĩa là "*sửa đổi*" hay "*thay đổi*". Sửa chữa những hành vi bất thiện sai lầm để bản thân trở nên tốt đẹp và lương thiện hơn. Cái tốt đẹp và lương thiện ở đây dựa trên nền tảng đạo đức không tổn hại người, không tổn hại mình, không tổn hại cả đôi bên.

Nếu vô tình hay cố ý phạm lỗi lầm gây phiền não cho một người nào đó, hay làm tổn thương bất cứ một con vật nào, người ấy cảm thấy hối hận và có hành động sửa sai bằng cách xin lỗi, bù đắp sự tổn thương cho nạn nhân và nguyện trong lòng sẽ không bao giờ tái phạm nữa. Hành động sửa sai tích cực này gọi là "*tu*". Người sống ở đời mà giữ được tâm trong sạch, luôn có những hành động lời nói thiện lành, hiếu thảo với ông bà cha mẹ, chung thủy với người bạn đời, chăm sóc con cái tử tế... thì đó cũng là một hình thức "*tu*" tại gia vậy!

Nghĩa chữ "*tu*" không chỉ là sửa đổi hành động từ xấu sang tốt, mà chữ "*tu*" còn mang ý nghĩa là "*thực tập*" hay "*hành trì*" một pháp môn nào đó. Chẳng hạn như một người sống trong thiền viện ngoài vấn đề học hỏi kinh điển, người ấy tinh cần trong việc hành trì giới luật, thực tập phòng hộ các căn, tiết độ ăn uống, thực hành tứ thiền v.v... người đó được gọi là "*người đang tu*". Như vậy chữ "*tu*" ở đây còn có nghĩa là "*hành trì tu tập*", "*giữ gìn thiện pháp*", "*buông bỏ ác pháp*"....

II. PHÁP "TU" CỦA CƯ SĨ TẠI GIA

Phật tử tại gia phát nguyện nương tựa vào Tam Bảo, thọ trì năm giới là điều cần thiết để tu. Những giới đó được kể như sau:

- Giới thứ nhất tại sao đức Phật dạy **không được sát sanh**? Ở đời có loài hữu tình nào không ham sống sợ chết. Là người có tình cảm, chúng ta yêu quý sanh mạng của mình, tôn trọng sanh mạng của người thân mình, thì không có lý do gì hại sinh mạng người, vật, đang sống xung quanh mình. Chẳng những không giết hại sinh mạng của chúng sanh, mà còn phải hết sức cứu giúp bảo vệ mạng sống của mọi người, mọi loài. Không thể thấy sinh vật, hay người bị nạn mà làm lơ không cứu. Ngày nay có nhiều Phật tử chọn trường chay trong việc ăn uống, lại thường hay phóng sanh cá, rùa, ếch nhái, chim muông v.v... cho chúng được tự do thoát khỏi cái chết đang đe dọa. Đó là những việc làm từ bi nhằm bảo vệ sinh mạng loài hữu tình, dù chúng chỉ là loài động vật.

- Giới cấm thứ hai là **không được trộm cắp lấy của không cho**. Tiền bạc của cải là mạch sống của con người. Muốn cho đời sống được bảo đảm người ta phải làm việc cật lực mới kiếm được đồng tiền nuôi sống gia đình. Nếu bị kẻ xấu trộm mất, thì gia đình người ta lâm vào hoàn cảnh túng thiếu, nhất là những gia đình không được dư giả. Thử đặt mình vào hoàn cảnh người bị trộm, thì mình có đau khổ hay không? Cho nên người tu chân chánh thì không được phạm giới trộm cắp, ngược lại nên bố thí giúp đỡ những hoàn cảnh ngặt nghèo, khó khăn, trong khả năng của mình.

- Giới cấm thứ ba là **không tà hạnh** mà phải sống với chánh hạnh. Tà hạnh đây là xâm phạm đến tiết hạnh của người khác. Người giữ được giới này bảo vệ được hạnh phúc gia đình. Nếu vợ hoặc chồng chia sót tình cảm, liên hệ tình dục với người ngoài, sẽ biến gia đình đang hạnh phúc trở thành địa ngục trần gian, noi gương xấu cho con cháu. Cho nên mình muốn bảo vệ tình cảm gia đình mình, thì không nên phá hoại tình cảm gia đình người khác.

- Giới cấm thứ tư là **không nói dối**. Sống trong một nhà, chồng vợ nói dối với nhau nhiều lần, khi bị phát giác sẽ làm mất niềm tin yêu của nhau, cuộc sống không còn tự nhiên, là một trong nhiều cơ hội dễ đưa tới sự tan vỡ. Ngoài cộng đồng, nơi công sở, mình có tật hay nói dối, sẽ có một ngày người ta biết được. Thế là mình sẽ bị mọi người ghét bỏ và xa lánh. Cho nên đức Phật dạy sống ở đời không nên nói dối, không nói lời lường gạt để thủ lợi, hay chia rẽ người này với người kia, không nói lời hung dữ, mà nói lời thanh tao nhẹ nhàng và chân thật.

- Giới thứ năm là **không uống rượu mạnh**, ngày nay

thuốc phiện, xì ke, ma túy hay những loại thuốc làm thần kinh mê muội, cũng được kể vào giới cấm này. Chất rượu mạnh làm tổn thương nội tạng của người ghiền rượu, làm cho tâm thần người say rượu không phân biệt được phải trái, đúng sai, nên có những hành động lời nói mất lý trí gây tổn hại đến người khác. Ngoài ra, người "*nhậu say*" lái xe trên đường phố thường gây tai nạn chết người. Khi chuyện đau lòng xảy ra, có hối hận cũng vô ích. Vì thế người nào ghiền nhậu nhẹt, tham dự vào các trò chơi xì ke, ma túy... là người đã phạm giới.

Gút lại, bước đầu vào đạo, đức Phật dạy chúng ta phải giữ năm giới. Người tu năm giới là người sống đạo đức ngoài đời cũng như trong đạo. Đạo đức vì người này đã mang niềm vui, hạnh phúc cho người hay vật sống quanh mình. Khi tạo niềm an lạc hạnh phúc cho người khác, thì chính bản thân mình cũng sẽ hưởng được niềm an lạc hạnh phúc như người ta. Đó là nói khi còn sống trên cõi đời này, đến khi thân hoại mạng chung sẽ sanh về cõi lành. Cõi lành đó, có thể là cõi người, nhờ nhân thiện trong đời sống hiện tại sẽ sanh quả tốt trong đời sống tương lai, được trường thọ, an lạc, hạnh phúc v.v... hay cao thượng hơn được sanh lên cõi trời hưởng phước.

III. "TU" GIÁC NGỘ GIẢI THOÁT

Tùy theo căn cơ và nguyện vọng của mỗi chúng sanh, trong đạo Phật có nhiều pháp tu cao thấp, khó dễ... khác nhau. Cư sĩ bình thường thọ trì năm giới giữ ba nghiệp thân, khẩu, ý thanh tịnh, làm lành lánh dữ, đưa đến kết quả là ngay trong đời sống này, họ được hưởng niềm an vui hạnh phúc. Nhưng có nhiều người muốn tiến xa hơn, mục tiêu của họ là hướng tới giác ngộ giải thoát, những vị đó từ bỏ đời sống gia đình gia nhập vào đoàn người xuất gia học Phật.

Tu giác ngộ giải thoát ngoài việc giữ thân khẩu ý thanh tịnh, đức Phật dạy các vị ấy phải tu tập và thành tựu các pháp thuộc Giới-Định-Huệ như sau:

1. Giới hạnh: Đầu tiên Đức Phật dạy người tu sĩ phải nghiêm trì Giới hạnh. Người giữ giới hạnh là người thọ trì các Giới do đức Phật chế lập. Người ấy có đầy đủ oai nghi tế hạnh, thấy sự nguy hiểm của những lỗi từ nhỏ nhặt đến lỗi nặng ảnh hưởng đến đời sống đạo đức nên không dám phạm. Tu sĩ nam tức Tỳ-kheo thọ trì 250 giới. Tu sĩ nữ tức Tỳ-kheo-ni thọ trì 348 giới.

2. Hộ trì các căn: Pháp kế đến, Phật dạy người tu phải lo phòng hộ các căn. Các căn đây chính là sáu giác quan của con người. Đó là mắt, tai, mũi, lưỡi, thân, ý. Sáu căn này là sáu cánh cửa tiếp nhận sáu trần cảnh, nó có khả năng đưa con người đến cảnh giới thanh tịnh giải thoát, hay cảnh giới trầm luân khổ đau, tùy nơi sự tu tập thân tâm của người đó. Thông thường khi giác quan tiếp xúc với trần cảnh, ngay lúc đó tâm liền khởi lên tham ái, ưu bi, lo lắng hay phiền não... Đó là thói quen của người chưa biết tu pháp phòng hộ các căn.

Muốn thoát khỏi phiền não, đức Phật dạy phải hộ trì các căn, tức giữ cho các căn không bị động bằng cách khi tiếp xúc với đối tượng không nắm giữ tướng chung, cũng không nắm giữ tướng riêng. Nghĩa là khi mắt thấy, tai nghe, lưỡi nếm, mũi ngửi, thân xúc chạm, chỉ biết cái đang là của sắc, thanh, hương, vị, xúc, pháp. Tức là tai nghe âm thanh chỉ biết đó là âm thanh. Mắt thấy sắc chỉ biết đó là sắc. Lưỡi, mũi, thân tiếp xúc với vị, hương, mềm mại mát mẻ như thế nào thì biết như thế thôi, không suy nghĩ phán đoán gì thêm. Tập như vậy lâu dần tâm sẽ không có phản ứng khi các căn tiếp xúc với đối tượng. Đó là cách phòng hộ các căn. Khi các căn không động, thì tâm hành giả sẽ được yên lặng.

3. Tiết độ ăn uống: Ăn uống điều độ không ham thích chọn lựa thức ăn cầu kỳ hợp khẩu vị để trị tánh tham sân. Vấn đề ăn uống ở đây chỉ nhằm giúp duy trì bảo dưỡng thân không bị bệnh đói hành hạ, có thân khỏe mạnh để chấp trì phạm hạnh.

4. Chú tâm cảnh giác: Trong mọi sinh hoạt ban ngày cũng như ban đêm. Khi kinh hành, tọa thiền, tu tập trong bốn oai nghi, tâm trí gột khỏi các chướng ngại pháp như năm triền cái. Đó là từ bỏ tham, sân, tăng lòng từ mẫn thương xót chúng sinh hữu tình. Từ bỏ hôn trầm, tâm luôn tỉnh giác. Từ bỏ trạo cử, nội tâm được yên lặng. Từ bỏ nghi ngờ đối với các thiện pháp, vị ấy thoát khỏi sự phân vân lưỡng lự thẳng tiến một đường tu.

Ngoài ra còn có bảy diệu pháp người tu cần thành tựu đó là:

1.Tín: Có lòng tin ở sự giác ngộ của Đức Phật. Ngài là bậc A-La-Hán, Chánh đẳng giác, Minh hạnh túc, Thiện thệ, Thế gian giải, Vô thượng sĩ, Điều ngự trượng phu, Thiên nhân sư, Phật, Thế Tôn.

2. Tàm: Có lòng tự trọng, ghê sợ điều xấu xa tội lỗi.

3. Quý: Cảm thấy xấu hổ khi dư luận biết mình làm điều xấu ác.

4. Đa văn: Nghe, nhớ, tích lủy những lời Phật dạy bằng cách hành trì tụng đọc, áp dụng vào việc tu tập hằng ngày.

5. Tinh tấn: Siêng năng, chuyên cần tu tập, hướng tâm đến việc thành tựu các thiện pháp, xa lìa các bất thiện pháp.

6. Niệm: Thành tựu niệm tuệ tối thắng. Biết rõ những gì xảy ra ngay trong thực tại.

7. Trí tuệ: Trí biết rõ vô thường, khổ, vô ngã, biết rõ sự sinh diệt của ngũ uẩn.

Khi thành tựu những pháp nêu trên, đức Phật khuyên các hành giả tìm chỗ thanh vắng tu tập thiền Định. Hành giả ngồi kiết già, đặt chánh niệm trước mặt, từ bỏ năm pháp ô nhiễm làm yếu ớt sự phát huy trí huệ đó là tham, sân, hôn trầm, trạo cử, hoài nghi, thuật ngữ gọi là năm triền cái.

- Sơ thiền: Vị ấy ly dục, ly bất thiện pháp chứng và trú Sơ thiền, một trạng thái hỷ lạc, do ly dục sanh. **- Nhị thiền:** Tầm tứ yên lặng, trạng thái hỷ lạc do định sanh, không tầm, không tứ, nội tĩnh nhất tâm. **- Tam thiền:** Ly hỷ trú xả, chánh niệm tỉnh giác. Thân cảm sự lạc thọ, mà bậc Thánh gọi là "*Xả niệm lạc trú*". **- Tứ thiền:** Xả lạc, xả khổ, diệt hỷ ưu đã cảm thọ từ trước. Tâm trở nên bất động. Chứng và trú tầng thiền thứ tư. Không khổ, không lạc, xả niệm thanh tịnh.

Phật dạy, hành giả cần tu tập cho đến khi chứng đắc bốn tầng thiền một cách dễ dàng, không khó khăn, không mệt mõi, không phí sức.

Trên đây là các pháp học pháp hành, đức Phật giảng dạy cho bậc hữu học, tâm chưa thành tựu vô thượng an tịnh các triền ách. Sau khi thành tựu những pháp nêu trên, bậc Thánh còn phải công phu để tiến xa hơn, đoạn tận lậu hoặc, phát huy trí huệ tâm linh, chứng được ba minh: Túc mạng minh, Thiên nhãn minh, Lậu tận minh. Đến đây, việc tu hành đã hoàn mãn, các việc nên làm đã làm, đặt gánh nặng xuống. Các Ngài chứng quả A-La-Hán, không còn luân hồi sinh tử nữa.

IV. BỐN THÁNH QUẢ TRONG ĐẠO PHẬT

Con đường tu tập để thành tựu các Thánh quả trong đạo Phật là: Giới-Định-Tuệ. Như giới thiệu ở phần trên, giữ Giới là pháp tu đầu tiên cho cả cư sĩ và tu sĩ. Giới là phương thức phòng hộ giác quan, trợ duyên cho thiền Định. Tu Định là an trú vào các đề mục để thanh lọc và tịnh hóa tâm. Tâm định, tăng tiến từ Sơ thiền, Nhị thiền, Tam thiền đến Tứ thiền.

Từ tứ thiền hành giả chuyên tâm tu tập thiền Huệ, quán Vô thường, Vô ngã đoạn trừ năm hạ phần Kiết sử (*Thân kiến, Nghi, Giới cấm thủ, Dục, Sân*) và năm thượng phần Kiết sử (*Hữu ái, Vô hữu ái, Mạn, Trạo cử và Vô minh*) để lần lượt chứng đắc bốn quả Thánh:

1. Sơ quả Tu-Đà-Hoàn (còn gọi là Dự lưu, Nhập lưu hoặc Thất lai): Bậc Tu-Đà-Hoàn đắc pháp nhãn, thấy được thân tâm vô thường dẹp được Thân kiến. Hiểu rõ Phật, Pháp, Tăng, dứt trừ hoài nghi về Tam Bảo. Tuyệt đối tin vào Nhân quả, vị ấy trì Giới, bố thí, tham thiền... không còn mê tín. Tu thiền Quán bậc Tu-Đà-Hoàn dẹp sạch ba Kiết sử đầu là Thân kiến, Nghi và Giới cấm thủ, chứng Sơ quả Tu-Đà-Hoàn, gọi là Thất lai, vì còn tái sanh 7 lần để tiếp tục tu tập chứng đạt quả tối thượng.

2. Nhị quả Tư-Đà-Hàm (Nhất lai): Quả vị này đã đoạn tận được ba Kiết sử đầu là Thân Kiến, Nghi và Giới cấm thủ. Hộ trì các căn làm suy yếu hai Kiết sử kế tiếp là Tham Dục và Sân hận chứng quả Tư-Đà-Hàm, còn một lần tái sanh để tiếp tục tu tập chứng đắc quả tối thượng nên gọi là Nhất lai.

3. Tam quả A-Na-Hàm (Bất lai): Quả vị này đoạn trừ 100% năm hạ phần kiết sử: Thân kiến, Nghi, Giới cấm thủ, Dục và Sân. Bậc A-Na-Hàm còn gọi là Bất lai vì không còn tái sanh vào cõi dục. Sau khi thân hoại mạng chung, thường sanh vào cõi Sắc hoặc Vô sắc. Từ đó tu hành và chứng quả tối thượng.

4. Tứ quả A-La-Hán (Bất sanh): Quả vị đã đoạn trừ hoàn toàn mười Kiết sử, gồm năm hạ phần Kiết sử kể trên và năm thượng phần Kiết sử: Hữu ái, Vô hữu ái, Mạn, Trạo cử và Vô minh.

Hữu ái tức là còn luyến ái sự hiện hữu trú vào cõi Sắc. Vô hữu ái tức thích sự không hiện hữu, ưa trú nơi cõi Vô Sắc. Nói cách khác tham đắm vào cõi Sắc và Vô Sắc là sự tham đắm vào bốn tầng thiền-na Hữu sắc và bốn tầng thiền-na Vô sắc tức là còn tưởng, còn tham. Mạn là tâm còn chấp sự chứng đắc. Trạo cử là sự vẩy động vi tế của tâm, kể cả sự thao thức về chứng ngộ. Vì còn vi tế lậu hoặc nên vẫn còn vi tế Vô minh. Phải đoạn trừ hòan toàn lậu hoặc, thì mới chứng được quả Bất sanh. Gọi là Bất sanh vì chứng đắc giải thoát, an trú Niết-bàn không còn luân hồi nữa.

V. KẾT LUẬN

Mục đích của Phật Giáo là đoạn tận khổ đau, chứng đắc Thánh Quả giải thoát khỏi luân hồi sinh tử. Trên lộ trình tu tập các vị Thánh đệ tử của Phật phải đoạn trừ mười Kiết sử thông qua việc áp dụng tam vô lậu học: Giới-Định-Huệ.

Trong kinh có dạy người cư sĩ tại gia cũng có thể tu đắc quả A-La-Hán. Muốn đắc quả vị A-La-Hán, vị cư sĩ này đã thực sự cắt đứt tất cả những ràng buộc tham ái về tình cảm gia đình, cũng như vật chất thế gian, và con đường tu tập cũng phải vượt qua lộ trình đoạn tận mười Kiết sử, dẹp sạch lậu hoặc như lời Phật dạy. Nhưng khi chứng quả A-La-Hán, vị này phải xuất gia làm Tỳ-kheo, hoặc chủ động viên tịch ngay. Lý do là hình tướng tại gia không xứng với phẩm vị A-La-Hán. "*Kinh Milinda Vấn Đáp*" có ghi lại nguyên văn về vấn đề người tại gia chứng A-La-Hán như sau: *"Người tại gia nào đạt đến phẩm vị A-La-Hán, đối với vị này chỉ có hai lối đi, không có lối khác: Xuất gia nội trong ngày ấy, hoặc viên tịch Niết-bàn, ngày ấy không thể vượt qua*". (hết trích)

Bài viết này dựa trên kinh Nikãya nhằm cung ứng một vài khía cạnh cần biết trên đường tu học của thiền sinh Phật tử muốn tìm hiểu lộ trình tu tập trong đạo Phật như thế nào. Thực ra, trên con đường tu hướng đến giải thoát giác ngộ, đức Phật có rất nhiều phương thức, tùy căn cơ của mỗi người mà Ngài chỉ dạy, nhưng phương thức nào cũng phải thông qua Giới-Định-Huệ. Trước khi rời bàn viết, chúng tôi nguyện chúc lành đến tất cả quý độc giả, quý Phật tử có duyên lành với Phật pháp, sớm lãnh hội được pháp học và pháp hành, sống một đời từ Nam bi, trí tuệ, và hạnh phúc.

Nam Mô Bổn Sư Thích Ca Mâu Ni Phật.

THÍCH NỮ HẰNG NHƯ

(March 06-2024 *An cư Kiết Xuân tại TV. CHÂN NHƯ, Texas)*

Tài liệu:

-Kinh Trung Bộ I: Bài 39 và 40: Kinh Xóm Ngựa. - Kinh trung Bộ II-Bài 53: Kinh Hữu Học. -Bài 61: Giáo Giới La-Hầu-La ở rừng A-bà-la. Bài 62: Đại Kinh Giáo Giới La-Hầu-La.-Kinh Trung Bộ III-Bài 147: Tiểu Kinh Giáo Giới La-Hầu-La- Kinh Milinda Vấn Đạo: "Câu hỏi về người tại gia chứng A-La-Hán".

2

GIẢI THOÁT TRONG ĐẠO PHẬT

Làm người sống ở đời chắc ai cũng một đôi lần mong mỏi được giải thoát. Giải thoát cái gì? Chẳng hạn như khi bản thân mình gặp chuyện không vừa ý thì muốn được thoát khỏi sự không hài lòng không vừa ý đó. Như một người nghèo khổ may mắn được người giàu có cưới làm vợ, ngay từ giây phút thay đổi cuộc sống thì người này đã được giải thoát khỏi cảnh nghèo khổ bần hàn. Khi cuộc sống vợ chồng bất hòa, hằng ngày cải vả, nặng nhẹ khoa tay múa chân, gây đau khổ cho nhau. Trong trường hợp này tờ giấy ly hôn giúp cho họ giải thoát khỏi cuộc sống ngột ngạt đau khổ đó. Hoặc người tù tội sau một thời gian bị nhốt trong nhà giam, nay được trả tự do, như vậy người này vừa được giải thoát khỏi vòng lao lý. Hoặc có những người con, sống trong gia đình hạnh phúc, được cha mẹ chăm sóc chu đáo lại cảm thấy như mình bị kiềm kẹp không có tự do, bèn trốn cha mẹ sống lang thang với người ngoài, cho rằng mình đã được tự do, được giải thoát khỏi tầm mắt gắt gao của cha mẹ. Một người bị bệnh hành hạ đau đớn thân xác, may mắn chữa trị kịp thời, hết bệnh, khỏe mạnh trở lại, nên nói người đó được giải thoát khỏi căn bệnh nguy hiểm v.v…

Chuyện giải thoát không chỉ bàn ở con người mà loài vật khi bị ràng buộc cũng muốn được giải thoát. Thí dụ như con chim bị nhốt trong lồng, tuy hằng ngày được chủ chăm sóc cho ăn uống tử tế nhưng nó vẫn cảm thấy tù túng, một ngày kia nó thoát ra ngoài tung cánh bay giữa bầu trời cao rộng, không bao giờ trở lại, xem như con chim đó được tự do, được giải thoát. Như vậy, con người hay con vật được tự do thoát khỏi sự ràng buộc nào đó, thì được xem là giải thoát. Nhìn chung thì giải thoát có nghĩa là cởi mở, cởi bỏ xiềng xích, thoát ly ra khỏi những ràng buộc trong hoàn cảnh khổ đau nghịch ý. Tóm lại giải thoát là đạt tự do sau khi buông xả tất cả những trói buộc.

GIẢI THOÁT TRONG ĐẠO PHẬT

Trên đây là một vài thí dụ mô tả ý nghĩa giải thoát ở ngoài đời. Trong đạo Phật, hai từ giải thoát được đề cập tới một cách sâu sắc hơn. Giải thoát cao nhất theo triết lý nhà Phật là trạng thái tinh thần con người được tự do, tự tại trước những buồn vui thương ghét hạnh phúc hay đau khổ của bản thân hay người ngoài cuộc. Tâm người ấy thanh tịnh tuyệt đối do đoạn tận hết những tập khí, đam mê, dục vọng, dập tắt ngọn lửa ngầm tham, sân, si là gốc rễ của mọi đau khổ. Các bậc thánh nhân này đã chấm dứt dòng nhân quả nghiệp báo, lậu hoặc, vượt qua biển khổ vô minh, lên bờ giác ngộ giải thoát.

Còn chúng sanh thì đa phần sống trong cảnh trái ngang đau khổ nên người nào cũng muốn xa lìa khổ ải, tìm kiếm niềm vui, mong cầu giải thoát. Nhưng muốn giải thoát không phải là chuyện dễ, bởi là phàm nhân nên thường xuyên bị tri kiến mê lầm che lấp, khiến nhận thức và hành vi biến thành nô lệ của bản ngã ích kỷ, chạy theo ngũ dục: tài, sắc, danh, thực, thùy; hoặc làm nô lệ cho sáu giác quan mê đắm với sáu trần: sắc, thinh, hương, vị, xúc, pháp. Để đạt được những mục tiêu này, thử hỏi với một con người đang bị tri kiến mê lầm ngăn che như vậy, thì làm sao tránh khỏi lời nói, hành vi tạo nhiều ác nghiệp gây đau khổ cho mình và phiền não cho những người liên hệ.

Các học giả Phật giáo cho rằng hệ thống giáo lý của đạo Phật nhắm vào một mục tiêu cao thượng, đó là hướng dẫn phương pháp, đường lối tu tập để hành giả đạt Giác ngộ Giải thoát. Cho nên mới nói đạo Phật là đạo Giải thoát. Trong kinh điển Phật giáo, có ghi lại lời tuyên bố của Đức Phật: "*Này các Tỳ-kheo, nước của đại dương chỉ có một vị mặn. Cũng vậy, pháp và luật của ta nói ra cũng chỉ có một vị, đó là vị giải thoát*" (Udana, Tự Thuyết Kinh). Qua lời tuyên bố này, chúng ta thấy đức Phật đã so sánh giáo Pháp của Ngài như bốn bể đại dương. Đại dương chỉ có một vị là vị mặn. Còn Chánh Pháp trong đạo Phật cũng có một vị duy nhất là vị giải thoát. Như vậy, đức Phật đã xác định rằng mục đích duy nhất của đạo Phật là giúp chúng sanh tu tập để đến chỗ giải thoát giác ngộ.

Trên lộ trình tu tập giải thoát thì *Niết-Bàn* là mục tiêu giải thoát cao nhất. Niết-Bàn tiếng Phạn là Nirvana có nghĩa là diệt độ. Diệt độ ở đây không có nghĩa là triệt tiêu hay tiêu diệt. Bởi vì nếu hoàn toàn bị tiêu diệt thì người chứng ngộ biến thành một tượng đá vô tri giác không biết gì. Diệt ở đây có nghĩa là đoạn tận tham sân si, chấm dứt dòng nhân quả nghiệp báo, nghĩa là chấm dứt lậu hoặc gồm dục lậu, hữu lậu, vô minh lậu và kiến lậu. Độ có nghĩa là vượt qua khỏi biển khổ vô minh, lên bờ giác ngộ. Như vậy chúng ta có thể hiểu Diệt Độ là Niết-Bàn, là Diệt đế (trong Tứ Thánh Đế), là Giải thoát ra khỏi quy luật luân hồi nhân quả.

Giải thoát có hai loại: Hữu Dư Y Giải thoát hay Hữu Dư Y Niết-Bàn, chỉ thánh chúng được giải thoát ngay khi còn sống tức còn thân mạng. Tuy sống và sinh hoạt với người bình thường mà vẫn an nhiên, tự tại, giải thoát, không bị hoàn cảnh thế nhân chi phối. Khi thân hoại mạng chung, thì thể nhập Vô Dư Y Niết-Bàn. Vô Dư Y Niết-Bàn là bản thể thường còn, bất sinh bất diệt của vạn pháp hữu tình và vô tình, không thể dùng ngôn từ để diễn tả, cũng không thể dùng ý căn ý thức hình dung đưa ra quan niệm giải thích.

PHƯƠNG TIỆN ĐƯA ĐẾN GIẢI THOÁT

Hành giả muốn đạt giải thoát tối hậu, theo giáo lý nhà Phật là phải tu tập Giới-Định-Tuệ không có con đường nào khác. Tu Giới-Định-Tuệ tức tu theo Bát chánh đạo. Bát chánh đạo là con đường đưa đến giải thoát. Bát chánh đạo gồm các yếu tố: Chánh tri kiến, Chánh tư duy, Chánh ngữ, Chánh nghiệp, Chánh mạng, Chánh tinh tấn, Chánh niệm và Chánh định.

Chánh tri kiến, Chánh tư duy thuộc về Tuệ học. Chánh

ngữ, Chánh nghiệp, Chánh mạng thuộc về Giới học. Chánh tinh tấn, Chánh niệm, Chánh định thuộc về Định học. Về mặt Tuệ học, ngoài việc thông suốt Tứ thánh đế là: Khổ đế, Tập đế, Diệt đế và Đạo đế, hành giả cũng cần phải hiểu rõ về mười hai nhân duyên trong giáo lý Duyên Khởi để thực hành đúng pháp. Về mặt Giới học thì giữ gìn thân tâm trong sạch, làm việc lành tránh việc ác. Muốn cô lập lậu hoặc thì phải thực hành thiền Định, thiền Quán. Lậu hoặc gồm vô số ác pháp, trong đó có tham, sân, si, mạn, nghi, tà kiến v.v…

Về giáo lý Duyên Khởi, Đức Phật đưa ra mười hai nhân duyên với định lý: "*Cái này có cái kia có. Cái này diệt cái kia diệt*". Mười hai nhân duyên dính chặt vào nhau thành vòng tròn sinh tử. Đó là: Vô Minh, Hành, Thức, Danh Sắc, Lục nhập, Xúc, Ái, Thủ, Hữu, Sanh, Già, Chết. Vô Minh là duyên sanh Hành. Hành là duyên sanh Thức. Thức là duyên sanh Danh Sắc v.v… cứ như thế nối thành một vòng tròn, không có khởi đầu cũng không có chấm dứt. Hoặc ngược lại Vô Minh diệt thì Hành diệt. Hành diệt thì Thức diệt v.v… Như vậy toàn bộ mắt xích bị tan rả. Hành giả được giải thoát khỏi vòng sinh tử luân hồi.

Tu tập theo mười hai nhân duyên, hành giả cũng thực hành Giới-Định-Tuệ. Tu Giới (Chánh ngữ, Chánh nghiệp, Chánh mạng) sẽ cắt đứt tại mắt xích Hành, ba nghiệp thân, khẩu, ý được thanh tịnh. Nhân duyên Hành bị triệt tiêu thì toàn bộ các mắt xích cũng tan rả. Hành giả được giải thoát.

Hành giả tu Tuệ (Chánh tri kiến, Chánh tư duy) hiểu rõ nguyên nhân gây ra khổ đau chính là do tham dục khát ái. Cắt đứt mắt xích Ái thì vòng mắt xích mười hai nhân duyên cũng tan rả. Hành giả được giải thoát.

Ngoài ra nhờ có Chánh tri kiến mà hành giả dẹp được những tri kiến mê lầm gọi chung là tà kiến, tức cắt đứt mắt xích Vô Minh. Vì Vô Minh nên Tri kiến mới mê lầm. Tri kiến mê lầm, là cái thấy biết không đúng với chân lý Phật dạy mà cho là đúng. Hay là cái thấy biết cảnh vật không đúng như thật của người đang mang kính màu. Kính màu xanh thì hành giả thấy cảnh màu xanh, kính màu xám thì thấy cảnh bao trùm màu xám… Hoặc là cái thấy biết đối tượng do quá khứ, hiện tại, tương lai ảnh hưởng khiến tâm xúc cảm thương ghét nổi lên mà nhận định sai lầm về đối tượng.

Nhờ tu Tuệ nên hành giả giải thoát được tri kiến mê lầm, trả cái thấy biết mê lầm đó về cho cái thấy biết hiện tại chân thật bây giờ và ở đây, đúng như nó đang là nên gọi là Tri kiến giải thoát. Nói rõ hơn nhờ có Chánh tri kiến, Chánh tư duy nên hành giả lần lượt thanh lọc được dòng tâm thức uế nhiễm. Hành giả thúc liễm thân tâm, không dính mắc với tướng chung tướng riêng của bất cứ đối tượng nào, sau cùng không còn chấp trước thân này pháp nọ là ta hay của ta … nên thoát khỏi luyến ái, não phiền. Như vậy Tri kiến giải thoát là sự thấy biết chân chánh, thấy biết như thật, nhờ áp dụng Phật Pháp, tinh cần tu tập, dần dần đoạn tận tham dục đạt được giải thoát khổ đau.

Tóm lại tu pháp mười hai nhân duyên, hành giả chỉ cần cắt đứt một mắt xích là phá vỡ được toàn bộ mười hai mắt xích. Hành giả thoát khỏi vòng sinh tử.

KẾT LUẬN

Theo quan niệm nhà Phật thì con người tự ràng buộc

mình trong nỗi khổ đau do chính mình gây ra. Muốn thoát khổ thì cũng phải chính mình tháo gỡ sợi dây ràng buộc đó chứ không Thần Phật nào cứu rỗi, ban ơn, giáng họa cho mình được. Trước khi thành đạo, đức Phật là một vị Thái tử sống trong nhung lụa vàng son. Khi ngộ ra con người sống ở thế gian này không một ai tránh khỏi sanh, lão, bệnh, tử, nên người đã thoát ly khỏi cung vàng điện ngọc, bỏ lại vợ đẹp con thơ, ra đi tìm đường giải thoát. Sau khi thành đạo, trong 45 năm hoằng dương chánh pháp, đức Phật đã tùy theo căn cơ của chúng sanh mà diễn thuyết. Dù pháp nào, thì chung quy cũng chỉ nhằm giúp chúng sanh thoát khổ giác ngộ.

Muốn nếm được hương vị giải thoát, trước hết hành giả phải tự thân nỗ lực tu hành. Dù tu theo pháp môn nào, hành giả cũng phải thâm nhập bốn nền tảng giáo lý của đạo Phật. Đó là mọi khổ đau của chúng sanh đều phát xuất từ một hay nhiều nguyên nhân. Và những nguyên nhân đó có thể giải trừ bằng đường lối tu tập tám ngành Bát Chánh Đạo. Đó chính là thực hành Tam Vô Lậu Học: *Giới-Định-Tuệ*.

Thực hành Giới-Định-Tuệ, đời sống đạo đức của hành giả được thăng hoa, tâm định tĩnh, trí tuệ phát sáng. Kết quả sơ khởi của việc tu tập, hành giả được giải thoát khỏi một số ràng buộc như ý hay bất như ý trong đời sống hằng ngày. Tiếp tục tinh cần hành trì, buông xả mọi khả ái, khả lạc, khả ưu, khả sân, thường xuyên sống trong chánh niệm, thể nhập Giới-Định-Tuệ, hành giả sẽ thực thụ trải nghiệm trạng thái Xả, là trạng thái tâm hoàn toàn tự do trước mọi vướng bận của cuộc đời. Bấy giờ có thể nói hành giả đã an toàn giải thoát, an trú trong Hữu Dư Y Niết-Bàn./.

TỪNG BƯỚC HỌC PHẬT

THÍCH NỮ HẰNG NHƯ

(Thiền thất CHÂN TÂM - August 13-2022)

3

TÌM HIỂU " TÂM " TRONG ĐẠO PHẬT

Con người được mô tả gồm hai phần: Thể xác và tinh thần. Theo thuật ngữ Phật học thì thể xác tức thân thể con người gọi là "*Sắc*", còn tinh thần là "*Danh*" tức là tâm. Thân là vật chất, có thể nhìn thấy và sờ mó được, nhưng tâm thì không. Vậy tâm ở đâu trong cơ thể con người? Người xưa cho rằng tâm chính là quả tim. Ngày nay khoa học cho rằng tâm phát xuất từ bộ não, là nơi mà hệ thần kinh trung tâm hoạt động chi phối toàn thân. Người ta phân biệt tâm có ba cơ chế, đó là tâm tư duy, tính toán, lý luận, tâm này thường nhớ nghĩ về chuyện quá khứ, nên tương ưng với Ý Căn trong nhà Phật, tiếng Pàli là "Mano". Tâm phán đoán, vẻ vời những hình ảnh ở tương lai, nằm cạnh Ý Căn, gọi là Trí Năng, tiếng Pàli là "Citta". Cả hai Ý Căn và Trí Năng nằm ở phía trước vỏ bán cầu não trái. Còn tâm nhận thức phân biệt là Ý thức nằm ở phía trước vỏ bán cầu não phải, tiếng Pàli là

"Vijnana". Phân chia là như vậy, nhưng khi nói đến một, tức là nói đến cả ba, gọi chung là Tâm.

Hỏi Tâm là gì, làm sao thấy được Tâm, thì được các học giả giải thích tâm là sự suy nghĩ, phán đoán, nghi ngờ, thất vọng, buồn phiền, thương yêu, nhung nhớ, ganh ghét v.v... Những yếu tố tinh thần thuộc trừu tượng vừa kể không thấy được, nhưng người ta có thể cảm nhận tâm qua hành động, lời nói của cơ thể mà biết có tâm hiện diện.

Thí dụ một người đang lúc giận dữ. Giọng nói cộc cằn, to tiếng, có khi chửi bới nặng nề đối phương. Hành động thô lỗ, đánh đập, quậy phá đồ đạc trước mặt v.v…Tùy theo mức độ của hành vi và lời nói, mà chúng ta thấy được tâm người đó đang sân giận nhiều hay ít. Cùng là một người, nhưng âm hưởng của lời nói nhẹ nhàng, cử chỉ dịu dàng đoan trang, ánh mắt nhu mì hiền lành v.v… Hình ảnh này biểu lộ tâm người đó ở trong trạng thái quân bình, an lạc.

Như vậy, tuy chúng ta không thấy tâm, nhưng rõ ràng tâm là ông chủ chỉ huy, tạo tác cả một đời người. Nó làm cho đời sống con người có lúc hạnh phúc, có lúc phiền não.

Trong thời gian qua, đã có rất nhiều nhà Tâm lý học, các nhà triết học, các nhà nghiên cứu về tôn giáo đã từng đưa ra nhiều bình luận về tâm. Trong bài viết này, chúng ta chỉ tìm hiểu khái quát về tâm trong phạm vi Phật học để áp dụng vào đời sống tu tập hướng đến giác ngộ giải thoát mà thôi!

I. HIỂU "TÂM" THEO PHẬT GIÁO NGUYÊN THỦY

Là một vị đại giác ngộ, đức Phật Thích Ca nhận ra đời

người ai cũng khổ. Khổ là một chân lý. Hễ có thân là có khổ, mà khổ do đâu sanh? Đó là do tâm con người sanh ra. Muốn diệt khổ, trước hết chúng ta phải tìm hiểu khi nào tâm giúp con người được an lạc hạnh phúc, khi nào tâm khiến con người ưu phiền sầu não. Nghĩa là phải tìm hiểu tâm là gì và dụng của tâm ra làm sao?

Kinh Pháp Cú (Dhammapada), Phẩm Song Yếu, Đức Phật xác nhận tâm là ông chủ, tâm chỉ huy, tạo tác hành động của con người. Nếu con người hành động nói năng theo sự chỉ huy xấu xa của tâm thì sự khổ sẽ theo nghiệp xấu đến với người ấy như bánh xe lăn theo chân con vật kéo, không tránh né vào đâu được. Ngược lại nếu nói năng hay hành động với tâm thanh tịnh thì người đó được vui vẻ hạnh phúc như bóng theo hình. Đoạn văn đó như sau:

"1) Trong các pháp, tâm dẫn đầu, tâm làm chủ, tâm tạo tác. Nếu nói hoặc làm với tâm ô nhiễm, sự khổ sẽ theo nghiệp kéo đến như bánh xe lăn theo chân con vật kéo. 2) Trong các pháp, tâm dẫn đầu, tâm làm chủ, tâm tạo tác. Nếu nói hoặc làm với tâm thanh tịnh, sự vui vẻ sẽ theo nghiệp kéo đến như bóng theo hình" (hết trích).

Như vậy, chỉ một tâm mà có nhiều trạng thái khác nhau, tựu trung xếp thành hai loại. Tâm gây đau khổ, trong nhà Phật ví tâm đó là hồ nước đục, là tâm ô nhiễm, là tâm của kẻ phàm phu. Tâm giúp an lạc hạnh phúc cho con người, trong nhà Phật ví tâm này như hồ nước trong, là tâm thanh tịnh của bậc thánh.

Theo đạo Phật, con người là một hợp thể của năm uẩn: Sắc, Thọ, Tưởng, Hành, Thức, gọi chung là Danh Sắc. Sắc là vật chất nên không có cái biết. Cái Biết theo Phật giáo

Nguyên Thủy do đức Phật thuyết là cái biết của Tâm, tức cái biết của Thọ, Tưởng, Hành, Thức. Thức là sự biết, sự nhận thức phân biệt của sáu căn khi tiếp xúc với sáu trần sẽ phát sinh các thức như: nhãn thức, nhĩ thức, tỷ thức, thiệt thức, thân thức và ý thức.

Khi các căn tiếp xúc với các trần có cái biết, có cái nhận thức, thì đó là cái tâm biết, còn gọi là **tâm thức**. Khi nào tâm suy nghĩ, toan tính thì đó là **tâm hành**. Khi tưởng nhớ quá khứ hoặc tưởng tượng hình ảnh nào đó ở tương lai thì đó là **tâm tưởng**. Khi cảm giác vui buồn sướng khổ xuất hiện, đó là **tâm xúc cảm.** Tâm xúc cảm có hai loại: Nóng lạnh hay thân thể đau nhức thì gọi là **thân thọ**, khi vui buồn, sướng khổ thì đó là **tình cảm** hay **tâm thọ**. Bốn cái biết của Thọ, Tưởng, Hành, Thức này chính là Tâm, hay đúng hơn đó là 4 công năng của Tâm.

II. HIỂU "TÂM" THEO A-TỲ-ĐÀM (VI-DIỆU-PHÁP)

Theo Tạng luận A-tỳ-đàm (Abhidhamma), hay Vi-diệu pháp, định nghĩa tâm là sự biết, hay nhận thức biết về trần cảnh (đối tượng). Sự nhận thức này đơn thuần là cái biết, không phân biệt tốt xấu, ưa hay không ưa. Khi có so sánh, phân biệt tốt hay xấu, là đã có tự ngã xen vào.

Đặc biệt của Vi-diệu-pháp là nói về lộ trình tâm, tức sự diễn tiến của một dòng tâm sinh diệt. Theo Vi-diệu-pháp thì tâm con người là dòng tâm thức hay luồng tâm thức có tất cả

89 tâm vương và 52 tâm sở, nối tiếp nhau khởi lên rồi diệt. Có 4 thứ tâm được xếp loại tùy theo cõi giới, đó là tâm dục giới, tâm sắc giới, tâm vô sắc giới và tâm siêu thế, tức là tâm vượt ra ngoài tam giới.

Vi-diệu-pháp phân tích tâm rất chi ly phức tạp trên hai phương diện Vật lý và Tâm lý của con người, được gọi là Tâm lý học Phật giáo, cho nên với bài viết ngắn này không thể trình bày đầy đủ theo mô hình A-tỳ-đàm, mà chủ yếu chỉ giới thiệu phớt qua trên bề mặt, đó là nói đến việc nhận biết tâm, công dụng của tâm là cái biết của con người mà thôi!

III. HIỂU "TÂM" THEO QUAN NIỆM CỦA "DUY THỨC HỌC"

Duy Thức hay Duy Tâm cũng là một môn Tâm lý học của Phật giáo, nhưng thuộc Đại thừa, xuất hiện vào khoảng 9 năm sau khi đức Phật nhập diệt. Lúc đó ở Bắc Ấn có 2 anh em Bà-la-môn tên là Vô Trước và Thế Thân xuất gia đắc quả A-la-hán. Theo truyền thuyết, ngài Vô Trước dùng thần thông lên cung Trời Đâu-Suất để nghe Bồ-tát Di-Lặc giảng dạy về Duy thức. Ban đêm đi nghe, ban ngày giảng lại cho đại chúng. Người em là Thế Thân, ban đầu tu theo Tiểu thừa, sau nghe lời khuyên của anh, chuyển sang Đại thừa. Ngài là tác giả của các bộ luận về Duy Thức như: Đại Thừa Bách Pháp Minh Môn Luận, Duy Thức Nhị Thập Tụng, Duy Thức Tam Thập Tụng. Hai ngài Vô Trước và Thế Thân được xem như là Sơ tổ của Duy Thức tông ở Ấn Độ.

Vào khoảng thế kỷ thứ 7 Tây lịch, đời nhà Đường bên Trung Hoa có Tam Tạng pháp sư Trần Huyền Trang sang Ấn

Độ thỉnh kinh, và thọ giáo môn Duy thức với ngài Giới Hiền tại Tu viện Nalanda. Trở về Trung Hoa, ngài truyền bá môn Duy thức và trước tác 2 bộ luận Thành Duy Thức và Bát Thức Quy Củ Tụng. Ngài Huyền Trang được xem là Sơ tổ Duy Thức tông Trung Hoa.

Duy Thức học chia tâm ra thành 8 tâm vương và 51 tâm sở. Chữ tâm ở đây cũng đồng nghĩa với chữ thức. Tám tâm vương là tám dạng biết của tâm gồm 8 thức: Nhãn thức, Nhĩ thức, Tỷ thức, Thiệt thức, Thân thức, Ý thức, Mạt-na thức, A-lại-da thức. Sáu thức đầu từ Nhãn thức tới Ý thức là cái biết của 6 căn.

Duy thức phân biệt Ý căn là một cơ năng hay giác quan, do đó Ý căn còn có tên là Mạt-na thức. Ý thức nương vào Ý căn mà phát sinh. Ý căn nương vào A-lại-da thức là thức căn bản để phát sinh. Khi hình ảnh qua 6 cửa sổ giác quan thì phát sinh ra lục thức. Riêng cái cửa sổ Ý căn được xem như là một thức, tức Mạt-na thức.

Tìm hiểu một chút về A-lại Da, Ý căn và Ý thức theo Duy Thức tông:

1. A-lại-da thức còn gọi là **tàng thức** có 3 nghĩa:

a) Năng tàng : Gọi năng tàng vì Thức này như là một cái kho chứa đựng và gìn giữ chủng tử của các pháp không phân biệt thiện ác.

b) Sở tàng: Thức này bị ảnh hưởng vướng mắc bởi chính những chủng tử được chứa trong nó.

c) Ngã ái chấp tàng: Bị thức thứ 7 là Mạt-na bám víu và chấp là ta tức ngã. Nó làm nền tảng cho 7 thức kia phát sinh nên còn được gọi là *căn bản thức*, nó rộng lớn tiềm ẩn sâu xa và chứa đựng tất cả chủng tử nghiệp trong dòng tâm thức. Tính chất của nó là vô phú vô ký, không thiện cũng không ác, nhưng lại chứa đủ cả hai loại chủng tử thiện và ác. Ngày nào nó còn chứa những chủng tử ô nhiễm phiền não thì nó còn bị Mạt-na chấp là ngã. Khi nào tất cả chủng tử trở thành thanh tịnh thì nó được gọi là Bạch tịnh thức hay Đại viên cảnh trí. Nói cách khác nó trở thành Như lai tạng, là Phật hay Pháp thân .

Theo Duy Thức, tâm được gọi là Thức (Vijnana), khi nó còn ô nhiễm chấp ngã chấp pháp. Khi nào tâm hoàn toàn thanh tịnh vô ngã, thì được gọi là Trí (jnana),

2) Mạt-na thức (hay Ý căn): Là căn cứ phát sinh ra Ý thức, cũng như mắt là Nhãn căn nơi phát sinh ra Nhãn thức, tai là Nhĩ căn nơi phát sinh Nhĩ thức.

Mạt-na được sinh ra từ những chủng tử vô minh của A-lại-da nên bản chất của nó là chấp ngã. Nó chấp A-lại-da là ngã. Tất cả những gì liên quan đến ngã như là ngã si, ngã ái, ngã kiến, ngã mạn… đều bắt nguồn từ nó. Sự chấp ngã của Mạt-na "*câu sinh ngã chấp*", tức sự chấp ngã sinh ra cùng lúc với thân mạng. Sự chấp ngã này đã có trước khi sinh ra đời, vì thế Mạt-na không cần phải có năm uẩn mới chấp ngã. Nó từ A-lại-da sinh ra và đã chấp A-lại-da là ngã rồi.

3) Ý thức: Khi Ý căn tiếp xúc với pháp trần làm phát sinh ra sự nhận thức. Sự nhận thức này được gọi là Ý thức. Ý thức có 3 hình thái nhận thức:

a) Hiện lượng: Là sự nhận thức trực tiếp vô tư chưa trải qua suy luận phân biệt.

b) Tỷ lượng: Là sự nhận thức qua suy luận phân biệt.

c) Phi lượng: Khi 2 sự nhận thức trên phản ảnh sai lầm về thực tại thì gọi là phi lượng. Thí dụ trong đêm tối thấy sợi dây tưởng là con rắn, khác với hai thức trước.

Ý thức có lúc bị gián đoạn không hoạt động trong 5 trường hợp sau đây: (1) Trong cõi Trời vô tưởng, (2)Trong Diệt tận định, (3)Trong Vô tưởng định, (4) Ngủ mê không mộng mị, (5) Ngất xỉu, bất tỉnh nhân sự. Ngoài 5 trường hợp trên Ý thức luôn luôn hoạt động ngay cả trong giấc ngủ.

Tóm lại theo Duy Thức thì tâm là thức, là cái biết gồm 6 thức như quan niệm của Phật giáo Nguyên Thủy và thêm 2 thức mới là Mạt-na thức và A-lại-da thức. Các nhà nghiên cứu Phật học cho rằng khái niệm **A-lại-da thức là căn bản thức** rất hợp lý, thức này bổ túc thêm vào quan niệm xưa nay khi người ta đề cập đến thức, đa số đều nói 6 căn và 6 trần tiếp xúc với nhau, mới sinh ra 6 thức. Thí dụ khi con mắt tức là căn thấy sắc tức là trần mới phát sinh ra nhãn thức. Như thế, thì thức chỉ là sản phẩm của căn và trần. Chư vị này cũng giảng rằng: "*Như trong Thập nhị nhân duyên, vô minh duyên hành, hành duyên thức, thức duyên danh sắc. Thức ở đây chính A-lại-da, là luồng tâm thức hay nghiệp thức huân tập từ nhiều đời. Từ A-lại-da thức mới sinh ra Danh sắc và ngũ uẩn, trong đó, bao gồm 6 giác quan*".

IV. "TÂM" THEO QUAN NIỆM CỦA "THIỀN TÔNG"

Thiền tông chủ trương "*trực chỉ nhân tâm kiến tánh*

thành Phật", tức chỉ thẳng tâm người thấy tánh thành Phật. Tâm con người có rất nhiều tánh, chẳng hạn: Tánh tham, tánh sân, tánh si, tánh kiêu mạn, tánh nghi ngờ, tánh thiện, tánh ác v.v… Những loại tâm tánh này thuộc về tâm phàm phu. Tánh mà Thiền tông đề cập ở đây không phải là bản tánh bình thường của người chưa biết tu thiền như vừa mới kể, mà là Tánh Giác. Ngộ được tâm, thấy được bổn giác, trở về sống với Tánh Giác là ý nghĩa "*kiến tánh*" của Thiền tông.

A.Tánh giác

Trả lời câu hỏi Tánh Giác là gì? Cố Hòa Thượng Thích Thông Triệt đã trả lời như sau: "*Tánh giác có nghĩa đơn giản là tánh biết, tiếng Phạn là "buddhi" nghĩa là năng lực biết. Tánh giác có hai nghĩa: - Nghĩa thứ nhất của Tánh giác (buddhi) là tuệ trí bẩm sinh của con người. Nó có năng lực biết rõ ràng đối tượng mà không bị đối tượng thu hút tác động, thuộc tâm bậc thánh. - Ngược lại, nghĩa thứ hai của "buddhi" là trí năng bén nhạy. Với trí năng, nó bị đối tượng tác động, thuộc tâm thế gian. Cả hai loại trí này trong ngôn ngữ Ấn Độ đều dùng từ "buddhi" để diễn tả. Vì thế người ta dễ lầm lẫn ý nghĩa từ "buddhi". Người ta chỉ có thể phân biệt được sự khác nhau giữa trạng thái có lời và không lời trong năng lực biết của từ "buddhi". Nếu có lời là trí năng bén nhạy. Không lời là tuệ trí bẩm sinh. Với trí của bậc thánh, "buddhi" hay "Tánh giác" trên căn bản, là năng lực biết không lời và năng lực nhận thức không lời.*

Trong ngôn ngữ Thiền tông, Tánh giác là cái biết không lời, đồng bộ và tức khắc. Có thông tin hay không có thông tin, nó vẫn biết. Nó là dòng biết thường hằng, lặng lẽ, *không gián đoạn, không có tâm phân biệt, không có khái niệm ngôn ngữ thành hình trong não mà chỉ có phân tích cô đọng trong nhận thức không lời. Trong nó không có phiền não, không có hình ảnh ganh đua, tranh chấp, xung đột, đấu tranh... như Ý thức và Ý căn. Không có suy luận, suy đoán hay "phải là, chỉ là, nên là" như Trí năng. Vật thể nào, nó thấy y như thế đó, tức thấy cái "đang là" của vật. Mọi thứ thành kiến, định kiến, chủ quan không có trong nó. Do đó, đứng trước tất cả đối tượng nó không dính mắc, không chấp trước, không lệ thuộc. Nó không theo cảnh, không bị cảnh chuyển. Khi nó có mặt, vô minh không có mặt, tự ngã không có mặt, phiền não không có mặt, tập khí hay lậu hoặc không có mặt. Trong bốn oai nghi, nó hằng tiếp thu ngoại trần, nội trần, kiến giải tất cả mà tâm vẫn không động. Trong ngôn ngữ Thiền tông gọi nó là "ông chủ". Phật giáo phát triển gọi nó là "chân ngã". Trong Phật giáo Nguyên Thủy, nó được xem là cái biết của người bắt đầu bước vào dòng thánh. Nó được Phật gọi là cái Vô Sanh, Duy Thức tông gọi là Bạch Tịnh Thức. Các vị thiền sư ví nó như hạt minh châu, hay tấm gương sáng, hoặc rỗng rang như hư không.*(*) (hết trích)

Tánh giác gồm ba: Tánh thấy (của mắt), tánh nghe (của tai), tánh xúc chạm (của mũi, lưỡi và thân). Tóm lại, Tánh giác là cái thấy biết của Chân tâm.

B. Vọng tâm – Chân tâm

1) Vọng tâm: Tâm của người chưa biết tu tập, hằng ngày thường sống với nhiều tâm trạng khác nhau. Lúc thì buồn bực nhớ nghĩ những chuyện quá khứ, khi thì mong muốn tưởng tượng những chuyện ở tương lai. Hiện tại thì suy nghĩ lung tung hết chuyện này sang chuyện khác. Có lúc tác ý suy nghĩ những điều tốt, có lúc suy nghĩ những điều xấu có lợi cho mình mà hại người. Có khi tâm cảm thấy an lạc, hạnh phúc, có lúc lại cảm thấy bực bội, buồn khổ. Thông thường tâm này bị trói buộc bởi những tham, sân, si, mạn, nghi, tà kiến, thuật ngữ trong nhà Phật gọi đó là kiết sử, lậu hoặc hay tập khí… Nếu không bị lục trần: sắc, thinh, hương, vị, xúc, pháp, lôi cuốn tác động vào tâm xúc cảm thương ghét, thù hằn… thì cũng bị ngũ dục: tài, sắc, danh, thực, thùy thúc giục đòi hỏi phục vụ cho bản ngã. Nếu được thì vui. Mất, thì buồn. Đức Phật ví tâm này như hồ nước đục, gọi là tâm phàm phu hay tâm sinh diệt. Chư Tổ Thiền tông thì gọi tâm này là Vọng Tâm.

2) Chân Tâm: Khác với Vọng tâm, Chân tâm là tâm tự biết một cách thầm lặng không lời. Cái biết của nó chân thật, đúng đắn, không bị ô nhiễm bởi lăng kính quá khứ, hiện tại, vị lai. Khi lục căn tiếp xúc lục trần, đối tượng như thế nào nó thấy biết như vậy, tức thấy biết cái "*đang là*" của đối tượng. Nó không phân biệt so sánh bình luận khen chê. Ý căn, Ý thức hay Trí năng tức tự ngã không có mặt trong tâm này. Thầm nhận biết nên tâm an nhiên, tự tại trước mọi cảnh thịnh suy, hợp tan, đẹp xấu, được mất… Đặc tính của Chân tâm là an tịnh, trong sạch, sáng suốt. Đức Phật ví tâm này như hồ nước trong, là tâm bất sinh. Chư Tổ Thiền tông gọi tâm này là Chân tâm hay Tánh giác.

V. TÓM KẾT

Nhìn chung tâm là cái biết, là nhận thức biết, là tánh biết. Tâm dẫn đầu các pháp. Tâm nhiễm ô, chấp ngã, chấp pháp, tham lam, ích kỷ, là đầu mối sinh tử, là Vọng tâm. Khi tâm giải phóng khỏi năm triền cái: Ham muốn nhục dục, sân hận, si mê, hôn trầm, thụy miên, lo lắng bất an (trạo cử) và nghi ngờ thì tâm nhiễm ô trở thành tâm trong sạch, vô lượng, là nền tảng căn bản của giác ngộ giải thoát gọi là Chân tâm. Tóm lại tâm ô nhiễm là khổ đau, tâm thanh tịnh là Niết-bàn. Tâm mê là chúng sinh, tâm giác là Phật.

Tâm trong đạo Phật được giảng giải rất chi tiết tùy theo các tông phái trong đạo Phật. Bài viết này chỉ nhằm đáp ứng cho các Phật tử mới bắt đầu học Phật, giúp các bạn nhận ra tâm là gì? Lúc nào tâm bị gọi là Vọng, lúc nào tâm được gọi là Chân, hầu dễ bề tu tập, thanh lọc thân tâm, hướng tới giác ngộ giải thoát…

Nam Mô Bổn Sư Thích Ca Mâu Ni Phật.

Thích Nữ Hằng Như

(Thiền thất CHÂN TÂM, 16/12/2023)

Tài liệu:

(*) Sách: "Tìm Hiểu Và Ứng Dụng Thiền Phật Giáo" Tập 2, cuốn 1: Phần "Tánh Giác" (trang 128...); tác giả: Cố Hòa thượng Thiền Sư THÔNG TRIỆT

4

TAM " VÔ LẬU HỌC" LÀ GÌ?

I. DẪN NHẬP

Tam Vô lậu học là môn học thù thắng gồm: Giới, Định và Tuệ trong đạo Phật. Lậu có nghĩa là những chất nhơ bẩn, ô uế, tượng trưng sự phiền não, khổ đau xâm chiếm tâm người chưa biết tu tập. Ngược lại, Vô lậu là tâm trong lành, sáng suốt, không bị phiền não trói buộc. Lậu cũng có nghĩa khác là rơi rớt, lưu lại, sót lại. Vô lậu thì không. Như vậy Vô lậu học là môn học giúp hành giả được tự do tự tại, đoạn tận mọi phiền não khổ đau, không còn rơi rớt trong luân hồi sanh tử.

Tam Vô lậu học phát xuất từ bài kinh đầu tiên đức Phật giảng dạy cho năm anh em tôn giả Kiều-Trần-Như tại Vườn Nai. Đó là kinh "*Chuyển Pháp Luân*" gồm hai bài pháp thoại Tứ Diệu Đế và Vô Ngã Tướng.

Nội dung kinh Tứ Diệu Đế nói về bốn chân lý. Chân lý thứ nhất là thực trạng đau khổ của con người gọi là Khổ đế.

Chân lý thứ hai là truy tìm nguồn gốc gây ra thực trạng phiền não gọi là Tập đế. Đế thứ ba, chấm dứt toàn bộ nguyên nhân gây ra khổ đau gọi là Diệt đế, trải nghiệm an lạc hạnh phúc, cao nhất là Niết-Bàn.

Niết-Bàn không phải là cảnh giới hay một nơi chốn. Niết-Bàn là thái độ sống, với trạng thái tâm thanh tịnh, an lạc, khi toàn bộ khổ đau và nguyên nhân tạo ra khổ đau đã đoạn tận. Gần nhất cũng có thể hiểu Niết-Bàn là trải nghiệm trạng thái tâm bây giờ và ở đây. Muốn trải nghiệm Niết-bàn hay Diệt đế, hành giả phải tu tập thực hành theo đế thứ tư là Đạo Đế.

Đạo đế gồm tám nhánh tu tập, có thể chia thành ba nhóm. Đầu tiên là nhóm Trí Tuệ gồm Chánh tri kiến, Chánh tư duy. Nhóm thứ hai là Giới đức hay Đạo đức bao gồm Chánh ngữ, Chánh nghiệp, Chánh mạng. Nhóm thứ ba là thiền Định gồm Chánh tinh tấn, Chánh niệm và Chánh định.

Hành giả tu tập, thành tựu Bát Chánh Đạo tức thành tựu Tam Vô lậu học: Giới, Định, Tuệ có nghĩa là hành giả đã chứng nhập quả vị giải thoát hoàn toàn, không còn bị trói buộc trong Tam giới nữa.

II. GIỚI VÔ LẬU HỌC

Giới nguyên gốc từ tiếng Phạn là "Sĩla". Hán ngữ dịch là Giới có nghĩa là "*phòng bị, răn cấm, câu thúc...*" Giới ở đây, nói cho đủ là giới luật, nghĩa là những điều răn cấm không được làm. Những điều răn cấm không được làm đó là những điều sai quấy, trái ngược với tự nhiên, trái với đạo đức. Vi phạm giới luật, khiến cộng đồng, đoàn thể bị rối loạn. Hậu quả cá nhân là tâm không được an ổn, bởi những lo âu phiền não, vì những hành vi xấu ác mà mình đã gây ra. Giới luật trong nhà Phật không phải chỉ là luật lệ ngăn cấm, mà nên hiểu giới luật như là phép rèn luyện, không sai phạm một lĩnh vực nào, là được tự do ở lĩnh vực đó. Cho nên phát triển giới hay giữ giới là có những ý nghĩ, hành vi xây dựng, đồng nghĩa với những việc làm thiện lành, đạo đức, lợi mình, lợi người.

Giới Vô Lậu học là môn học nhắm vào kỷ luật bản thân hành giả, bằng cách rèn luyện tuân thủ những giới luật do đức Phật chế tác để phòng ngừa tội lỗi, tránh những hành động trái pháp, kiềm hãm dục vọng (tham, sân, si), hướng đến việc hành trì tu tập với mục đích tiến dần đến quả vị giác ngộ.

Trong nhà Phật, thời gian 12 năm đầu kể từ khi đức Phật thành lập Giáo đoàn, đời sống Tăng già hoàn toàn thanh tịnh, chư Tăng luôn sống trong lời Phật dạy *"Chư ác mạc tác; Chúng thiện phụng hành; Tự tịnh kỳ ý; Thị chư Phật giáo"*, nghĩa là hằng ngày luôn suy nghĩ những điều thiện, nói những lời lành, làm những việc lành, ngăn chặn những ý niệm xấu ác, ngăn chặn những lời nói hung dữ, không làm những hành động hại người hại vật. Nói chung là tu tập giữ ba nghiệp thân, khẩu, ý luôn được thanh tịnh, trong sáng. Về sau, trong Tăng đoàn xuất hiện nhiều hiện tượng vi phạm đời sống phạm hạnh, nên đức Phật thiết lập Giới bổn, nhằm mục đích xây dựng Tăng già hưng thịnh, Chánh pháp trường tồn. Khi lập thành giới, đức Phật nêu ra mười lợi ích để cho thấy tầm quan trọng của các học giới như sau: (*)

1. Giúp Tăng chúng được cực thịnh.

2. Giúp Tăng chúng được an ổn .

3. Giúp điều phục người ương ngạnh, cứng đầu.

4. Giúp các thiện Tỷ-kheo được sống an ổn

5. Giúp chế ngự các lậu hoặc ngay trong hiện tại.

6. Giúp chặn đứng các lậu hoặc trong tương lai.

7. Giúp đem lại tịnh tín cho những người không tin.

8. Giúp tăng trưởng tịnh tín cho những người đã có lòng tin.

9. Giúp diệu pháp (Chánh pháp) được tồn tại.

10. Giúp giới luật được chấp nhận.

Tùy theo căn cơ chúng sanh và tùy thuộc sự phát tâm thọ lãnh giới pháp của từng người, mà đức Phật thiết lập khác nhau.

- **Giới tại gia:** Phật tử tại gia như Cận sự nam, Cận sự nữ thọ lãnh Ngũ giới, Thập thiện giới, Bát quan trai giới hay Bồ-tát giới.

- **Giới xuất gia**: Dành cho hàng xuất gia. Có 5 hội chúng: Sa-di và Sa-di-ni thọ trì 10 giới và 22 hay 24 oai nghi. Thức-xoa-ma-na giữ 4 giới căn bản, 6 học pháp, 292 hành pháp. Tỳ-kheo thọ 250 giới. Tỳ-kheo-ni thọ 348 giới.

Còn giới Bồ-tát, cả Phật tử tại gia và tu sĩ xuất gia đều có thể lãnh thọ gồm 10 giới trọng và 48 giới khinh, gọi là Thông giới.

Giới trong Giới-bổn Ba-la-đề-mộc-xoa, gốc từ văn Pãli là Patimokkha, văn Sanskrit là Pràtimoksa, có nghĩa là "*Biệt giải thoát hay Xứ Xứ giải thoát và Tùy thuận giải thoát.”*

“*Biệt giải thoát*” là giữ giới phần nào sẽ được giải thoát phần đó. “*Tùy thuận giải thoát*” là giải thoát tùy theo pháp hành trì của hành giả, đưa đến quả hữu vi hay vô vi.

Mặt khác giới được chia thành “*Thông giới và Biệt giới*”. “*Thông giới*” là giới Phật tử tại gia hay xuất gia đều được thọ lãnh. “*Biệt giới*” chỉ có tự thân nhận thọ, khi hình tướng mất thì giới cũng mất. Khi nói đến “*Bồ tát giới*” tức đề cập tới Tam-tụ-tịnh giới gồm 3 nhóm như sau:

- *Nhiếp luật nghi giới (Biệt giải thoát luật nghi):* Gồm các giới của tại gia và xuất gia. Đó là ngăn cấm các điều ác, phát khởi các điều lành.

- *Nhiếp thiện pháp giới:* Là người chuyên tâm hành trì các việc thiện, xem việc thực thi các thiện pháp là hình thức hành trì giới.

– *Nhiêu ích hữu tình giới:* Lấy việc làm lợi ích cho tất cả chúng sanh là việc trì giới.

“*Cụ túc giới (đại giới) là biệt giới*” chỉ dành riêng Tỳ-kheo, Tỷ-kheo-ni. Giới Tỳ-kheo về phần rộng thì vô lượng, phần trung thì ba ngàn oai nghi, phần lược thì 250 giới. Tỳ-kheo-ni cũng thế, chỉ khác phần lược là 348 giới.

Tóm lại, hành giả tại gia hay xuất gia đều có bổn phận học hỏi thông suốt những giới luật và giữ giới mình đã thọ lãnh bằng hai cách:

- ***Chỉ trì:*** Không làm những điều ác mà trong giới kinh cấm không cho làm.

-Tác trì: Nên làm những điều thiện mà trong giới kinh ấn định phải làm.

Về vấn đề vi phạm giới: Một người bị cho là phạm giới, khi người ấy hội đủ ba điều kiện. (1) Cố ý vi phạm. (2) Chuẩn bị để phạm. (3) Vi phạm cụ thể bằng hành động. Trong ba điều kiện bị buộc tội vi phạm có hai điều thuộc về phần tác ý của tâm. Cho nên ngoài việc giữ giới tướng (do đức Phật chế tác) thọ lãnh, vấn đề đặt nặng là giữ giới thể, tức là tu tập giữ ý thức được thanh tịnh, rời xa các ác pháp, bất thiện pháp, buông bỏ tham ái, sân hận và chấp thủ… thì cuộc sống được an lạc hạnh phúc trong hiện tại và tương lai.

III. ĐỊNH VÔ LẬU HỌC

Định tiếng Pali là Samàdhi. Người Trung Hoa dịch là "*Tam muội*". Định mang nhiều ý nghĩa như: Tập trung (concentration); làm cho vững chắc, không dao động (make firm), sự tĩnh lặng (tranquillity); sự yên lặng (calmness), trạng thái tập trung sâu (a deep concentration state). (**)

Trong Trung Bộ Kinh 1, có hai định nghĩa về Định.

Bài kinh số 30: Định là "*Nhất tâm*" (P: Cittass' ekaggatã: mental one-pointedness) cũng có nghĩa là "*Nhất niệm*" (một niệm). Đây là trạng thái tâm đồng nhất với đối tượng, nơi đó không có Ý thức hiện hữu, mà chỉ có "*đơn niệm biết*" (a single thought of awareness). Nghĩa là tâm hoàn toàn yên lặng không dao động (wavering) bởi các đối tượng ngoài giác quan.

Bài kinh số 36: Định được xem là "*trạng thái tâm thuần nhất*" (P: Cetaso ekodi: unity of the mind). Đây là trạng thái tĩnh lặng của tâm (a state of mental tranquillity) hay trạng thái không hai của Ý thức (A nondualistic state of consciousness). Trong đó nội tâm thiền gia không còn Tầm Tứ, là trạng thái tâm không còn chú ý (tầm) và bắt dính (tứ) theo đối tượng.

Định nói cho đủ là thiền Định (Samàdhi bhavanà). Thiền Định là phương pháp thực tập để chuyển đổi quán tính dao động của Vọng tâm sang quán tính yên lặng sáng suốt không lời gọi là Chân tâm. Khi tâm hoàn toàn định tĩnh, yên lặng vững chắc mà vẫn có nhận thức biết không lời thì gọi là Định hay Chánh Định. Chánh Định là chi thứ tám trong Bát Chánh Đạo tương đương với tầng Định cao nhất trong bốn tầng Định mà đức Phật đã trải nghiệm và thành đạo.

Định Vô lậu học là môn học về thiền định. Là phương pháp thực tập tâm chuyên chú vào một đối tượng, quán sát đối tượng ấy để phát sinh ra Tuệ. Đối tượng để tu tập thiền Định thì được gọi là đề mục. Có nhiều đề mục để thực tập. Tu tập thiền thì có hai loại: Thiền Định, giúp tâm vắng lặng, cô lập lậu hoặc, và thiền Quán là quán sát đề mục với cái biết trống rỗng như thật, nhằm phát huy trí tuệ.

Thực tập thiền Định có hai bước: Bước một là Chánh niệm, bước hai là Chánh định. Chánh niệm tiếng Sanskrit là "*samyaksmirti*", tiếng Pãli là "*samasati*". Chánh niệm có nghĩa là nhận biết đúng đắn, rõ ràng như thật về một đối tượng nào đó. Cũng có thể hiểu người có Chánh niệm là người làm chủ được tâm mình trong bất cứ lúc nào. Nói cách khác trong mỗi hành động, thiền giả đều có niệm biết rõ ràng (tỉnh thức) về việc mình đang làm như đi, đứng, nằm, ngồi, ăn uống, mặc quần áo, nói năng, nhìn, ngó. Ngay cả lúc im lặng, nhắm mắt, cũng biết rõ những gì xảy ra quanh mình, hay trong thân tâm, mà không dính mắc, không chạy theo. Đó gọi là Chánh niệm tỉnh giác. Tóm lại Chánh niệm là thấy biết mọi thứ đang diễn ra như chúng đang là.

Muốn thực hành thiền Chánh Niệm (để đến Chánh Định) trước hết người tập phải xử dụng Trí Năng tỉnh ngộ để tu tập. Trí Năng tỉnh ngộ giữ vai trò chú ý, chú tâm vào một đề mục thiền để cột tâm lại không cho tâm tán loạn.

Thí dụ như tu tập đề mục Anapànasati Samàdhi (Định Niệm Hít Vào Thở Ra). Ban đầu hành giả "*chú ý nói ra lời Tôi biết tôi thở vào*" *khi hít không khí vào. "Tôi biết tôi thở ra" khi thở không khí ra*". Đây là hành giả xử dụng "*đơn niệm* b*iết có lời*", nghĩa biết mình đang nói ra lời, nhưng chỉ với một nội dung thở vào thở ra mà thôi. Kết quả không có niệm nào khác chen vào, tâm được yên lặng, kinh nghiệm Định nhưng không vững chắc. Thuật ngữ gọi đây là trạng thái của thiền Chỉ (Samatha bhavanà). Giai đoạn này là giai đoạn Tầm (*Vitakka/sự nói thầm trong đầu*) tắt Tứ *(Vicàra/đối thoại thầm lặng hay lầm bầm trong đầu không ngừng*). Tầm là do thiền gia tự nói ra, có công năng không để những vọng tưởng nói thầm qua lại từ trong ký ức khởi lên, là Tứ.

Bước kế tiếp là giữ "*Chánh Niệm về sự thở vào thở ra*", bằng cách thầm nhận biết không lời về hơi thở vào ra đó. Hơi thở dài (thầm) biết hơi thở dài. Hơi thở ngắn (thầm) biết hơi thở ngắn. Hơi thở nặng nề (thầm) biết hơi thở nặng nề. Kết quả ngôn hành (Tầm Tứ) yên lặng, hành giả kinh nghiệm Định Không Tầm Không Tứ.

Bước thứ ba, "*Tỉnh thức biết không lời*" rõ ràng đầy đủ về những gì đang xảy ra trên thân, trong thân (thân, thọ, tâm, pháp) hay những gì xảy ra xung quanh (ngoại thân) trong hiện tại bây giờ và ở đây, mà tâm hoàn toàn yên lặng không dính mắc. Tầng định này gọi là Chánh Niệm Tỉnh Giác.

Trong giai đoạn này trạng thái tỉnh thức biết không lời mà thiền giả đã đạt được trong bước thứ ba, từ từ trở thành "*Nhận thức biết không lời*". Tâm thức thiền giả rơi vào trạng thái bất động. Chút dính mắc trong tâm với trạng thái an lạc cũng biến mất (xả). Nhận thức không lời càng lúc càng tỏ rạng. Hành giả chìm sâu vào "*định không đối tượng*". Hơi thở rơi vào trạng thái yên lặng từng chập, gọi là tịnh tức. Tầng thiền này được gọi là "*Định Bất Động*" vì cả ba hành: Ngôn hành, Ý hành và Thân hành hoàn toàn yên lặng. (***)

Bấy giờ tâm của thiền gia sáng suốt như tấm gương. Trong kinh mô tả trạng thái tâm này: *"định tĩnh, thuần tịnh, trong sáng, không cấu nhiễm , không phiền não, nhu nhuyến, ngoài lý luận, dễ sử dụng, vững chắc, bình tĩnh..."* Đây là cơ hội tốt nhất chuyển sang thiền Quán, nghĩa là quán sát đề mục để phát sinh Tuệ. Tuệ này là thấy rõ thực tướng của đề mục, nhận ra đặc tính "*vô thường, khổ, vô ngã cùng sự sinh diệt*" của đối tượng, để không còn dính mắc, hay chấp trước với những gì xảy ra trên đời.

Theo Phật giáo Nguyên Thủy, hành trì thiền Quán (Vipassanà/Thiền Minh sát) để phát huy trí tuệ có 4 đề mục. Thân, Thọ, Tâm, Pháp.

- Thân hành xứ: Lấy thân thể làm đề mục thiền định. Quán thân nơi thân.

- Thọ hành xứ: Lấy thọ làm đề mục thiền định. Quán thọ nơi thọ.

-Tâm hành xứ: Lấy tâm làm đề mục thiền định. Quán tâm nơi tâm.

- Pháp hành xứ: Lấy pháp làm đề mục thiền định. Quán pháp nơi pháp.

Theo Phật giáo Phát triển, thực tập thiền định là dùng trí Bát Nhã quán chiếu các pháp như: năm uẩn đều không (ngũ uẩn giai không); nhân vô ngã, pháp vô ngã … Thiền gia thấu đạt Tánh Không, liễu tri các pháp, tâm an trú trong Định, trí tuệ Bát Nhã bừng sáng. Phương pháp tu thiền Định này là dựa vào kinh Kim Cương, Lăng Nghiêm, Viên Giác, Hoa Nghiêm v.v…

"*Tối thượng thừa thiền*" thuộc về Thiền Tông, là phương pháp dạy thiền của Tổ Bồ Đề Đạt Ma dành cho các bậc thượng căn, thượng trí qua chủ trương: "*bất lập văn tự, giáo ngoại biệt truyền, trực chỉ chân tâm, kiến tánh thành Phật*". Người đại trí chỉ cần nghe một câu nói, một bài kệ hoặc cử chỉ thích hợp là khai thị được Tánh giác của họ, làm cho họ ngộ đạo tức khắc, không cần phải giảng giải nói năng dài dòng.

Tóm lại, Định Vô Lâu học là môn thiền Định cần thiết và quan trọng vì trong trạng thái Định, lậu hoặc, kiết sử, tùy miên, tham, sân, si… bị cô lập. Ba nghiệp thân khẩu ý được thanh tịnh không tạo nghiệp mới, giúp cho thân tâm thiền giả được giải thoát khỏi phiền não khổ đau.

Tuy nhiên, trong đạo Phật, Định không phải là mục tiêu chính, mà chỉ là cái cầu để bước tới Tuệ. Nhưng muốn Tuệ phát sáng, thiền gia nhất định phải thông qua Định để phát triển năng lực vững chắc, hầu khai triển tiềm năng giác ngộ, tức Phật tánh. Như vậy Định một mặt là phương tiện cơ bản để đạt được Tuệ, tức giác ngộ, mặt khác Định là tác nhân đào thải tận gốc tập khí hay lậu hoặc đưa đến giải thoát.

IV. TUỆ VÔ LẬU HỌC

Tuệ Vô Lậu học hay Huệ Vô Lậu học là môn học thứ ba trong Tam Vô Lậu học. Danh từ Tuệ thường đi chung với từ Trí gọi là Trí Tuệ hay Trí Huệ. Trí Huệ trong giáo lý nhà Phật còn gọi là Bát Nhã. Bát Nhã là Hán ngữ dịch từ tiếng Panna (Pãli) hay Prajna (Sanskrit) có nghĩa là sự phát sáng của trí hiểu biết sau khi tẩy sạch dục lậu, hữu lậu và vô minh lậu.

Trí tuệ khác với trí thức. Trí thức hay kiến thức là trí hiểu biết của người thế gian. Người trí thức được xem là người có sự hiểu biết rộng rãi. Những sự hiểu biết đó đến từ bên ngoài được tích lũy từ gia đình, trường lớp, rút tỉa từ kinh nghiệm thành công hay thất bại trong đời sống. Cái biết này hay nhận thức này, được xem là cái biết hay nhận thức của thế gian hữu hạn thuộc về tục đế.

Trí tuệ vô lậu trong đạo Phật là trí nhận thức biết, phát xuất từ bên trong tâm của các bậc thiền gia tu tập ba môn Giới-Định-Tuệ mới có. Tu giới để chấm dứt ác hạnh hiện hành. Tu tập thiền Định để cô lập tất cả những chủng tử tùy miên tham sân si gọi chung là lậu hoặc ẩn tàng trong tâm. Những chủng tử này sẽ dễ dàng trồi lên khi tâm hành giả xao lãng thất niệm. Chỉ có Tuệ phát sinh trong Định mới có thể diệt những chủng tử phiền não vô minh này. Khi vô minh phiền não bị đoạn diệt không còn dư tàn, thì mới giải thoát vĩnh viễn khổ đau, chứng được Niết-Bàn.

Trí tuệ Bát Nhã có hai cấp bậc:

1) Trí : Tiếng Pãli là Nàna, tiếng Sanskrit là Jnàna. Tiếng Anh là Insight. Trí này là trí hiểu biết về Phật Pháp do học hỏi từ các bậc Thầy, hay từ trong tam tạng kinh điển. Sự hiểu biết này, tuy có mùi vị đạo nhưng vẫn còn thuộc về kiến thức Phật học, bởi do học từ kiến thức của người khác.

Thí dụ: Chúng ta nghe các bậc Thầy giảng về Chân lý Tứ Diệu Đế. Chúng ta hiểu rõ về Khổ, Tập, Diệt, Đạo, nên nói chúng ta đã đạt được: *"Khổ trí, Tập trí, Diệt trí, Đạo trí"* hay chúng ta đã *"tuệ tri về Khổ đế, tuệ tri về Tập đế, tuệ tri về Diệt đế, tuệ tri về Đạo đế"*. Tuệ tri hay tuệ trí này không phải chúng ta tự biết mà do chúng ta học từ người khác, nên vẫn bị xem là tục đế. Nhưng vì chuyên học và ghi nhận những Nhận thức của đức Phật chứng ngộ nên tạm xếp là "*Tục đế Bát Nhã*" để phân biệt với kiến thức thế gian là tục đế.

2) Sâu sắc hơn là Trí tuệ tự phát: Panna (P); Prajna (Skt), tiếng Anh là wisdom, là trí huệ tự phát do công phu tu tập thể nhập thiền Định. Thể nhập có nghĩa là qua dụng công thực hành kết quả "*Ta và đối tượng là một*" (nhất tâm). Nhưng muốn đạt được Tuệ tự phát, phải đi từ Trí, nghĩa là phải học hỏi từ bậc Thầy, rồi thực hành thiền Định để kinh nghiệm Thân chứng, Tâm chứng và Trí chứng. Trí tuệ này là trí tuệ siêu vượt (transcendental wisdom). Có nhiều tên gọi khác như: Huệ Bát Nhã, Huệ Tự Phát hay Phật tánh (tiềm năng giác ngộ), Chân Như v.v... được xếp là "*Chân đế Bát Nhã*".

V. TẠM KẾT

Tùy theo căn cơ của chúng sanh mà đức Phật có nhiều phương thức, nhiều pháp môn hướng dẫn đệ tử tu tập để đạt quả vị giải thoát tối hậu, nhưng với pháp môn nào người tu tập cũng phải thực hành nhuần nhuyễn tam vô lậu học: Giới-Định-Tuệ. Vì tam vô lậu học có công năng đưa hành giả qua bờ giác ngộ thoát khỏi vòng tục lụy luân hồi sinh tử./.

THÍCH NỮ HẰNG NHƯ

(Chân Tâm thiền thất; July 26-2022)

Tài liệu tham khảo:

(*) Tăng Chi Bộ Kinh 3B, tr.73)

(**) "Tương Ưng Giới Định Huệ và Bát Chánh Đạo" (Sách: "Trên Đường Về Nhà" tr.101-122). Tác giả Thích Nữ Hằng Như. Published by Ananda Viet Foundation (2020). Amazon tổng phát hành.

(***) Theo giáo trình giảng dạy của cố Hòa Thượng Thích Thông Triệt.

5

NHỮNG SỢI DÂY TRÓI BUỘC

I. DẪN NHẬP

Tu tập hằng ngày chúng ta thường được hướng dẫn, nhắc nhở nếu muốn giác ngộ, thoát khổ, bài học đầu tiên là phải tu tập loại bỏ những nguyên nhân đưa đến phiền não, khổ đau. Các nguyên nhân đó chính là những sợi dây trói buộc chúng sinh vào vòng sinh tử luân hồi. Trong Tứ Diệu Đế, chúng là Tập đế, còn gọi là Lậu hoặc, Kiết sử, Tùy miên. Lậu hoặc được hiểu là những chủng tử ác xấu tham, sân, si, mạn, nghi, ác kiến… chúng ngủ ngầm trong tiềm thức của chúng sanh nên gọi là Tùy miên. Còn Kiết Sử là gì?

Kiết hay Kết là sự kết nối, trói buộc. Sử là ra lệnh, sai khiến. Như vậy Kiết sử là những sợi dây trói buộc, sai khiến chúng sanh trong ba cõi sáu đường. Nó sai xử chúng sanh làm việc này việc nọ, thiện có, ác có… tạo đủ thứ nghiệp, khiến chúng sanh phải chịu luân hồi sanh tử hết đời này sang đời khác để trả nghiệp đã gieo.

Giáo pháp của đức Phật chỉ bày chúng ta phải lôi chúng ra nhận diện từng sợi dây trói buộc, để khi chúng xuất hiện, chúng ta nhận rõ mặt mũi của chúng như thế nào, hầu dễ bề tu tập loại trừ chúng. Kiết sử thì có rất nhiều nhưng tựu trung có mười sợi dây trói buộc, được chia làm hai loại: Năm Độn Sử và Năm Lợi Sử.

II. ĐỘN SỬ GỒM NHỮNG GÌ ?

Độn sử là loại dây trói buộc căn bản, người nào cũng có. Nó sai khiến con người tạo ra những hành vi lầm lỗi gây phiền não cho chính mình và những người xung quanh. Loại này có năm thứ: *Tham, Sân, Si, Mạn, Nghi.* Gọi là năm độn sử, vì năm món này là năm triền cái, là năm đám mây đen, ngăn che ánh sáng trí tuệ, khiến con người không thể đi đến giác ngộ được nên gọi là *"độn sử"* .

1) Tham dục, khát ái: Tham dục khát ái là lòng ham muốn không bao giờ đủ. Ham muốn cái gì? Đó là sự ham thích hưởng thụ mọi thứ do giác quan mang đến. Ở đời thiên hạ xem sự hưởng thụ là quyền tự do của mỗi người. Chẳng hạn như mắt, tai, mũi, lưỡi, thân, ý... muốn nhìn, muốn nghe, muốn ăn, muốn ngửi, muốn được vuốt ve, muốn được xoa nắn, muốn đi đâu, hay muốn phóng tâm suy nghĩ điều gì... đều được tự do hành động và hưởng thụ. Sự tự do hưởng thụ các dục lạc từ sáu căn đem lại, đối với họ, đó chính là hạnh phúc. Có điều, họ không nhận thức được rằng hạnh phúc và đau khổ chỉ là hai mặt của một đồng tiền. Cũng giống như vậy, đối nghịch của sự tự do là sự trói buộc. Tự do hưởng thụ những gì mang đến sự hài lòng thích thú, để rồi sau đó bị trói buộc vào những bất mãn khó chịu. Tại sao vậy? Bởi vì tất cả các pháp hữu vi trên đời đều vô thường. Không có cái gì ở mãi với mình cho dù đó là niềm hạnh phúc hay nỗi khổ đau.

Một người tỉnh thức học Phật thì cho rằng những dục lạc, khoái cảm đó chỉ là những trói buộc phiền não cho bản thân. Họ tu tập thiền Định để vượt qua những dục lạc giác quan đó. Khi chứng thiền, được giải thoát khỏi sự trói buộc bởi những khoái cảm của giác quan, nếu không khéo ru tập, họ lại bị dính mắc với hỷ lạc do việc thực hành thiền mang đến. Cả hai loại cảm thọ ham thích do giác quan đem lại, hay sự an lạc do thiền Định đem đến, đều là sợi dây Tham trói buộc con người trong vòng luân hồi sanh tử.

2) Sân: Nhẹ nhàng là sự bất bình, bất mãn, không vừa lòng. Nặng nề hơn là nóng nảy, sân hận, giận dữ, thù oán... gây phiền não cho chính mình và não hại cho người đối diện. Khi giác quan tiếp xúc đối tượng thường xảy ra một trong ba cảm thọ thích hay ghét, hoặc trung tính không ưa cũng không ghét. Nhưng nhìn chung nếu ở đâu có thích thì ở đó có ghét. Trong thực tế con người thường sống trong ưa thích và chán ghét.

Thí dụ: *Chúng ta thích sống trong nhà cao cửa rộng, nệm ấm chăn êm, ăn ngon mặc đẹp. Như vậy, chứng tỏ chúng ta ghét cuộc sống nghèo khổ, không nhà không cửa, không thích những món ăn dở và không thích vận những bộ quần áo xấu cũ. Muốn sở hữu những thứ chúng ta thích, thì phải có tiền. Muốn có tiền thì phải đi làm. Như vậy việc đi làm là do chúng ta thích có nhiều tiền. Thích có nhiều tiền đồng nghĩa với sự chán ghét không có đồng xu dính túi v. v...*

Như vậy, có phải hằng ngày, chúng ta sống và làm việc để phục vụ cái thích và cái không thích của bản ngã hay không? Thích là muốn chiếm đoạt nên căn bản nó là tham. Ghét là không ưa, là dứt bỏ, nên nền tảng của nó chính là sân. Tham với sân là hai sợi dây trói buộc đưa chúng sanh vào vòng sinh tử luân hồi.

3) Si: Là tối tăm, mê mờ, là vô minh, không thấy được ánh sáng Giác ngộ. Do tâm trí mê mờ, tối tăm, nên không thông suốt được bốn sự thật về Khổ. Đó là Khổ đế, Tập đế, Diệt đế và Đạo đế, gọi chung là Tứ Diệu Đế. Không hiểu về Lý Duyên Khởi Pháp Duyên Sinh, không biết nguyên lý Nhân Quả v. v... nên chìm đắm trong luân hồi sanh tử triền miên.

4) Mạn: So sánh mình với người khác. Tự hào cho mình hơn người gọi là tự tôn, hoặc thấy mình thua kém mọi người nên có mặc cảm tự ty. Tự tôn hay tự ty đều là Mạn. Để hình thành Kiết sử, trong Phật giáo có 7 loại Mạn gọi là "*thất chủng Mạn*" gồm: Mạn, Ngã Mạn, Quá mạn, Thượng mạn, Tăng thượng mạn, Liệt Mạn, Ty Liệt mạn.

Nói đến Mạn là nói đến cái Ta. Cái Ta ngạo mạn, hống hách, kiêu căng, tự phụ gọi là Ngã mạn. Thượng mạn là tự xem mình như cái rún của vũ trụ, cái gì cũng biết. Tăng thượng mạn là coi Trời bằng cái vun, tự cho mình giỏi nhứt thiên hạ. Phía dưới Mạn là Liệt mạn. Người Liệt mạn tự cho mình không ra gì hết. Thấp hơn Liệt mạn là Ty liệt mạn. Ty liệt mạn tệ hơn cả Liệt mạn, tự xem mình là người thiếu trí, ngu đần, hèn hạ, thấp kém đến tận cùng con số không.

Những loại Mạn nêu trên là sợi dây trói buộc cần phải diệt trừ bằng cách không bao giờ khởi lên cái Ngã, cái Ta. Trong kinh Tứ Niệm Xứ, đức Phật dạy: *Khi có ý nghĩ khởi sanh thì thấy biết là ý nghĩ đang khởi sanh, không có tôi suy nghĩ. Khi có một niệm sân khởi, biết là có niệm sân khởi, không phải tôi sân. Đừng bao giờ gán cái Ngã, cái Tôi vào. Thường quan sát tâm liên tục như vậy, sau một thời gian, cái Tôi, cái Ngã sẽ vắng lặng... thì trừ được Ngã mạn.*

5) Nghi ngờ: Nghi ngờ là không tin tưởng, là ngờ vực, phân vân, lưỡng lự, không quyết định dứt khoát một điều gì. Đối với người tu Phật, có ba loại nghi ngờ cần giải quyết, đó là:

1) Nghi mình: Nghi ngờ bản thân mình không thể giác ngộ.

2) Nghi người: Nghi bậc Đạo sư tức đức Thế Tôn, hay hiện tại là vị Thầy hướng dẫn mình không thể dạy đạo Giác ngộ.

3) Nghi pháp: Trong lộ trình tu tập, nghi ngờ pháp môn mình đang thọ trì, không biết có thực sự đưa đến an lạc, giác ngộ hay không? Hoặc nghi ngờ thuyết nhân quả, thắc mắc tại sao trên thế gian này có nhiều người làm ác mà vẫn sống giàu sang sung túc. Còn những người hay làm việc thiện giúp người, lại gặp nhiều chướng ngại xui xẻo trong đời sống.

Giáo lý nhà Phật không cấm nghi ngờ. Trên con đường tu tập, khi chưa thấu hiểu một vấn đề gì thì có quyền nghi ngờ, có quyền thắc mắc. Nhưng cần phải giải quyết những nghi ngờ những thắc mắc đó, bằng cách học hỏi, tìm hiểu rõ ràng.

Thí dụ: *Để xóa tan lòng nghi ngờ về Nhân quả. Người học Phật phải hiểu rõ nhân quả diễn tiến ba đời. Đời trước mình làm nhiều việc bất thiện, thì đời này đương nhiên mình gặt quả xấu. Đời hiện tại tuy hưởng quả xấu, mà mình làm nhiều điều phước thiện, thì đời sau mình hưởng nhiều phước báo. Hiện tại đôi khi mình làm việc lành tốt mà cứ hưởng quả đắng. Đó là quả của quá khứ. Hiểu rõ nhân quả diễn tiến ba đời như vậy, sẽ không còn nghi ngờ nữa.*

Tóm lại, Nghi ngờ là sợi dây trói buộc thứ năm, khiến hành giả phân vân, giải đãi, buông lung, không biết đi hướng nào trên con đường tu tập tâm linh.

III. LỢI SỬ GỒM NHỮNG GÌ?

Lợi sử là sự trói buộc thuộc về Nhận thức. Có năm loại lợi sử là Thân kiến, Biên kiến, Kiến thủ kiến, Giới cấm thủ kiến và Tà kiến. Năm lợi sử này còn gọi là "*ngũ kiến*" hay "*ác kiến*". Gọi "*ác kiến*" vì cái thấy biết đi ngược với tinh thần Giác ngộ.

1) Thân kiến: Hiểu biết sai lầm về thân, nhận lầm ngũ uẩn là ta, của ta, tự ngã của ta. Người chấp thủ thân kiến là người mê luyến tấm thân của mình và ra sức cung phụng nó về mọi mặt. Người nào mà ái luyến xác thân, cung phụng xác thân thái quá, thì rơi vào sợi dây trói buộc Thân kiến.

Người tu học Phật, nuôi dưỡng cái thân bình thường như bao nhiêu người khác. Nhưng người đó hiểu rõ tấm thân của họ chỉ là giả hợp, chỉ là đất, nước, gió, lửa. Nói cách khác tấm thân này là sự kết hợp của ngũ uẩn: Sắc, Thọ,

Tưởng, Hành, Thức. Ngũ uẩn không phải là ta, của ta, tự ngã của ta, nên ta không thể bảo thân đừng đau khi nó đau. Khi thân già, ta không thể bảo thân đừng già được. Ta không làm chủ được cái thân vì nó chỉ giả hợp, vô thường, vô ngã. Tóm lại thân tâm chỉ là sự diễn tiến của Sắc, Thọ, Tưởng, Hành, Thức. Nó diễn tiến tạo nên đời sống của chúng ta. Người nào thấy được như vậy thì cắt đứt được sợi dây trói buộc về Thân kiến.

2) Biên kiến: Đây là cái thấy chấp nghiêng hẳn về một bên. Thí dụ: Chấp thế gian này là thường hằng, hay vô thường đều là biên kiến.

3) Kiến thủ: Kiến là kiến thức, là quan điểm. Thủ là nắm giữ, cố chấp. Vậy Kiến thủ là cố chấp vào nhận thức, quan điểm của mình. Cho rằng cái thấy cái biết của mình là đúng, của người khác là sai. Vì cố chấp nên cánh cửa học hỏi bị ngăn chận, không có cơ hội mở mang dù là kiến thức thế gian, hay kiến thức Phật học.

4) Giới cấm thủ kiến: Thứ nhất ám chỉ sự tuân thủ những nghi lễ cúng tế mang tính cách mê tín dị đoan, chẳng hạn như giết trâu, bò, heo, gà, vịt... để tạ ơn thần linh, hoặc đốt giấy tiền, vàng bạc, xe hơi, nhà lầu làm bằng giấy... cho người quá cố xử dụng bên kia thế giới v. v... Tuân thủ theo giới luật hay theo truyền thống này không đưa đến giác ngộ giải thoát. Cho nên bản thân nó là Giới cấm thủ.

Trong đạo Phật, giữ Giới là điều quan trọng. Giới giúp cho hành giả sống một đời sống đạo đức không phạm những lỗi lầm gieo nhân xấu. Là người cư sĩ hay tu sĩ đã thọ giới và kiên quyết giữ giới, thì đây không phải là Giới cấm thủ.

Giữ giới mà thiếu trí tuệ, không uyển chuyển, thành ra cứng ngắc, thậm chí gây trở ngại trong việc tu mới là Giới cấm thủ. Thọ giới giữ giới mà ngã mạn tự hào xem thường người khác không giữ giới bằng mình thì đó là Giới cấm thủ. Nói cách khác một người cố giữ giới và hãnh diện rằng mình trong sạch hơn người khác nhờ giữ giới, giữ giới theo cách này chỉ tô bồi thêm bản ngã nên bản thân nó là Giới cấm thủ…

Sau cùng, muốn hoàn toàn giải thoát, tâm không thể vướng mắc vào bất cứ thứ gì, ngay cả việc lo giữ giới cũng phải buông, vì giới chỉ là các điều luật do đức Phật chế định giúp cho những người sơ tu khép mình vào đời sống đạo, nên thực tế nó vẫn còn là tục đế. Có câu "*Không giữ giới mà không phạm giới thì đó mới thực là giữ giới*" hoặc "*tu mà không tu mới thật là tu*" ám chỉ những bậc Thánh thành tựu cứu cánh, thì buông phương tiện không còn dính mắc nữa!

5) Tà kiến: Là cái thấy biết sai lệch, không hợp với chân lý Giác ngộ. Trong kinh Phạm Võng thuộc Trường Bộ Kinh nói có tới 62 tà kiến ở Ấn Độ, nhưng gom lại có hai là: Thường kiến và Đoạn kiến.

*** Thường kiến:** Thường kiến có ba loại.

- *Thứ nhất:* Tin có một thần linh tối thượng nào đó, có khả năng ban phước giáng họa cho chúng ta, cho nên mình phải luôn làm những chuyện phù hợp với lời dạy của vị thần linh đó. Theo đạo Phật thì chúng sanh là chủ nhân của nghiệp và thừa tự nghiệp do mình gây ra. Mình làm cái gì thì hưởng cái đó. Tạo nhân tốt thì hưởng quả tốt, nhân xấu thì hưởng quả xấu. Nhân có tốt, có xấu, thì cho quả có tốt, có xấu.

- *Thứ hai:* Tin vào một cái tôi thường hằng bất biến, tức tin con người có một linh hồn vĩnh cửu, không bao giờ thay đổi.

- *Thứ ba:* Cho rằng có một nơi nào đó đưa đến an lạc hạnh phúc, chấm dứt hoàn toàn đau khổ mà không cần thực hành theo Bát chánh đạo.

*** Đoạn kiến:** Gồm có 3: Vô nhân kiến, Vô hành kiến, Vô hữu kiến.

- *Vô nhân kiến:* Người Vô nhân kiến là người không tin vào nhân quả. Họ cho rằng tất cả mọi chuyện xảy ra trên đời ngẫu nhiên mà có.

- *Vô hành kiến:* Người ta làm việc thiện hay ác không có gì khác biệt, đó chỉ là hành động thôi. Cho nên họ tha hồ sống và làm theo ý thích.

- *Vô hữu kiến:* Không tin có luân hồi sanh tử. Chết là hết.

Tóm lại người theo quan niệm "*Thường kiến*" tin có linh hồn trường cửu. Ví dụ: Người chết vẫn tiếp tục được làm người, vật chết vẫn làm vật. Hoặc sau khi chết được lên thiên đường hoặc xuống địa ngục tùy theo sự ban thưởng của thần linh.... Còn nhóm người theo "*Đoạn kiến*", cho rằng chết là chấm dứt, là mất hẳn. Vì không tin luân hồi, không tin nghiệp quả, cho nên nếu là người sống tử tế thì không nói gì, còn như có những kẻ xấu, họ muốn làm gì thì làm, có khi sát sinh, trộm cắp, tà dâm, vọng ngữ, tham lam, sân hận, tà kiến, mê tín dị đoan v.v... thì thật là nguy hiểm cho cộng đồng xã hội... Đối với đạo Phật thì Thường kiến hay Đoạn kiến đều là Tà kiến.

IV. KẾT LUẬN

Khi hiểu rõ ý nghĩa của từng sợi dây trói buộc chúng sanh vào vòng luân hồi sanh tử, mà phần lớn bị đọa vào ba đường dữ là địa ngục, ngạ quỷ, súc sanh, thử hỏi có ai không sợ? Để thoát khỏi vòng trầm luân sanh tử khổ đau đó, chúng ta cần phải tu tập để loại trừ mười Kiết sử nêu trên. Trước hết chúng ta phải nhận diện những sợi dây trói buộc ấy sinh khởi và tồn tại trên thân tâm mình như thế nào? Nhận diện bằng cách thường tu tập "*quay về nhìn lại tâm mình từng mỗi sát-na tỉnh thức*", tức là hằng ngày chúng ta tu tập sống trong *chánh niệm*. Có chánh niệm tỉnh thức, ta mới có cơ hội nhìn thấy được những gì xảy ra trong tâm. Như ham thích, buồn bực, bất bình, hay dửng dưng, bình thản… khi sáu căn tiếp xúc với sáu trần. Siêng năng hành trì thiền Tuệ (Vipassana) thấy được sự sinh diệt, vô thường, vô ngã, của từng sợi dây Kiết sử, dần dần tâm sẽ không còn dính mắc với nó nữa. Đến một lúc, Sân là Sân, Ta là Ta, Sân không phải là Ta, như vậy sợi dây trói buộc Sân đã bị triệt tiêu. Những Kiết sử khác cũng đều như thế!

Nam Mô Bổn Sư Thích Ca Mâu Ni Phật

THÍCH NỮ HẰNG NHƯ

(Thiền thất CHÂN TÂM, November 02-2023)

6

LÀM SAO THOÁT KHỎI "BỘC LƯU"?

I. DẪN NHẬP

Đời sống của con người thọ mạng nhiều lắm chỉ trên dưới trăm năm. Trong chuỗi thời gian này con người hưởng hạnh phúc không bao nhiêu, mà phải trải qua bao cuộc thăng trầm vinh nhục, đau thương và sợ hãi. Nỗi đau khổ và sợ hãi lớn nhất của con người là sự chết. Không ai muốn chết nhưng cái chết vẫn cứ đến. Cái chết đến theo chu kỳ sinh, già, bệnh rồi chết, nhưng cũng có khi nó đến bất cứ lúc nào không ai biết trước được. Cái chết chấm dứt đời sống này, nhưng rồi lại phải tái sanh qua đời sống khác hầu trả nghiệp do mình đã tạo ra. Cứ như thế mà chịu trầm luân trong sáu cõi Trời, Người, Atula, Súc sanh, Ngạ quỷ, Địa ngục. Muốn thoát khỏi vòng luân hồi, con người cần phải tu tập buông bỏ những khát vọng luyến ái đam mê, buông bỏ những ham muốn dục lạc thế gian, hành trì quán chiếu theo lời dạy của đức Phật, diệt tận tham, sân, si. Đức Phật là ai?

Hơn hai ngàn sáu trăm năm trước, có một vị Thái tử ở đất nước Ấn Độ cổ xưa đã từ bỏ cuộc sống vinh hoa phú quý, từ bỏ ngai vàng điện ngọc, xa lìa cha mẹ, vợ con... ra đi tìm đạo giải thoát. Trải qua sáu năm dài khổ hạnh trong rừng sâu, tự thân Ngài đã vượt thắng những quyến rủ thường tình của ngũ dục. Rồi từ đó tìm ra phương pháp tu tập. Sau bốn tuần thiền Định dưới cội Bồ Đề, Ngài chứng quả Vô Thượng Chánh Đẳng Giác được tôn vinh là Phật với mười thánh hiệu, trong đó có thánh hiệu Thiên Nhân Sư là bậc Thầy của con Người và chư Thiên. (*)

Chúng sanh sống ở cõi Trời được hưởng nhiều phước báu, muốn gì được đó. Nhưng nếu chúng sanh cõi này không biết tu tập giải thoát, thì sau khi hưởng hết phước sẽ bị đọa xuống làm người hay sinh vào ác thú tiếp tục trả nghiệp ác gây ra trước kia. Muốn tránh trường hợp sau này bị đẩy vào dòng thác lũ của đời người, đã có nhiều vị Thiên tìm đến đức Thế Tôn để thính pháp. Câu hỏi "*Làm sao thoát khỏi bộc lưu*" là câu hỏi khó, không riêng gì loài người mà ngay cả loài Trời cũng thắc mắc phân vân.

Có một bài kinh ngắn tựa là "*Bộc Lưu*" kể lại giai thoại một vị Thiên tử đã đến thỉnh pháp từ đức Thế Tôn trong một đêm gần sáng nơi thành Xá-Vệ tại khu vườn Cấp-Cô-Độc. Kinh "*Bộc Lưu*" được ghi lại trong Tương Ưng Bộ I, Chương Chư Thiên, Phẩm Cây Lau. Bài kinh này chỉ cho dòng thác đang chảy xiết mà đức Thế Tôn dụ cho sự chấp trước, sự chìm đắm mê muội trong ngũ dục, cả với dòng tâm thức trôi chảy sanh diệt quay cuồng trong quá khứ, hiện tại và tương lai không ngừng nghỉ của chúng sanh và cách thoát ra khỏi chúng.

II. KINH "BỘC LƯU"

CHÁNH VĂN:

"Như vầy tôi nghe;

Một thời Thế Tôn ở Sàvatthi (Xá-Vệ), Jetavana (Thắng Lâm), tại vườn ông Anàthapindika (Cấp Cô Độc). Rồi một vị Thiên, khi đêm đã gần tàn, với nhan sắc thù thắng chói sáng toàn vùng Jetavana, đi đến Thế Tôn, sau khi đến, đảnh lễ Thế Tôn rồi đứng một bên. Đứng một bên, vị Thiên ấy bạch Thế Tôn:

-Thưa Tôn giả, làm sao Ngài vượt khỏi bộc lưu?

-Này Hiền giả, không dừng lại, không bước tới, Ta vượt khỏi bộc lưu.

-Thưa Tôn giả làm sao không đứng lại, không bước tới, Ngài vượt khỏi bộc lưu?

- Này Hiền giả, khi Ta đứng lại, thời Ta chìm xuống. Này Hiền giả, khi Ta bước tới, thời Ta trôi dạt; do vậy này Hiền giả, không dừng lại, không bước tới, Ta vượt khỏi bộc lưu.

(Vị Thiên)

Từ lâu, tôi mới thấy

Bà-la-môn tịch tịnh

Không đứng, không bước tới,

Vượt chấp trước ở đời.

Vị Thiên nói như vậy và bậc Đạo Sư chấp nhận. Vị Thiên ấy biết được:"Thế Tôn đã chấp nhận ta". Vị ấy đảnh lễ Thế Tôn, thân phía hữu hướng về Ngài, rồi biến mất tại chỗ."

III. TÌM HIỂU Ý NGHĨA KINH "BỘC LƯU"

- **Như vầy tôi nghe:** Là cụm từ bắt đầu cho bất cứ bản kinh Phật nào. Nguyên do là khi Đức Phật sắp nhập Niết-bàn. Tôn giả A-Na-Luật đề nghị Tôn giả A-Nan bạch hỏi Phật bốn điều:

1) Khi kết tập kinh điển, mở đầu văn kinh nên dùng chữ gì làm tiêu biểu cho tất cả kinh tạng?

2) Khi Phật còn tại thế thì các đệ tử đều an trú cùng một nơi với Phật. Vậy sau khi Phật nhập Niết-bàn thì họ phải sống với ai?

3) Khi Phật còn trụ thế thì Phật là Thầy. Vậy sau khi Phật nhập Niết-bàn thì nên tôn ai làmThầy?

4) Nên đối phó như thế nào với các Tỳ-kheo có tánh tình xấu ác?

Đáp lời thưa thỉnh của ngài A-Nan, đức Phật trả lời rằng:

1) Khi kết tập kinh tạng, hãy dùng bốn chữ "tôi nghe như vầy" (Như thị ngã văn) để mở đầu cho tất cả các bộ kinh.

2) Hãy nương theo Tứ Niệm Xứ mà an trú. Tứ Niệm Xứ

chính là Thân, Thọ, Tâm và Pháp. Quán thân bất tịnh, quán thọ thì khổ, quán tâm vô thường, quán pháp vô ngã.

3) Khi Phật còn tại thế thì Đức Phật là Thầy. Khi Phật nhập Niết-bàn thì lấy Giới làm Thầy. Giới là Thầy của tất cả Tỳ-kheo và Tỳ-kheo-ni.

4) Hãy dùng phương pháp "mặc tẫn" để đối phó với các Tỳ-kheo tánh ác. "Mặc" nghĩa là mặc kệ, làm thinh, không nói chuyện với họ. Còn "tẫn" là làm lơ, không quan tâm, không để ý đến họ nữa.

Trở lại cụm từ "*Như vầy tôi nghe.*" Như vầy là từ chỉ cho pháp, chỉ Bộ Kinh sắp diễn nói. "*Tôi nghe như vầy*" hay "*Như vầy tôi nghe*" có nghĩa là "*Pháp như vầy, tự thân tôi (A-Nan) nghe đức Phật nói, chứ chẳng phải tôi bày vẽ tạo ra*"

-Nhan sắc thù thắng: Sắc đẹp vượt trội.

-Thiên: Là người phát ánh sáng chói rọi.

-Danh từ chư Thiên: Chỉ những chúng sinh sống trong thiện đạo. Nhờ những nghiệp tốt đã tạo, nên chư Thiên thọ mệnh rất dài và luôn sống trong an lạc hạnh phúc. Nhưng chính hạnh phúc này là chướng ngại trên đường giải thoát vì họ không hề giáp mặt với nỗi khổ. Do đó họ không biết khổ trong Tứ Diệu Đế là gì?

Theo Phật giáo có 28 cõi Thiên, gồm 6 cõi Dục giới, 18 cõi Sắc giới và 4 cõi Vô sắc giới. Dục giới có 6 cõi Trời, là những chúng sanh được hưởng nhiều phước báo, nhưng chỉ là phước báo tạm bợ, vẫn mang hình thể nam nữ nhưng vi tế hơn loài người, họ vẫn còn dục vọng như con người. Sáu cõi

Trời của cõi dục còn gọi là lục dục thiên được xếp theo thứ tự từ thấp lên cao gồm: (1) Tứ-Thiên-Vương; (2) Đao Lợi (cõi trời 33 tức Tam-Thập-Tam Thiên); (3) Dạ-Ma Thiên; (4) Đâu-Suất Thiên là cõi của thiên nhân có niềm vui thầm lặng, đó là chỗ Bồ-tát Di-Lặc đang giáo hóa. (5) Hóa-Lạc Thiên và (6) Tha-Hóa-Tự-Tại Thiên.

Các chư thiên sinh trong Sắc giới là những vị đạt Tứ Thiền đã diệt tận tham ái xác thịt, nhưng vẫn còn sắc thân, vẫn còn phải chịu hành khổ, hoại khổ, tức là khi thời điểm tới thân xác cũng chịu hư hoại rồi chết, chúng Thiên này chưa thoát khỏi luân hồi sanh tử.

Các vị đạt Tứ Xứ (Không Vô Biên Xứ, Thức Vô Biên Xứ, Vô Sở Hữu Xứ, Phi Tưởng Phi Phi Tưởng Xứ) sẽ sinh trong Vô Sắc giới, các vị này đã giải thoát khỏi Sắc uẩn nhưng vẫn còn Tâm, tức còn bốn uẩn Thọ, Tưởng, Hành, Thức.

Lưu ý: Trong quyển "Đức Phật và Phật Pháp", Hòa Thượng Narada Maha Thera đã nói: "*Nên ghi nhận rằng Đức Phật không nhằm mục đích truyền bá lý thuyết về vũ trụ nào. Cho dù những cảnh giới trên có thật hay không cũng không ảnh hưởng gì tới giáo lý của Ngài, không ai bắt buộc phải tin một điều nào nếu điều ấy không thích hợp với suy luận của mình. Thế nhưng nếu bác bỏ tất cả những gì mà lý trí hữu hạn của ta không thể quan niệm được thì điều đó cũng không phải hoàn toàn chinh đáng*".

-Bộc lưu: Bộc, âm Hán Việt nghĩa là thác nước. Lưu, nghĩa là dòng nước chảy. Bộc lưu có nghĩa chung là thác nước chảy xiết.

Bộc lưu trong bài kinh này mang ý nghĩa ẩn dụ là **dòng thác của cuộc đời đang cuồn cuộn đổ ập vào chúng sanh một cách khủng khiếp.** Nó xoay dần, cuốn hút, xô đẩy chúng sanh tạo nghiệp luân hồi sinh tử.

Bộc lưu trong Phật pháp bao gồm rất nhiều thứ. Chẳng hạn như bộc lưu dục vọng. Con người vốn sinh ra từ dục nên nhu cầu hưởng thụ dục vọng đối với họ là chuyện bình thường. Dục vọng là những điều ham muốn không bao giờ đủ của con người. Tùy theo vọng tưởng đam mê mà con người đắm chìm trong tài, sắc, danh, thực, thùy. Vì những thứ này mà con người không kiềm chế được tâm tham, sân, si. Do lòng tham mà họ tranh giành cấu xé lẫn nhau có khi bất chấp đạo đức để chiếm hữu hay thỏa mãn những gì họ mong muốn. Chính vì thế mà con người tạo ra không biết bao nhiêu là ác nghiệp.

Nghiệp được hiểu là hành động có tác ý, gồm ba phần thân, khẩu, ý gọi chung là tam nghiệp. Nghiệp có tốt có xấu, có thiện có ác. Nghiệp nhân đã tạo ra rồi thì sớm muộn gì cũng trổ quả. Không ai có thể trốn tránh nghiệp, dù nghiệp đó đã gây ra từ nhiều đời quá khứ. Khi nghiệp xấu trổ quả, nghiệp nhẹ có thể qua mau, còn nghiệp nặng, nó khiến con người gặp những phiền não, đau đớn, thất vọng, khổ sở, không ngốc đầu lên nổi. Cho nên hành nghiệp cũng được xem như là một loại bộc lưu kinh khủng. Vì hễ còn nghiệp là còn bị trói buộc trong vòng luân hồi sinh tử.

Sống trên đời không ai thoát khỏi quy luật sanh già bệnh chết. Quy luật này cũng chính là bộc lưu, khiến con người lúc nào cũng sợ hãi phải đối đầu với nó. Mà cho dù có can đảm đối đầu đi nữa, nhưng nếu không có phương pháp, không có đường lối tu tập theo đúng với Chánh pháp, thì nghìn kiếp, triệu kiếp vẫn mãi trôi lăn theo vòng quay của bánh xe luân hồi không bao giờ có lối thoát.

-Không đứng lại, không bước tới, Ta thoát khỏi bộc lưu: Đây là câu trả lời của đức Thế Tôn dành cho vị Trời cầu pháp "*Làm sao vượt khỏi bộc lưu?*" Câu này chúng ta có thể hiểu rằng "*muốn vượt khỏi bộc lưu thì hành giả không được phép dừng lại, cũng không được phép bước tới!*"

Câu trả lời của đức Phật khiến cho vị Thiên tử kia, và ngay cả người thông thường như chúng ta cũng thắc mắc không hiểu nổi. Bởi một khi chúng ta đứng trên hay trước một dòng nước đang chảy xiết, thông thường chúng ta đứng lại, hoặc bước tới để chạy trốn khỏi dòng nước. Nhưng bậc Đại Giác lại bảo rằng "*không đứng lại, không bước tới, thì ngay khi đó Ngài thoát khỏi bộc lưu*". Thật là khó hiểu. Vì vậy, vị Thiên tử đã nêu lên thắc mắc: "*Làm sao không đứng lại, không bước tới, Ngài vượt khỏi bộc lưu?*". Bấy giờ đức Phật mới khai thị:

- Này Hiền giả, khi Ta đứng lại thời Ta chìm xuống, khi Ta bước tới thời Ta trôi dạt. Do vậy, không đứng lại, không bước tới, Ta vượt khỏi bộc lưu. Đây là một câu nói ẩn dụ dành trả lời cho những người tu học theo đạo Phật.

- Tại sao đứng lại thì bị chìm xuống: Chìm xuống ở đây có nghĩa là con người bị dòng nước xoáy nhận chìm khi đứng lại. Dòng nước xoáy mạnh này dụ cho những tham, sân, si, mạn, nghi, tà kiến, hôn trầm, trạo cử, kiết sử, tùy miên, vô tầm, vô quý, đam mê với tài, sắc, danh, thực, thùy, hoặc sống ngay trong hiện tại mà luôn truy tìm về quá khứ và sống vui buồn theo quá khứ, hoặc mê man hưởng thụ lạc thú, không nhận ra chân lý của cuộc đời qua lời dạy của các bậc Chân nhân thì người đó đã đứng lại và bị nhận chìm trong bộc lưu tức bị những ác pháp nêu trên hành khổ.

-Tại sao bước tới thì bị trôi dạt: Bước tới nghĩa là cả thân tâm đều chạy theo ngũ dục trần cảnh, nghĩa là bị ngũ dục cuốn trôi. Ngũ dục vô tận, con người sống theo ngũ dục, nên cũng bị trôi dạt theo ngũ dục, theo phiền não vô tận. Bản chất tham lam khiến con người thường mong cầu cuộc sống hạnh phúc tốt đẹp trong tương lai, nên luôn để tâm trí thêu dệt hết vọng cảnh này đến cảnh mộng khác, từ ý nghĩ này sang ý nghĩ khác. Khi rơi vào trạng thái đó nghĩa là tâm thức đang trôi dạt hướng vọng đến tương lai. Đời sống nhân gian, đa số người ta có thói quen hướng ngoại hơn hướng nội. Giải quyết vấn đề gì cũng để ý thức phân biệt so sánh đưa tới cảm thọ thương, ghét, giận hờn (tham, sân, si). Người nào để tâm nhị nguyên chiếm lĩnh xử lý mọi việc thì người đó đang bị lôi kéo, trôi dạt theo dòng nước cuốn.

Con người đứng lại thì bị nhận chìm, bước tới thì bị trôi dạt theo dòng nước cuốn. Như thế cuộc sống của họ lúc nào cũng lo âu phiền não. Nếu như có được chút sung sướng nhờ hưởng thụ một chút tiền tài, danh vọng, được ăn ngon, ngủ kỷ, thì người đó cũng phải trả một cái giá không nhỏ. Khi đạt được rồi lại nươm nướp lo sợ một ngày nào đó hạnh phúc bị mất đi. Từ xưa đến nay có cái gì của mình mà ở lại với mình mãi đâu. Đức Phật đã từng nói tất cả các pháp hữu vi đều vô thường mà! Con người không tỉnh ngộ, mải mê phục vụ những đòi hỏi của bản ngã nên tạo nhiều nghiệp... để rồi phải chịu luân hồi sanh tử. Sống như vậy là sống trong đau khổ, sống trong thoi thóp nghẹt thở chờ chết, vì bị bộc lưu xoáy cuốn tơi bời. Chính vì vậy nên đức Phật đã khai thị ngắn gọn cho vị Thiên tử rằng là: "*Không đứng lại không bước tới, Như Lai thoát khỏi bộc lưu*".

Vậy lúc đó Như Lai đứng ở vị trí nào mà Ngài vượt thoát khỏi bộc lưu. Đó là lúc tâm Ngài đang ở trong thực tại bây giờ và ở đây. Chỗ đó không bị ảnh hưởng của không gian và thời gian. Chỉ là một sự yên lặng tỉnh thức với cái Biết Không Lời của tâm về các đối tượng khi sáu căn tiếp xúc, mà ngôn ngữ Thiền gọi là Chánh Niệm Tỉnh Giác. "*Cái Biết Không Lời*" là đặc tính của Tánh giác. Khi cái Biết này sâu sắc thì trở thành "*Nhận thức không lời*" là đặc tính của Phật Tánh.

IV. LÀM SAO VƯỢT KHỎI "BỘC LƯU" ?

Lời khai thị của Như Lai trả lời câu hỏi của vị Thiên tử "*Làm sao vượt khỏi bộc lưu*" là "*không đứng lại, không bước tới, Ta thoát khỏi bộc lưu*" thật ngắn gọn nhưng nó bao hàm cả một đời hay nhiều đời tu tập về Pháp Học và Pháp Hành cho những ai muốn thoát khỏi biển đời sinh tử trong nhà Phật.

Sau khi tìm hiểu nghĩa "*bộc lưu*" dụ cho những nguyên nhân khiến con người bị nhận chìm và trôi dạt đến một phương trời tăm tối si mê. Muốn thoát ra khỏi "*bộc lưu*" chúng ta phải có phương pháp tu tập. Trước hết phải gần gủi các bậc Chân Nhân học hỏi nơi các Ngài, để hiểu rõ bốn sự thật về khổ. Đó là Tứ Diệu Đế gồm Khổ đế, Tập đế, Diệt đế và Đạo đế. Nhờ học hỏi, chúng ta biết thêm rằng vạn pháp có mặt ở trên đời này do nhiều nhân nhiều duyên kết hợp mà thành. Khi duyên tan rã thì vật đó cũng tan rã biến mất để trở thành một dạng thể khác. Hiểu và tin rằng cuộc đời của con người được vận hành bởi Nghiệp quả thì chúng ta không dính mắc với những phiền muộn, đau khổ hay hạnh phúc do thế gian mang tới. Đấy là Pháp Học.

Còn Pháp Hành? Chúng ta phải tu tập thiền Định và thiền Huệ. Nhờ thiền Định mà tâm chúng ta bình ổn. Nhờ thiền Huệ mà tâm trí chúng ta sáng suốt không bị bộc lưu nhận chìm hay cuốn trôi vào vòng luân hồi sinh tử. Trong thời gian bốn mươi lăm năm giáo hóa, đức Thế Tôn đã tùy theo căn cơ của chúng sanh mà truyền dạy rất nhiều phương pháp thoát khổ. Trong đó có pháp *"Thu Thúc Lục Căn"* thích hợp với nhiều người.

THU THÚC LỤC CĂN

Khi lục căn tiếp xúc với lục trần là khi mắt thấy sắc, tai nghe âm thanh, mũi ngửi mùi hương, lưỡi nếm vị, thân va chạm và ý suy nghĩ đưa đến cái biết. Cái biết do mắt tiếp xúc với sắc gọi là Nhãn thức, do tai tiếp xúc với âm thanh gọi là Nhĩ thức, do mũi ngửi thấy mùi hương gọi là Tỷ thức, do lưỡi tiếp xúc với gia vị ngọt, cay, đắng, mặn, bùi… gọi là Thiệt thức, thân va chạm với lạnh nóng, thô kệch hay mịn màng có cái biết gọi là Thân thức, Ý suy nghĩ gọi là Ý thức.

Do các căn tiếp xúc với các trần có Ý thức xen vào phân biệt khen chê tác động vào tâm cảm xúc khiến con người sinh ra thích hay không thích, thương hay không thương, ưa hay không ưa. Tâm sẽ chạy theo những gì nó thích và tìm cách bám lấy hay chiếm đoạt cho bằng được. Còn như đối tượng, nó không ưa thì nó lẫn tránh xua đuổi. Nếu không tránh được, có khi tâm rơi vào trạng thái sân giận chán ghét.

Từ đó tâm tham sân si được thành lập. Tham sân si chính là bộc lưu sẽ cuốn hút chúng sanh đến cảnh giới thích ứng và tạo nghiệp.

Thu thúc lục căn là tu tập bằng cách huấn luyện Ý thức yên lặng khi lục căn tiếp xúc với lục trần, hành giả giữ cái biết khách quan, "**không nắm giữ tướng chung, không nắm giữ tướng riêng",** tức biết cái đang là của đối tượng, tâm biết nhưng dửng dưng không bị đối tượng cuốn hút hay quyến rủ đưa đến nhung nhớ, suy nghĩ… Pháp tu này, có nghĩa là hành giả không bước tới, không ôm ấp nắm giữ tướng chung hay tướng riêng của đối tượng. Tâm chỉ có cái biết chân thật về đối tượng. Đối tượng như thế nào biết như thế nấy!

Pháp này cũng được xem là pháp "**Như Thật**", thấy đối tượng như thế nào biết như thế đó hoặc pháp "**Không Gọi Tên Đối Tượng**" thấy đối tượng, biết nhưng không diễn nói, không gọi tên trong đầu, tức không nói thầm trong não, tâm hoàn toàn yên lặng. Đây là pháp thuộc thiền Huệ.

Thu thúc lục căn qua "**Chánh niệm**" nghĩa là lúc nào tâm cũng có mặt trong thực tại bây giờ và ở đây. Tâm không buông lung chạy theo vọng cảnh hay vọng tâm, không truy tìm bám víu quá khứ, cũng không mơ tưởng ước vọng tương lai. Ngay trong hiện tại không bị hòan cảnh lôi cuốn theo ngũ dục. Khi hành giả ở trong "**Chánh niệm tỉnh giác**", có nghĩa là hành giả không dừng lại, không bước tới, hành giả an trú trong "**bây giờ và ở đây".** Tâm hành giả không động không rung chuyển trước bất cứ trận cuồng phong nào của cuộc đời thổi tới, như thành công hay thất bại, tán thán hay chê bai, sỉ nhục hay khen thưởng đau khổ hay hạnh phúc…. thì ngay khi đó hành giả đã vượt thoát bộc lưu.

V. KẾT LUẬN

Lời khai thị của đức Phật dành cho vị Thiên tử vào một đêm gần sáng tuy ngắn gọn nhưng dụ một bài học lớn không chỉ dành cho vị Thiên tử đó, mà còn dành cho cả loài người chúng ta. Sống trong cuộc đời nếu không khéo học hỏi, không nhận thức và hành động đúng đắn, để cho bản ngã dính mắc vào với những buồn thương hay hạnh phúc của quá khứ, hoặc chạy theo ảo ảnh của tương lai, và bị nhận chìm trong những đam mê sắc dục, danh vọng, tiền tài. quyền lực… thì cả đời người chỉ khổ, vì những thứ đó trong nhà Phật so sánh như là những dòng nước lũ nhận chìm hoặc cuốn trôi con người không bến đỗ. Bến đỗ ở đây chính là bờ giác ngộ, nơi không còn khổ đau. Bờ Giác Ngộ không dễ đến được trong một sớm một chiều, nhưng nếu chịu học hỏi tu tập theo Bát Chánh Đạo, giữ được Chánh niệm thì ngay lúc đó hành giả cũng đã chạm tới niềm an lạc hạnh phúc, vì không bị chìm xuống đáy vực sâu cũng không bị trôi dạt theo dòng nước lũ. Thực tập Chánh Niệm, chúng ta đừng quên lời dạy của đức Thế Tôn trong bài kinh "*Nhất Dạ Hiền Giả*": "*Quá khứ không truy tìm / Tương lai không ước vọng / Quá khứ đã đoạn tận / Tương lai lại chưa đến / Chỉ có pháp hiện tại / Tuệ quán chính là đây / Không động không rung chuyển / Biết vậy nên tu tập*"

"*Tâm không động không rung chuyển*" giây phút nào, thì giây phút đó hành giả đã thoát khỏi bộc lưu. Vượt qua bộc lưu là vượt qua những đòi hỏi của bản năng, từ đó có cơ hội vượt qua biển khổ sinh diệt. Sáu căn mắt, tai, mũi, lưỡi, thân, ý là sáu cánh cửa có thể giúp con người an trú trong cõi an nhiên tự tại bây giờ và ở đây, ngược lại nó cũng dễ dàng đưa con người vào ba đường khổ, nếu không biết tu tập.

Pháp tu "*Thu Thúc Lục Căn*" giúp thanh tịnh sáu căn với cái biết chân thật, thấy sao biết vậy, giúp kiềm chế, ngăn chận, gội rửa những ô nhiễm do vọng tưởng gây ra. "*Thu Thúc Lục Căn*" là phương tiện cần thiết mà đức Thế Tôn cũng như các bậc Thầy Tổ đã truyền dạy cho chúng ta. Muốn thoát khỏi bộc lưu, chúng ta phải bắt đầu tu tập pháp này ngay từ bây giờ.

Nam Mô Bổn Sư Thích Ca Mâu Ni Phật

THÍCH NỮ HẰNG NHƯ

(An cư Kiết Xuân 2022 tại Thiền Viện Chân Như, Navasota, TX)

7

HỌC PHẬT - CẦN THẤY RA SỰ THẬT

I. DẪN NHẬP

Là Phật tử, chúng ta thường được nghe giảng "*đạo Phật là đạo của từ bi và trí tuệ*". Hiểu đơn giản, hai chữ "*đạo Phật*" là con đường dẫn đến giác ngộ. Đạo là con đường. Phật là tỉnh thức, là giác ngộ. Bồ Tát Siddhartha Gautama là vị đã tìm thấy con đường thoát khỏi luân hồi sinh tử, được tôn là Phật, hiệu Thích Ca Mâu Ni. Suốt 45 năm dài sau khi thành đạo, đức Phật đã bôn ba đây đó chỉ bày cho chúng sanh phương thức tu tập thoát khỏi biển luân hồi sinh tử, cho đến lúc Ngài nhập diệt ở tuổi tám mươi, tại khu rừng Sa-la thuộc vùng Kushinagar, nước Ấn Độ.

Học Phật, chúng ta được dạy rằng mục đích của đạo Phật là thấy ra sự thật, mà sự thật này liên hệ đến khổ và thoát khổ. Bình thường, muốn thoát khỏi sự buồn bực, điều quan trọng đầu tiên là phải biết rõ nguyên nhân nào gây ra sự bực bội. Như cuộn chỉ bị rối, phải biết rối chỗ nào, để mình từ từ gỡ ra ở chỗ đó. "*Biết*" là nền tảng của giác ngộ. "*Từ từ*" là tính chịu đựng, lòng kiên nhẫn, không để cơn bực bội nóng nảy làm tối mù tâm trí, khiến cho cuộn chỉ mỗi lúc một rối ren thêm. Như vậy làm việc gì cũng phải có sự hiểu biết, tức có trí tuệ, thì mới mong giải quyết được vấn đề. Muốn thoát khỏi đau khổ cũng vậy, phải biết đầu mối, nguyên nhân đau khổ là gì, không thể chỉ ngồi một chỗ than vãn: "*tại sao tôi khổ như thế này, làm sao để tôi hết khổ.... v.v....*" là sẽ hết khổ!

Bài pháp đầu tiên là bài kinh "*Tứ Diệu Đế*", đức Phật giảng cho năm người bạn đạo đã từng tu khổ hạnh cùng với Ngài trước kia, đứng đầu là đạo sĩ Kiều Trần Như. Chủ yếu bài kinh nêu lên bốn sự thật. Đó là sự thật về khổ, nguyên nhân của khổ, phương thức tu tập để hết khổ. Giác ngộ về Tứ Diệu Đế tức giác ngộ về khổ, giác ngộ về nguyên nhân gây ra khổ, rồi mới tu tập theo Bát chánh đạo để thoát khổ tức giải thoát. Bát chánh đạo là con đường tu tập theo tám ngành đưa đến giác ngộ và thoát khổ. (*) Ngoài Bát chánh đạo, còn có nhiều pháp trợ đạo khác đưa đến giác ngộ và giải thoát như: Tứ niệm xứ, Tứ chánh cần, Tứ như ý túc, Ngũ căn, Ngũ lực, Thất giác chi... Con đường đưa đến thoát khổ có nhiều pháp như thế, nhưng chung quy cốt lõi của các pháp này nằm ở chỗ nào?

II. HỌC PHẬT LÀ THẤY RA SỰ THẬT

Đạo Phật dạy chúng ta rất nhiều pháp liên hệ đến khổ

và thoát khổ như vừa nêu ở trên. Nhưng điểm chính yếu cần thiết nhất của những pháp học đó là cái gì? Theo lời dạy của các bậc Thầy giác ngộ, thì **cốt lõi của đạo Phật đơn giản** là **nhận thức được sự thật về vạn pháp**, mà sự thật đó dù đức Phật Thích Ca có ra đời hay không thì sự thật đó đã, đang, và sẽ hiện hữu không bao giờ thay đổi, vì nó là chân lý. Chống đối chân lý, thì con người chỉ sống trong phiền não khổ đau. Chấp nhận sự thật để tu tập theo Phật pháp, thì mới có thể thoát khỏi vòng luân hồi sinh tử. Dưới đây là những điều cốt lõi của đạo Phật mà chúng ta cần biết. Đó là:

- Tánh sinh diệt: Hiện tượng nào trên thế gian này cũng sinh và diệt. Không có cái gì bất biến tồn tại mãi. Thử quan sát mọi trần cảnh xung quanh chúng ta sẽ thấy không một hiện tượng nào có đời sống vĩnh cửu. Con người, thú vật, chim muông, cây cỏ đều có đời sống một thời gian nhất định của nó. Xe cộ hôm nay mới mẻ xinh đẹp, sẽ có ngày hư hoại, biến thành đóng sắt vụn. Nhà cửa là nơi che mưa trú nắng của con người cũng có lúc hư hao không thể sửa chữa được, sẽ bị giật sập xây cất cái khác. Ngay cả thành phố hay một quốc gia cũng thay đổi và biến mất, thay thế vào đó là thành phố khác hay quốc gia khác vì nguyên do này hay lý do khác... Những loài vô tình như đất đá, núi non, sông hồ.. cũng bị quy luật "*sinh-trụ-hoại-diệt*" chi phối. Do đời sống của con người chỉ trên dưới trăm năm nên không thấy được sự thay đổi của các hiện tượng có đời sống lâu dài hằng tỷ năm của vũ trụ. Cho nên thực chất của tất cả hiện tượng thế gian dù lớn như núi Tu-Di hay nhỏ như hạt bông cải, đều vô thường sinh diệt như lời đức Phật dạy. Đó là sự thật!

- Pháp ấn vô thường: Nhìn chung, cái gì sinh diệt thì vô thường. Vô thường là không vững bền, không tồn tại, luôn thay đổi. Thí dụ con người không trẻ hoài mà phải già theo thời gian, hoặc không ai khổ hoài và cũng không ai suốt đời hạnh phúc. Thời tiết cũng vậy, nóng lạnh thay đổi thường xuyên. Để ý cây cối xung quanh, cây nào cũng thay đổi theo từng mùa, ra lá, ra hoa, kết nụ thành trái, rồi rụng lá trơ cành. Căn nhà, chiếc xe hay bất cứ vật dụng gì cũng không tốt, không đẹp mãi, mà sẽ hư hao, xấu xí theo thời gian. Những hiện tượng thay đổi này gọi là vô thường. Đây là dấu ấn mà người học Phật cần phải nhận ra. Nếu không nhận ra và không chấp nhận vô thường, thì Khổ đế sẽ có mặt. Cho nên Vô thường là sự thật, không thể chối cải là không có vô thường được!

- Chân lý vô ngã: Bản chất của hiện tượng thế gian không thực chất tính, mà do nhân, do duyên hợp lại mới sinh ra con người hay vạn vật, chứ không có một vật thể nào tự chúng có được, nên tất cả mọi hiện tượng thế gian đều vô ngã. Con người ta cũng vậy. Thế nhưng con người thường hay đồng hóa những yếu tố kết hợp lại đó chính là mình, tự xưng là ta, của ta hay tự ngã của ta. Rồi bám chặt lấy nó như một cá thể vững bền.

Thực chất cấu trúc của con người cũng như vạn vật không thực thể, không bền vững, nên không có cái ta, cái ngã trong tấm thân ngũ uẩn đó. Có câu hỏi không có cái ta, cái ngã thì ai tu hành, ai chứng đắc? Ai cảm thọ đau khổ, ai hạnh phúc? Đạo Phật giải thích, mỗi yếu tố hay mỗi uẩn trong thân tâm sinh-vật-lý của con người đều có nhiệm vụ khác nhau. Như tác ý, suy nghĩ, muốn hành động điều gì, thì "*tâm sở tư*" thuộc hành uẩn phụ trách, chứ không phải "*tôi tác ý, tôi suy nghĩ*". Vui buồn, khó chịu là công việc của "*tâm sở thọ*", chứ không phải "*tôi buồn hay tôi vui*". Như vậy suy nghĩ buồn bực vui vẻ là công việc của Tâm. Tâm định, là công việc của "*tâm sở định*". Chứng ngộ là công việc của Trí tuệ. Mỗi tâm sở, mỗi uẩn làm một công việc, mà mình lại nói đó là "*của mình, của tôi*". Nếu là "*của tôi*" thì tại sao tôi muốn trẻ đẹp hoài, mà cái thân này cứ già nua theo năm tháng? Tôi muốn thân thể luôn khỏe mạnh, mà tại sao nó vẫn bệnh hoạn không nghe lời? Như vậy chứng tỏ không có cái ta, cái ngã gì ở đây, mà chỉ có các pháp (ngũ uẩn) vận hành tùy theo nhân theo duyên, nên gọi là Vô Ngã. (*)

Chân lý Vô Ngã là một dấu ấn quan trọng nhằm phá bỏ khái niệm "*chấp ngã*". Nếu nhìn đời qua lăng kín bởi cái tôi, cái của tôi, tự ngã của tôi, thì sự thấy biết đó thiên lệch, thành kiến, định kiến, không trong sáng, không chân thật, tức không đúng với sự thật trước mặt. Vì thế chấp ngã, chấp pháp là nguyên nhân ngăn cản sự giác ngộ, đồng thời là nơi dung chứa mọi lầm chấp, tham lam, ích kỷ, kiêu mạn, nghi ngờ... đưa đến sự phiền não khổ đau, trong kinh gọi hành trạng đó là vô minh.

Tóm lại, giáo lý nhà Phật dạy vạn pháp do duyên khởi duyên sinh, không pháp nào là tự lập, nên nó không thoát khỏi nguyên lý "*vô thường, khổ, vô ngã*". Và nó cũng không thoát khỏi quy luật "*sinh-trụ-hoại-diệt*". Các nội dung này chính là cốt lõi trong Phật pháp. Nếu chúng ta không giác ngộ, hay chính xác là không chấp nhận những điều này thì vấn đề giải thoát khổ đau sẽ chỉ là những ảo tưởng, bởi vì việc tu tập của chúng ta chỉ đi lòng vòng như con kiến bò trên miệng chén mà thôi!

III. KHI NÀO NHẬN RA SỰ THẬT ?

Nhận xét rằng đạo Phật là đạo chỉ ra sự thật, vậy sự thật đó nằm ở đâu? Đức Phật nhấn mạnh trong bài kinh "*Nhất Dạ Hiền Giả*": "*Quá khứ đã đoạn tận/Tương lai thì chưa đến/Chỉ có pháp hiện tại/Tuệ quán chính là đây*". Như vậy chúng ta có câu trả lời ngay trước mắt. Đó là sự thật không nằm ở quá khứ, không nằm ở tương lai, không nằm ở chỗ nào khác, mà sự thật ngay tại chỗ "*thực tại hiện tiền*". Giác ngộ là thấy ra sự thật cái gì đang xảy ra tại đây và bây giờ, cái đó gọi là thực tại. Trạng thái tham, sân, thích, ghét... thì khác nhau, nhưng nhận ra sự thật về các trạng thái này thì bình đẳng như nhau.

Thí dụ như bây giờ mình đang nổi sân. Mình thấy "*cái đang là của sân*" tức mình thấy "*sự thật về sân*". Thấy rõ cơn sân xuất hiện diễn biến như thế nào, thấy rõ sự lợi hại của cơn sân. Và khi nó chấm dứt thì tâm như thế nào. **"*Cái thấy*" là quan trọng**, chứ không phải tâm vui hay tâm buồn hoặc tâm sân hận là quan trọng. Dù cơn sân phát xuất từ bản ngã, nhưng ngay trong thực tại mình chỉ quan sát, chiêm nghiệm, soi sáng cái sân với tâm định tĩnh, không phản ứng chống đối hay chấp nhận, nghĩa là quan sát cơn sân trong tinh thần vô ngã, từ lúc cơn sân khởi sinh cho đến khi cơn giận nguôi ngoai và chấm dứt. Thấy biết rõ ràng sự diễn biến của sân với tâm định tĩnh, giúp ta giác ngộ được tánh sanh diệt, vô thường, vô ngã của cơn sân.

Nếu có bản ngã xen vào tự cho cái sân đó là ta, của ta, tự ngã của ta thì ngay khi đó Khổ đế, Tập đế hiện diện. Cho nên đạo Phật cốt yếu là thấy ra sự thật, chứ không phải rèn luyện, mài giũa để đạt được bất kỳ lý tưởng nào, kể cả Niết-bàn.

IV. NHẬN RA CỐT LÕI, RỒI PHẢI THỂ NHẬP

Nhận ra được cốt lõi của Phật pháp, chỉ mới là bước đầu trên con đường hữu học. Nhờ nhận ra được cốt lõi của Phật pháp, hành giả sẽ không bị tà kiến dẫn đi lạc hướng. Hiểu rõ về giáo lý, hành giả còn phải thực hành. Bắt đầu từ chánh niệm thấy biết Như thật (Yathà bhùta) biết cái đang là, rồi đến cái Như vậy (Tathà/Tathatà). Cả Như thật và Như vậy đều đặt trên nền tảng "*ly ngôn thuyết*" tức không lời, trong kinh dùng từ "*Atakkàvacara*" nghĩa là ngoài phạm vi lý luận. Đây chính là cốt lõi rốt ráo, tinh túy nhất trong những cốt lõi mà hành giả đã ngộ.

Tại sao "*Atakkàvacara*" được xem là cốt lõi tinh túy như vậy? Đó là vì qua trạng thái tâm Tathà *(ngôn hành, ý hành và thân hành không động*) đức Phật mới đắc quả A-La-Hán vô thượng chánh giác. Nếu không hiểu ý nghĩa sâu sắc để thực hành, thì không làm sao kinh nghiệm được Chân như, tức tâm Tathà. Đặc biệt là những hành giả tu thiền. Thấy được cốt lõi các pháp chưa đủ, đó là chỉ mới ngộ trên mặt lý thuyết, nhưng chưa thực hành để thể nhập những điều hành giả đã ngộ ra.

Thí dụ như ngộ về "*sinh diệt, vô thường, vô ngã* " mà không thể nhập thì chưa thể giải thoát khỏi khổ đau. Bởi vì khi nhận ra được tánh sinh diệt, vô thường, vô ngã của các pháp là hành giả mới ngộ đạo thôi. Hành giả cần phải tư duy, chiêm nghiệm để thể nhập các pháp, thì khi đó hành giả mới chứng ngộ đạo. Chứng ngộ là hành giả loại trừ được năm hạ phần Kiết sử như Thân kiến, Giới cấm thủ, Hoài nghi, Tham dục, Sân hận... bước vào dòng Thánh. Còn như tu tập pháp Như Thật mà không thể nhập Như vậy, thì cũng chưa thoát khỏi luân hồi sinh tử. Cho nên con đường tu Phật là khi nhận ra rồi phải thực hành thể nhập. Thể nhập để chứng ngộ chuyển hóa tâm phàm tình trở thành tâm bậc thánh, để đi đến mục tiêu giác ngộ giải thoát. Cho nên tiến trình "***ngộ đạo, thể nhập đạo, chứng ngộ đạo***" cũng chính là cái cốt lõi quan trọng bậc nhất đối với người đang đi trên con đường học Phật tầm cầu giải thoát khỏi Tam giới.

IV. KẾT

Tu tập theo đạo Phật không phải để sở hữu được điều gì, mà thực ra là để buông xả không bám víu với bất kỳ những gì ở trên đời... mà chỉ nhận biết rõ ràng pháp đến rồi đi, đó là điều tự nhiên của vạn pháp. Và sự đến đi đó, là bài học "*sinh diệt, vô thường, vô ngã*" giúp cho chúng ta không bị dày vò phiền não khi nghịch cảnh đến, hoặc quá đắm chìm mê say hưởng khoái lạc, khi duyên thuận lợi đến với mình, mà phải sống trong trung đạo vừa phải. Bởi vì theo lời Phật dạy, được nhắc đi nhắc lại trong kinh là mọi thứ trên đời này đều "*sinh diệt, vô thường, vô ngã*". Ngay cả những sắc pháp đang hiện hữu ở nơi con người như mắt, tai, mũi, lưỡi, thân và mọi danh pháp bên trong như thọ, tưởng, hành, thức... cũng đều vô thường, vô ngã. Muốn thoát khổ, người tu cần giác ngộ những điều này, sau đó tự mình soi sáng lại chính mình, để không vướng mắc với những yếu tố không thực thể từ bên trong hay bên ngoài thân. Luôn tự nhắc nhở ghi nhớ lời vàng ngọc quý báu của đức Phật dạy, trước giây phút Ngài từ giả trần gian: "*... Này các Tỳ-kheo hãy tự mình thắp đuốc lên mà đi. Hãy lấy Pháp của ta làm đuốc. Hãy theo Pháp của ta mà tự giải thoát. Đừng tìm sự giải thoát ở một kẻ nào khác,* *đừng tìm sự giải thoát ở một nơi nào khác, ngoài các ngươi!..* " Hay: "*... Này các Tỳ-kheo, ta nói với các Thầy. Tất cả mọi pháp hữu vi đều vô thường. Hãy nỗ lực (tu hành) để đạt mục tiêu (giải thoát) của mình." (**)*

Nam Mô Bổn Sư Thích Ca Mâu Ni Phật

THÍCH NỮ HẰNG NHƯ

(Sinh hoạt với đạo tràng Tánh Không Houston, TX, 14/4/2024)

***Tài liệu**: (*) Kinh Chuyển Pháp Luân / Tứ Diệu Đế & Vô Ngã tướng(**) Kinh Đại Bát Niết Bàn.*

8

TÌM HIỂU THUYẾT
" NGŨ THỪA TRONG PHẬT GIÁO"

I. DẪN NHẬP

Kinh Pháp Hoa dạy rằng: "*Đức Phật ra đời vì một đại nhân duyên. Đó là khai thị cho chúng sanh liễu ngộ Phật tri kiến nơi mình*". Tại sao đức Phật lại muốn khai ngộ Phật tri kiến nơi chúng sanh? Đó là vì nếu chúng sanh khai mở chứng ngộ được Phật tánh, thì họ sẽ được tự do, thoát khỏi vòng luân hồi sanh tử.

Trên đường tu giải thoát giác ngộ, căn cơ tâm tính của mỗi người, mỗi khác, không ai giống ai, nên pháp của Phật khi thấp, khi cao, khi xa, khi gần. Dù đức Phật dạy Tam quy, Ngũ giới, Thập thiện, hay dạy Tứ Đế, Vô thường, Vô ngã, Thập nhị nhân duyên hoặc dạy về Pháp tánh, Pháp tướng, Thật tướng, Vô tướng hay Chân Không v. v... thì mục tiêu của Ngài cũng nhằm chỉ bày cho chúng sanh phương thức tu tập chứng ngộ pháp giới tánh. Giáo pháp của Phật tuy nhiều, nhưng chung quy được phân loại thành năm cấp bậc, thuật ngữ gọi là "*Ngũ thừa Phật giáo*". Là Phật tử chúng ta cần tìm hiểu các phương thức tu tập cũng như công dụng của mỗi thừa như thế nào, để tự chọn pháp tu thích hợp với căn cơ của mình. Vì thế, chủ đề bài viết chia sẻ hôm nay là "*Tìm Hiểu Thuyết Ngũ thừa trong Phật Giáo*"

II. TÌM HIỂU "NGŨ THỪA PHẬT GIÁO"

Thừa: Tiếng Phạn là "yàna" có nghĩa là cỗ xe giúp người ta di chuyển từ chỗ này đến chỗ khác theo ý muốn. Đức Phật ví đạo pháp của Ngài như các cỗ xe. Những ai đã chọn leo lên cỗ xe đạo pháp của Ngài, nếu là xe nhỏ, người đó sẽ được đưa đến cảnh giới an vui, nếu là xe lớn sẽ đưa người ấy đi xa hơn thoát khỏi luân hồi sanh tử, và cao quý hơn hết là đạt tới quả Vô thượng chánh giác. Đương nhiên muốn đến chỗ cứu cánh cuối cùng không phải dễ, nhưng tin vào lời tuyên bố của đức Phật : "*Ta là Phật đã thành, các ngươi là Phật sẽ thành*" thì chúng ta không ngại ngùng gì, mà không cùng nhau bước lên chuyến xe thích hợp với căn cơ của mình để tu tập.

Về giáo pháp của Phật, chúng ta thấy pháp tu Ngài dạy, bao gồm cả thế gian và xuất thế gian, tùy theo căn cơ lợi, độn, và trình độ cao thấp, đức Phật đưa ra năm cấp bậc gọi là năm thừa. Năm thừa hay năm phương pháp tu tập này khác nhau, nên đưa đến kết quả khác nhau. Năm thừa được xếp theo thứ tự: Nhân thừa, Thiên thừa, Thanh-Văn thừa, Duyên-Giác thừa và Bồ-Tát thừa. Trước hết chúng ta tìm hiểu cỗ xe đầu tiên là Nhân thừa.

1. NHÂN THỪA

Người tu Nhân thừa là người đã thọ và giữ gìn "*Tam quy, ngũ giới*". Tam quy là nương tựa vào ba ngôi Tam bảo: Phật-Pháp-Tăng. Phật là đấng giác ngộ vô thượng chánh đẳng được tôn xưng là Phật bảo. Pháp là lời dạy của Đức Phật, cụ thể là Tam tạng kinh điển (Kinh-Luật-Luận) gọi là Pháp bảo. Tăng là những vị đã ly gia cắt ái, sống chung thành đoàn thể thanh tịnh, đang tu tập hành trì đúng chánh pháp Như Lai và tiếp sức truyền bá đạo Phật giúp Phật tử hướng đến giác ngộ giải thoát, gọi là Tăng bảo.

Ngũ giới là năm giới cấm do Phật chế ra, được xem như hàng rào ngăn cản không cho hành giả vi phạm những điều tội lỗi. Năm giới cấm đó là: *"1) Không sát sanh. 2) Không tham lam trộm cắp. 3) Không tà dâm. 4) Không nói dối. 5) Không uống rượu."*

Nhân thừa là con đường tu hành cho những người sơ cơ, nên có phần dễ thực hiện. Nhờ không vi phạm năm giới cấm nên ngay trong đời sống hiện tại, hành giả xứng đáng được xem là người có tư cách, có đạo đức. Khi thân hoại mạng chung, thần thức không bị rơi vào ba đường dữ: "*địa ngục, ngạ quỷ, súc sinh*", mà được trở lại cõi Người, nên có tên là "*Nhân thừa*" .

2. THIÊN THỪA

Tu "*Thiên thừa*" là tu "*Thập thiện*" tức làm mười điều lành, tránh xa mười điều ác. Những ai, sống ở đời này tạo nhiều nhân lành, đời sau sẽ hưởng nhiều quả tốt, chẳng hạn như được sanh lên cõi Trời hưởng phước, sống an lạc sung sướng. Theo đạo Phật thì có nhiều cảnh Trời. Cảnh Trời thấp nhất thuộc về Dục Giới có 6 cảnh : Tứ Vương thiên, Đao-Lợi thiên, còn gọi là Tam-Thập-Tam thiên, Dạ-Ma thiên, Đâu-Suất thiên, Hóa-Lạc thiên, Tha-Hóa-Tự-Tại thiên. Cao hơn cõi Trời Dục giới có 18 cảnh Trời thuộc về Sắc giới. Chúng sanh ở cõi này có sắc thân, nhưng không có ái dục nam nữ. Phía trên cõi Trời Sắc giới là cõi Trời Vô Sắc giới có 4 cảnh Trời.

Chư thiên dù ngụ ở cảnh Trời nào kể trên đều có tuổi thọ rất cao. Cao nhất trong ba cõi là cảnh Trời Phi Tưởng Phi Phi Tưởng. Chư thiên ở nơi đây, tuổi thọ đến 84 ngàn đại kiếp. Tuy tất cả chư thiên có đời sống trường thọ, nhưng vì chưa hoàn toàn giác ngộ thâm sâu pháp Phật, nên một khi phước Trời đã hết, vẫn phải bị đọa luân hồi trong ba cõi: Dục giới, Sắc giới và Vô Sắc giới để trả nghiệp.

Bằng nhục nhãn của người phàm phu, chúng ta chỉ có thể trông thấy được cảnh Người và cảnh Súc sinh, còn những cảnh khác như ngạ quỷ, địa ngục hay 28 cảnh Trời mô tả trong Kinh thì không thấy được. Nhưng không thấy không hẳn là không có! Dù không biết chắc chắn rằng các cảnh Trời đó thực sự ở đâu ngoài trái đất này? Nhưng ngày nay, các nhà Thiên Văn Học đã tìm ra được trong Thái Dương Hệ có trái đất (nơi con người ở) và nhiều hành tinh khác đang xoay quanh mặt trời, còn có nhiều Thái Dương Hệ khác trong vũ trụ bao la nữa. Không biết các hành tinh xa xôi đó có phải là những tầng Trời mà đức Phật đề cập tới và được ghi lại trong

Kinh hay không?

Nhưng dù thế nào thì con người sống ở thế giới Ta-Bà này không ai là không khổ, nên việc vâng lời Phật dạy tu "*Thập thiện*" để đời sống hiện tại được an lạc và khi qua đời được sanh về cõi Trời Dục giới cũng là điều tốt đẹp. Mười điều Phật dạy trong kinh Thập Thiện được ghi lại như sau:

1: Trọn đời không giết hại tất cả chúng sanh, ngược lại tu pháp phóng sanh, cứu người, cứu vật.

2: Trọn đời không trộm cắp tài vật của người, mà nên giúp đỡ bố thí người nghèo khổ trong khả năng của mình.

3: Trọn đời không dâm ô, tà hạnh, trái lại cần phải thân tâm trong sạch.

4: Trọn đời không vọng ngữ, không nói dối, mà nói lời chân thật.

5: Trọn đời không nói hai lưỡi, đâm thọc mà nói đúng đắn.

6: Trọn đời không nói lời hung dữ, sỉ nhục người khác mà phải dùng lời nhẹ nhàng ái ngữ.

7: Trọn đời không nói lời thêu dệt, không ích lợi, mà nói lời đúng đắn hữu ích.

8: Trọn đời không tham trước tình dục, trần cảnh, mà nuôi lớn tâm thanh tịnh phạm hạnh và tùy hỷ buông xả.

9: Trọn đời không sân hận, phẫn nộ, oán hận người, mà luôn hiền từ nhẫn nại.

10: Trọn đời không si mê tà kiến, tức không bảo thủ,

chấp trước, không mê tín dị đoan, không đoạn kiến, thường kiến mà luôn mà sáng suốt, tu tập chánh kiến.

Kinh ghi, muốn được lên các cõi Trời cao hơn như Sắc giới hay Vô Sắc giới, để được an lạc hơn, và có tuổi thọ cao hơn cần phải tu thêm Thiền Định.

3) THANH VĂN THỪA

Tu "*Nhân thừa*" hay "*Thiên thừa*" giúp hành giả trở lại làm người ở thế giới này, hoặc làm tiên ở cõi Trời hưởng phước. Nhưng khi hết phước, tùy theo nghiệp tốt xấu đã tạo từ nhiều đời trước, phải chịu luân hồi trong 6 cõi: *Trời, Người, A-tu-la, Súc sanh, Ngạ quỷ, Địa ngục*. Cho nên, hành giả cần tu theo pháp "*Thanh Văn thừa*" để thoát luân hồi sinh tử.

Quả vị của "*Thanh Văn thừa*" là "*Niết Bàn*". Các vị Thanh Văn, sau nhiều năm tu luyện, lần lượt chứng ngộ bốn bậc, từ thấp lên cao: **Tu-đà-hoàn** (Dự lưu), **Tư-đà-hàm** (Nhứt lai), **A-na-hàm** (Bất lai). Cao nhất là bậc **A-la-hán** (Bất sanh) nghĩa là không còn sanh tử trong 3 cõi, mà thể nhập vào Vô-dư-y Niết-bàn.

Tu "*Thanh Văn thừa*", hành giả phải học giáo lý và hành trì theo pháp "*Tứ Diệu Đế*". Tứ Diệu Đế là bốn sự thật rõ ràng hiển nhiên gồm: Khổ đế, Tập đế, Diệt đế và Đạo đế.

1) Sự thật về Khổ đế: Con người sanh ra đời không ai là không khổ. Các nỗi khổ về thân là : "*sanh, già, bệnh, chết*". Khổ vì tình cảm không được toại ý như xa cách người thương yêu, hay phải sống gần với người mình ghét bỏ, hoặc khổ vì ước muốn không được toại nguyện. Ngoài ra, còn có cái khổ chấp thân ngũ uẩn (ngũ ấm) là thật, nên khi các uẩn không hài hòa, không quân bình, quá thịnh hay quá suy khiến con người ta phải chịu nhiều khốn khổ.

2) Sự thật về Tập đế: Những quả khổ trong hiện tại, do nhiều nguyên nhân sâu xa trong quá khứ, chứ không phải tự dưng mà có. Những nguyên nhân gây khổ đau gọi chung là "*Kiết sử*". Kiết là cột chặt. Sử là sai khiến. Những thứ cột chặt sai khiến chúng sanh phải chịu luân hồi sanh tử, gồm 5 độn sử và 5 lợi sử.

Năm độn sử gồm: *Tham; Sân; Si; Mạn; Nghi.* Rất khó diệt trừ, phải tu Chỉ, tu Quán chứng ngộ trên thân và tâm mới dẹp được những lậu hoặc này.

Năm lợi sử gồm:

(1) Thân kiến: Chấp thân ngũ uẩn có thật, không hiểu lý Vô ngã;

(2) Biên kiến: Nghiêng hẳn về một trong hai cực đoan: Thường kiến hoặc Đoạn kiến, không rõ lý Trung đạo, lý Duyên Sanh, tánh Huyễn v. v... ;

(3) Tà kiến: Chấp những điều không đúng với chân lý;

(4) Kiến thủ: Tự cho sự kiến giải của mình là đúng, nên bảo thủ, dừng lại một chỗ, không tiến được trên con đường tu.

(5) Giới cấm thủ: Bám víu vào những điều răn cấm không phù hợp với chân lý, trái ngược với trí tuệ, từ bi, như mê tín dị đoan chẳng hạn.

Năm món sau gọi là "*lợi sử*" nghĩa là những món phiền não thuộc về nhận thức. Tu học theo Chánh tri kiến, Chánh tư duy thì có thể chuyển đổi nhận thức.

3) Sự thật về Diệt đế: Diệt nghĩa là tiêu diệt. Diệt đế là chân lý nói về trạng thái thanh tịnh tự tại giải thoát, sau khi diệt sạch mười kiết sử nêu trên. Trạng thái này gọi là Niết-bàn (Nirvana).

"*Niết (Nir)*" nghĩa là rơi rụng, thoát khỏi, không còn nữa; "*Bàn (Vana)*" nghĩa là nổi lên, khởi lên, lăng xăng, lộn xộn. "*Niết Bàn*" là thái độ sống xa lìa những lăng xăng, dao động, phiền não, an trú trong trạng thái vắng lặng thường tịnh. Khi tập đế hoàn toàn bị tiêu diệt, thì trí huệ phát sinh, chủng tử "*sinh diệt*" chấm dứt, Diệt đế tức Niết Bàn có mặt.

4) Sự thật về Đạo đế: Muốn tận diệt nguyên nhân gây khổ, hành giả tu tập Bát Chánh Đạo. Đạo có nghĩa là phương pháp, là con đường tu tập. Bát chánh đạo gồm tám phương thức tu tập là:

1: Chánh Kiến: *Thấy biết về thân, tâm, cảnh trần một cách đúng như thật, phù hợp theo luật nhân quả, lý nhân duyên.*

2. Chánh tư duy: *Suy nghĩ và quán chiếu thuận hợp theo chân lý.*

3. Chánh ngữ: *Nói năng phù hợp với chân lý.*

4. Chánh nghiệp: *Ba nghiệp thân, khẩu, ý theo chân lý.*

5. Chánh mạng*: Sinh mạng được bảo trì và phát triển*

thuận hợp theo chân lý.

6. Chánh tinh tấn*: Cố gắng, tiến hóa theo chân lý.*

7. Chánh niệm: *Tâm thức sáng tỏ, biết rõ về tâm và cảnh trong từng phút giây đời sống, bây giờ và ở đây.*

8. Chánh định: *Tâm thức yên lặng, không còn dao động theo cảnh duyên bên ngoài (tâm như, cảnh như), dần dà ứng hợp với cảnh giới Niết Bàn.*

Đạo đế gồm 37 phẩm trợ đạo như: *Tứ niệm xứ, Tứ chánh cần, Tứ như ý túc, Ngũ căn, Ngũ lực, Thất giác chi, Bát chánh đạo*. Mỗi pháp tu, nếu ứng dụng triệt để cũng có thể tiêu diệt được nguyên nhân gây khổ, không nhất thiết phải tu đủ 37 phẩm.

Tu tập "*Thanh Văn thừa*", các vị Thanh Văn thấu hiểu về "*lý vô thường*". Tất cả mọi hiện tượng trên thế gian này từ con người, sự vật, cây cỏ, sông núi... và ngay cả vũ trụ đều bị luật vô thường chi phối. Con người có bốn tướng vô thường là: "*sanh, già, bệnh, chết*". Bốn tướng vô thường nơi sự vật là :"*sanh, trụ, dị, diệt*". Tóm lại tất cả các pháp đều vô thường, vô ngã.

4. DUYÊN-GIÁC THỪA

Tu "*Duyên-Giác thừa*" là hành giả tu tập theo pháp "*Thập nhị nhân duyên*". Thập nhị nhân duyên là 12 mắt xích dính liền nhau, là vòng luân hồi sinh tử của con người. Hành giả quán 12 nhân duyên theo hai chiều xuôi (lưu chuyển) và ngược (hoàn diệt), cho đến khi thuần thục thì giác ngộ giải thoát, thành "*Bích Chi Phật*".

Theo "*Lý Nhân Duyên*" thì tất cả hiện tượng thế gian đều không thực chất tánh, do nhiều duyên hợp lại mà thành. Thí dụ: *Cái bàn không có tự thể vì không tự nhiên mà có. Do người thợ mộc làm việc cưa cắt bào gọt gỗ thành nhiều hình thể như mặt bàn, chân bàn, còn cần phải có đinh, có ốc xoắn, có búa, có cưa v.v... mới đóng thành cái bàn. Con người cũng vậy, không tự dưng con người hiện diện trên thế gian này, mà phải do tinh cha, huyết mẹ, do ăn uống, hít thở không khí mới thành con người.*

Mười hai nhân duyên khởi đầu là: *"Vô minh duyên nên Hành; Hành duyên Thức; Thức duyên Danh Sắc; Danh Sắc duyên thành Lục nhập; Lục nhập duyên Xúc; Xúc duyên Thọ; Thọ duyên Ái; Ái duyên Thủ; Thủ duyên Hữu; Hữu duyên Sanh; Sanh duyên Lão Tử."*

a) Quán Nhân Duyên theo chiều lưu chuyển (xuôi):

Trong 12 Nhân duyên không có duyên nào độc lập, mà nó dính liền với nhau như sợi dây xích, mắt này nối kết với mắt kia. Mắt đầu tiên gọi là Vô minh. Tại sao gọi là Vô minh? Người Vô minh là người bị tham sân si che mờ lý trí, không hiểu chân lý Phật dạy.

Do Vô minh khiến hành vi và nhận thức không đúng với chân lý Phật dạy, thường tạo nghiệp qua thân, khẩu, ý gọi là Hành. Hành chính là nghiệp lực thúc đẩy thần thức đi thọ sanh gọi là Tử Thức. Thức dựa vào sự phối hợp của tinh cha, huyết mẹ tạo thành Danh Sắc. Danh là thức, Sắc là tinh huyết cha mẹ hợp thành bào thai. Thai bào được nuôi dưỡng trong bụng mẹ, theo thời gian phát triển đủ 6 căn: mắt, tai, mũi, lưỡi, thân, ý gọi là Lục nhập. Khi ra khỏi lòng mẹ, 6 căn tiếp xúc với 6 trần gọi là Xúc. Do sự tiếp xúc nên có cảm Thọ khổ, vui, hoặc không khổ không vui. Bởi cảm Thọ nên sanh yêu thích là Ái (dục ái, hữu ái, phi hữu ái). Từ yêu thích khởi tâm chiếm giữ là Thủ. Do bảo thủ, nên mong muốn có mặt ở đời này, cũng như đời sau gọi là Hữu. Khao khát có mặt ở đời là nguyên nhân Sanh đời sau. Đã có sanh là phải già chết là Lão Tử.

Trong 12 Nhân duyên liên hệ quá khứ là Vô minh, Hành. Hiện tại là Thức, Danh Sắc, Lục nhập, Xúc, Thọ, Ái, Thủ, Hữu. Vị lai là Sanh, Lão Tử. Vòng luân hồi cứ thế xoay mãi không có lối thoát. Đây là quán 12 Nhân duyên theo chiều lưu chuyển.

b) Quán Nhân Duyên theo chiều hoán diệt (nghịch):

Hành giả học hỏi pháp Phật, thấu hiểu Lý Nhân Duyên, biết rằng vạn pháp không thực chất tính nên nó "*Vô thường, Vô ngã*". Hiểu được như thế thì phá được mắt xích Vô minh.

"Vô minh diệt nên Hành diệt; Hành diệt nên Thức diệt; Thức diệt nên Danh Sắc diệt; Danh Sắc diệt nên Lục nhập diệt; Lục nhập diệt nên Xúc diệt; Xúc diệt nên Thọ diệt; Thọ diệt nên Ái diệt; Ái diệt nên Thủ diệt; Thủ diệt nên Hữu diệt; Hữu diệt nên Sanh diệt; Sanh diệt nên Lão tử diệt."

Như vậy, chỉ cần một mắt xích tan vỡ thì tất cả đều tan vỡ. Vòng luân hồi sinh tử cũng bị tan rã.

Trên đây là phương thức quán "*thập nhị nhân duyên*", Đức Phật dạy cho các vị Thanh Văn. Ngoài ra, còn có các vị đại căn đại trí, sanh ra đời không gặp Phật, không nghe được pháp Phật, nhưng nhờ có trí tuệ sáng suốt, tự mình quan sát thấy được cảnh vô thường biến đổi của vạn pháp, mà giác ngộ được nguyên nhân sanh tử luân hồi, rồi đắc đạo gọi là "*Độc giác Phật*".

Tóm lại, người tu theo "*Duyên Giác Thừa*" thấu hiểu được "*Lý Nhân Duyên*", đạt được "*trí Vô thường, Vô ngã*" nên chứng quả Duyên-Giác, còn gọi là Bích-Chi Phật hay Độc-Giác Phật chấm dứt luân hồi.

5. BỒ-TÁT THỪA

Các vị Duyên giác chứng ngộ được "*Lý Duyên Khởi, Pháp Duyên Sanh*" thấu rõ cái gì do duyên kết hợp mà thành thì tự tánh của nó là không, thuật ngữ gọi là "*tánh không*".

Như thí dụ ở trên: *Cái bàn do nhiều yếu tố hợp lại, khi các duyên chưa hợp thì chưa có cái bàn, mà chỉ có các bộ phận rời rạc như mặt bàn, chân bàn v. v... khi ráp lại tạm đặt tên là cái bàn. Vì cái bàn không thực chất tánh, nên gọi là tánh không, là huyễn hóa không thật.*

Con người và cảnh vật cũng như thế, cả thảy đều như huyễn vì không thật chất tánh, không tự nhiên mà có, nên con người và cảnh vật thực tánh là không, là vô ngã.

Tu tập tiến lên một bước nữa là "*Bồ-Tát thừa*". Các vị ngồi trên cỗ xe Bồ-Tát tu theo "*Lục độ*", còn gọi là "*Lục Ba-La-Mật*", là sáu pháp: *Bố thí, Trì giới, Nhẫn nhục, Tinh tấn, Thiền định và Trí tuệ* . Sáu pháp này tu đạt cứu cánh, gọi là Lục Ba-La-Mật.

(1) Bố thí: gồm **tài thí, pháp thí và vô úy thí**. Tài thí gồm có ngoại tài và nội tài. Dùng tiền bạc, của cải, để giúp người nghèo đói là bố thí ngoại tài. Khi cần đến sức lực hoặc một phần thân thể mình như tặng máu, tặng một phần nội tạng để cứu người, đó là bố thí nội tài… Quan trọng là đem chánh pháp chỉ dạy cho mọi người tu hành để được giác ngộ giải thoát như mình là pháp thí. Dùng phương tiện giúp người qua cơn lo sợ hãi hùng là Vô Úy thí.

"Bố thí Ba-La-Mật" là khi bố thí không thấy mình bố thí, không thấy kẻ thọ thí, không thấy vật đem bố thí. Mình, người và vật đều không, gọi là "*tam luân không tịch*". Nếu mình thấy cái gì cũng thật thì không thể nào tu Ba-La-Mật được.

(2) Trì giới: Là gìn giữ giới pháp của Phật răn cấm. Sau đây là ba nhóm giới thanh tịnh Bồ-tát phải thực hành:

1. Nhiếp luật nghi giới: Tuân thủ tất cả các loại giới luật do Đức Phật chế định, tích thiện ngừa ác.

2. *Nhiếp thiện pháp giới:* Bồ-tát tu chứng các pháp thiện lành.

3. Nhiêu ích hữu tình giới: Khi đã tu luật nghi và tu thiện pháp, Bồ-Tát luôn làm những điều lợi ích cho chúng sanh và phát nguyện cứu độ hết thảy chúng sanh. Các giới pháp này, nếu tu hành đến cứu cánh viên mãn, gọi là Trì giới Ba-La-Mật.

(3) Nhẫn nhục: Là sức cam chịu mọi hoàn cảnh khổ đau, bức bách tủi nhục đến với thân mình. Khi gặp những điều oan ức, thiệt hại đến danh dự, thân thể mà vẫn cam chịu để tròn hạnh nhẫn nhục. Nhẫn nhục khi đạt đến cứu cánh là một sức mạnh phi thường vì đã thực sự chiến thắng bản ngã. Được thế mới gọi là Nhẫn nhục Ba-La-mật.

(4) Tinh tấn: Là cố gắng nỗ lực. Nhờ chứng ngộ thấy thân mình như huyễn, chúng sanh như huyễn, độ hữu tình như huyễn, nên Bồ Tát không cảm thấy mệt mỏi trên con đường tự lợi và lợi tha.

Tự lợi tinh tấn là dốc hết khả năng tu tập cho chóng thành đạo quả. Tinh tấn lợi tha là dốc hết khả năng để cứu giúp người trên nhiều phương diện, nhất là giáo hóa cho họ giác ngộ. Cả hai bình diện tự lợi, lợi tha, Bồ-tát lúc nào cũng nỗ lực hành trì gọi là tinh tấn Ba-La-Mật.

(5) Thiền định: Do thấy mình không thật, nên không chấp ngã, không chấp nhân, không chấp cảnh. Nhờ vậy nên khi hành thiền, tâm dễ yên lặng đi vào định. Khi tâm và cảnh nhất như là thiền Ba-La-Mật.

(6) Trí tuệ: Do dứt sạch mọi nhiễm ô, vọng tưởng, nên mặt trời trí tuệ vô sư chiếu sáng rực rỡ. Trí tuệ này do công phu tu thiền định mà phát xuất, chớ không phải do học tập mà được. Khi trí tuệ này hiển lộ, thì vô minh phiền não hoàn toàn tiêu sạch. Đây là trí tuệ Ba-La-Mật.

Hàng Bồ-Tát là những bậc phát Bồ Đề tâm rộng lớn, cầu thành "*Phật quả*" để độ chúng sanh, phát nguyện tu hành tự lợi, lợi tha, tự giác, giác tha, trải qua vô lượng kiếp, đến khi nào giác hạnh được viên mãn, mới đắc quả vô thượng Bồ Đề, nên gọi là Đại thừa.

Ngoài ra, còn một pháp môn đặc biệt thù thắng dành

riêng cho người đại căn, đại trí, chỉ cần nghe một câu Kinh, một bài kệ, hay một cử chỉ nào đó, họ trực nhận ngay tánh giác Bồ Đề sẵn có của mình, chứ chẳng phải giảng giải dài dòng văn tự như Ngũ thừa. Pháp môn này vắn tắt chỉ ngay vào tâm người *"thấy tánh thành Phật"* gọi là "*Tối thượng thừa*", là "*Nhất thừa*" hay "*Phật thừa*".

III. KẾT LUẬN

Vì căn cơ chúng sanh khác nhau, nên đức Phật phương tiện thuyết ngũ thừa để giúp chúng sanh dần đạt được giải thoát tối hậu. Ngũ thừa Phật giáo ví như 5 loại xe gồm: Hai loại xe Nhân thừa và Thiên thừa giúp hành giả thoát khỏi ba đường dữ Địa ngục, Ngạ quỷ, Súc sanh. Ba loại xe khác là Thanh-Văn thừa, Duyên-Giác thừa và Bồ-Tát thừa giúp hành giả ra khỏi Dục giới, Sắc giới, Vô sắc giới.

Trước khi quyết định mình sẽ lên cỗ xe nào trong năm cỗ xe trên, thiết nghĩ chúng ta cần tự vấn xem mình muốn đi về đâu trong tương lai? Cõi Người? Cõi Trời? Niết-Bàn hay thành Phật? Chúng ta biết rằng, quyền chọn lựa cỗ xe nào, đó là quyền của mình. Hành giả có thể lên chuyến xe Nhân thừa hay Thiên thừa hoặc chuyến Thanh-Văn thừa, Duyên-Giác thừa hay Bồ-Tát thừa. Không ai bắt buộc hay chọn lựa thay cho mình. Bởi vì chính hành giả là người tu tập, hành trì suốt thời gian trên chuyến xe mình ngồi, chứ không ai tu tập giùm mình cả. Đặc biệt là khi hành giả biết đang ngồi trên chuyến xe không thích hợp với căn cơ, khả năng, hay biết rằng chuyến xe mình đang ngồi sẽ không đưa mình đến nơi mong muốn, thì hành giả có thể tự thắng và chuyển sang xe khác không một thế lực nào cản trở.

Bài viết "*Tìm Hiểu Thuyết Ngũ Thừa Phật Giáo*" tạm ngưng nơi đây. Nguyện chúc cho chư hành giả trên các chuyến xe, hành trì tinh tấn, và mau chóng về tới bến đỗ thanh tịnh an toàn. Nam Mô Bổn Sư Thích Ca Mâu Ni Phật./.

THÍCH NỮ HẰNG NHƯ
(Chân Tâm thiền thất, 04-10-2023)

9

TÌM HIỂU KHÁI QUÁT VỀ "A-LẠI-DA THỨC"

I. DẪN NHẬP

Một người được ghi nhận là bình thường, khi người đó có đầy đủ các căn và tinh thần lành mạnh. Thể xác là phần vật chất chúng ta có thể trông thấy và sờ mó được, nhưng tinh thần là phần vô hình không ai thấy nó được. Tuy vô hình, nhưng nếu không có nó thì con người sống cũng bằng như chết. Phần tinh thần đó là tâm, là cái biết của con người, trong kinh gọi là "thức".

Theo truyền thống Phật Giáo Nguyên Thủy thì hệ thống tâm lý của con người có sáu thức. Khi giác quan thuộc phần thân thể là mắt, tai, mũi, lưỡi, thân, ý tiếp xúc với đối tượng bên ngoài là sắc, thinh, hương, vị, xúc, pháp thì có sáu cái biết, đó là Nhãn thức, Nhĩ thức, Tỷ thức, Thiệt thức, Thân thức và Ý thức.

Khi Phật Giáo Đại Thừa xuất hiện, ngoài sáu thức trên người ta thấy có thêm thức thứ bảy là Mạt-Na, và thức thứ tám là A-Lại-Da. Các nhà nghiên cứu Phật học cho rằng A-Lại-Da thức là một khái niệm quan trọng của Duy Thức tông. Trước khi tìm hiểu A-Lại-Da thức có công năng như thế nào đối với đời sống của con người, chúng ta cùng lướt qua vài nét về Duy Thức để xem từ đâu mà có khái niệm A-Lại-Da thức này.

II. VÀI NÉT VỀ "DUY THỨC TÔNG"

Duy Thức Tông là một trường phái Phật Giáo Đại Thừa. Phái này có nhiều tên gọi, nhưng phổ thông nhất là Duy Thức và Du Già Hành.

- Gọi là Duy Thức, vì trên phương diện lý thuyết, trường phái này chủ trương tất cả những gì chúng ta nhận thức trong tâm chỉ là "*hình tượng*" của thế giới bên ngoài, được phản chiếu lên tâm của chúng ta do thức biến hiện.

Ngoài sáu loại thức quen thuộc mà Phật Giáo Nguyên Thủy nói đến, Duy Thức phái đề xướng thêm hai loại thức vi tế hơn tạo thành "*hệ thống tám thức*". Trong đó năm thức đầu phát xuất từ năm căn, là mắt, tai, mũi, lưỡi, thân là Nhãn thức, Nhĩ thức, Tỷ thức, Thiệt thức, Thân thức, được xếp là "*tiền ngũ thức*".

Ý thức là thức thứ sáu. Đối tượng của Ý thức là các pháp bao gồm tất cả mọi hiện tượng thế gian, kể cả những gì xảy ra trong tâm thức của chúng sanh. Thức thứ bảy là Mạt-

Na. Mạt-Na là căn cứ phát sanh Ý thức, nên còn gọi là Ý Căn. Và sau cùng thức thứ tám là thức căn bản hay nền tảng, vì nó chứa tất cả bảy thức trên gọi là A-Lại-Da thức (Ãlaya vijnãna).

- Trên phương diện pháp hành, trường phái này có tên khác là Du Già Hành (Yogãcãra) theo nghĩa chiết tự, "*ãcãra*" là sự thực hành, sự thực tập, "*yoga*" là du-già. Du Già Hành đặt trọng tâm ở sự "*thực hành thiền*" với mục tiêu đạt được sự giải thoát tối hậu.

Theo Phật sử, hai anh em tôn giả Vô Trước và Thế Thân được xem là đồng khai sáng tông Duy Thức . Tuy nhiên xét về mặt tư tưởng thì những khái niệm liên hệ đến nền tảng của tám thức, lý duyên khởi, si mê vọng chấp, giác ngộ hay duy thức... thực sự đã được lưu hành trong các bản kinh "*Giải Thâm Mật và Lăng Già*" từ khoảng một trăm năm về trước. Hai vị Vô Trước và Thế Thân đã có công nghiên cứu, khai triển và hệ thống các khái niệm này thành những tác phẩm giá trị, và lấy đó làm nền tảng cho trường phái Duy Thức sau này.

III. TÌM HIỂU KHÁI QUÁT VỀ "A-LẠI-DA THỨC

"*A-Lại-Da*" âm từ tiếng Phạn "*Ãlaya*", có nghĩa là "*cái kho chứa*", danh từ Hán-Việt là "*Tàng*". Gọi là "*Tàng*" vì A-Lại-Da thức chứa tất cả những hành vi, ý nghĩ do chúng sanh gây ra từ thân, miệng, ý. Nó là một cái kho vô hình khổng lồ, dung chứa tất cả những tác động thiện ác, vui buồn, hữu lậu hay vô lậu, từ nhiều đời nhiều kiếp của chúng sanh, gọi chung là chủng tử. Các chủng tử cùng loại, cùng tính cách trong A-Lại-Da thức sẽ tự thu hút nhau thành từng nhóm như:

chủng tử tham lam trộm cắp gom lại thành một nhóm, chủng tử ghen ghét, bất mãn, sân hận quy tụ lại thành một nhóm v.v... Tuy sắp xếp lại thành từng nhóm, nhưng chúng không hề nằm yên mà tác dụng lẫn nhau sanh ra những hành động tạo chủng tử mới. Thí dụ như các chủng tử vọng ngữ *"nói xấu hay hung dữ"* tác động lẫn nhau khiến cho chúng sanh ngày càng hay "*nói xấu*" người khác nhiều hơn, đó gọi là "*chủng tử sinh chủng tử*" (tương sinh)...

Nếu như một người lỡ "*lấy nhầm*" tiền bạc hay vật dụng của người khác, nhưng lại thường hay có hành động "*bố thí giúp đỡ*" người hoạn nạn nhiều hơn tiền bạc đã lỡ cầm nhầm, thì "*các chủng tử bố thí*" sẽ hóa giải phần nào chủng tử "*ăn cắp*" làm cho chủng tử này yếu dần đi (tương diệt).

Như vậy các chủng tử tuy ở dạng tiềm ẩn nhưng chúng có tính cách tương duyên, tương sinh, tương diệt. Những chủng tử này chính là lậu hoặc còn gọi là nghiệp. Khi nó đủ mạnh, tức chín muồi chúng sẽ hiện hành thành sự kiện xảy ra trong thực tế. Đó là lúc "*Nghiệp trổ ra trong thực tế*".

Do đó, chúng ta có thể hiểu Nghiệp có hai loại: "*Bất định nghiệp và định nghiệp*". Bất định nghiệp là các chủng tử còn tiềm ẩn, có thể chuyển hóa được bằng cách tu tập. Còn định nghiệp không thể thay đổi vì chủng nghiệp đã chín muồi, đủ điều kiện, đến lúc phải hiện hành, cho nên A-Lại-Da thức cũng có tên khác là "*Dị thục thức*". Dị là khác biệt, thục là chín muồi. Dị thục có ba ý nghĩa:

1) Dị thời nhi thục: Chủng tử nghiệp không hiện hành liền mà phải trải qua một thời gian chủng tử nghiệp chín muồi mới trổ quả.

2) Dị loại nhi thục: Khi nghiệp chín muồi, lúc hiện hành thì chuyển sang loại khác. Thí dụ như chủng tử ăn cắp tiền bạc của cải người khác, khi chín muồi sẽ trổ nghiệp. Khi nghiệp trổ thì người này cũng bị thất thoát tiền bạc, của cải, nhưng không phải do người bị cắp trước kia lấy lại, mà do chính mình làm ăn thất bại, tiền bạc nhà cửa tiêu tan, hay do con cái tiêu xài phá của v.v... Đó là quả trổ khác loại (dị loại) khi nghiệp chín muồi.

3) Biến dị nhi thục : Nghiệp đủ điều kiện hiện hành nhưng biến đổi. Thí dụ như mình vô ý hay cố tình giết hại chim muông, gà, vịt, côn trùng, kiến, gián... Khi nghiệp trổ không phải những con vật bị mình giết quay lại giết hại mình, mà khi quả báo trổ, thân mang nhiều bệnh tật, trị hoài không hết, người ta nói đó là "*bệnh nghiệp*".

Tóm lại, A-Lại-Da thức là một dòng tâm thức biến đổi không ngừng. Tất cả những hành vi, lời nói, vọng tưởng sanh khởi trong A-Lại-Da thức sẽ kéo theo nhiều vi tế Tưởng cùng phát sanh. Các pháp này luôn luôn ở trong hai trạng thái hoặc là hiện hành tức thế giới hiện tượng, hoặc là trạng thái tiềm ẩn gọi là chủng tử hay hạt giống, hạt mầm. Những hạt giống tốt xấu này liên tục tương sanh, tương diệt cho đến khi đầy đủ nhân duyên sẽ "*trổ quả*" tác động vào đời sống của chúng sanh gọi là hiện hành.

Tùy theo hạt giống nghiệp lực thiện nhiều, hay ác nhiều trong A-Lại-Da thức của mỗi chúng sanh, mà sau khi thân hoại mạng chung , sẽ thọ sanh vào cảnh giới tương ưng trong sáu cõi. Khi con người chấm dứt mạng sống, sáu tâm vương đầu sẽ ngưng hoạt động nghĩa là chết trước. Tâm vương thứ tám là A-Lại-Da thức sẽ thoát ra khỏi thân xác người chết sau cùng. Mạt-Na thức là thức thứ bảy luôn xem các chủng tử trong A-Lại-Da thức như là của chính mình. Vì đặc tính chấp ngã này, nên nó bám theo A-Lại-Da thức đi tái sanh cùng một lúc.

Vì khái niệm A-Lại-Da thức và Mạt-Na thức xuất ra khỏi thân người chết sau cùng, nên nhiều gia đình có người thân qua đời thường được khuyên không nên đụng chạm vào thân thể làm phiền người chết trong thời gian mới lâm chung, vì sợ rằng A-Lại-Da thức và Mạt- Na thức vẫn còn, có nghĩa là người này chưa hoàn toàn chết.

IV. CÔNG NĂNG CỦA "A-LẠI-DA THỨC"

1.Năng tàng (Kho chứa): A-Lại-Da thức có công năng chứa đựng, duy trì và bảo tồn tất cả những gì được chứa trong nó, bất kể pháp "*hữu lậu*" bao gồm các pháp tạp nhiễm tốt có, xấu có, lành có, ác có... do chúng sanh đã làm, có kinh nghiệm, có nhận thức về những hành vi, những suy nghĩ, hay các pháp "*vô lậu*" là các pháp thanh tịnh thuộc về thánh hiền. Nhờ có khả năng này mà các pháp đã lập không bao giờ bị tiêu mất, nó vẫn luôn tồn tại trong trạng thái chủng tử, hoặc ở trong trạng thái hiện hành.

Nhìn chung, thì A-Lại-Da thức chính là bản thân của Nghiệp. Nghiệp là do chúng sanh tạo ra qua thân, khẩu, ý. Nghiệp được phân loại, cất giữ trong A-Lại-Da thức không bao giờ mất, nó luôn tồn tại, và chờ điều kiện thuận tiện sẽ hiện hành thành quả báo. Quả báo như thế nào là do giá trị nặng nhẹ thiện ác của con người gây ra.

2. Sở tàng (đối tượng của năng tàng): A-Lại-Da thức không phải chỉ là kho tàng chứa các hạt giống gọi là Năng tàng như trên, mà nó cũng chính là những hạt giống chứa trong Tàng thức gọi là Sở tàng. Cho nên Tàng thức ở đây vừa là chủ thể, là kho chứa, vừa là những hạt giống chứa trong kho. Công năng của chủ thể hay đối tượng luôn linh động biến chuyển. Các chủng tử trong Tàng thức khi chín muồi sẽ trở thành sự kiện hiện hành. Các hiện hành (nghiệp trổ) này, sanh ra những tư tưởng, hành động mới. Các tín hiệu mới rơi trở lại vào Tàng thức thành chủng tử mới. Sự hoạt động này hoàn toàn trong vô thức, ý thức của chúng ta không can thiệp được.

3. Ngã ái chấp tàng: A-Lại-Da thức là cái nôi, là nơi phát sanh ra Mạt-Na thức, là ông chủ của Mạt-Na, nhưng Mạt-Na lại nắm lấy ông chủ, xem hiện thân ông chủ và toàn bộ các chủng tử trong A-Lại-Da thức chính là nó, của nó, thuộc về nó, nên nó yêu thương và bảo vệ. Do vậy mà Tàng thức trở thành đối tượng chấp ngã của thức Mạt-Na. Vì sự liên hệ này nên Tàng thức bị gọi là "*ngã ái chấp tàng*".

4. Công năng biến hiện: Biến hiện là công năng quan trọng của A-Lại-Da thức. Đó là khả năng làm biến chuyển các chủng tử của các pháp, làm cho chúng chín muồi, chờ có điều kiện thuận tiện là phát hiện thành hiện tượng (hiện hành, nghiệp trổ). Trong thời gian này các chủng tử ở trong trạng thái tiềm ẩn, vẫn không ngừng chuyển biến theo định luật nghiệp báo. Nếu chúng được tiếp tục nuôi dưỡng, phát triển bằng cách gia tăng thêm các chủng tử mới cùng loại, thì khi đủ sức mạnh, tức đủ duyên các chủng tử tiềm ẩn này sẽ hiện hành. Nếu các chủng tử này không được nuôi dưỡng thì sẽ bị yếu đi khó hiện hành, hoặc có thể bị đồng hóa bởi các chủng tử khác mạnh hơn, để cuối cùng bị tiêu mất không còn hiện hành nữa.

Bàn về con người, thì sự sinh diệt của một đời người chỉ là sự thay đổi trong quá trình biến chuyển của cả dòng sống. Khi con người chết đi, những "*chủng nghiệp*" dung chứa trong A-Lại-Da thức vẫn tương tục biến chuyển, và từ trong dạng tiềm ẩn chúng sẽ hiện thành một sinh mạng mới, trong một môi trường sống mới, tùy theo bản chất và giá trị của tổng thể nghiệp lực. Về phương diện này A-Lại-Da thức được xem là thức tái sinh, nó mang theo tất cả hạt giống nghiệp và tạo nên mối liên kết giữa đời sống này với đời sống kế tiếp.

Lưu ý một điểm quan trọng là theo học thuyết "*Nhân quả nghiệp báo*", con người sau khi chết không phải là chấm dứt, mà tái sanh vào một trong sáu cõi tùy theo nghiệp lực của mỗi chúng sanh đã tạo ra. Về vấn đề này chỉ có bậc giác ngộ đắc "*Thiên nhãn minh*" như đức Phật Thích Ca mới có thể nhìn thấy xuyên thấu chúng sanh tái sanh vào cõi nào sau khi chết, chứ phàm nhân như chúng ta thì không thể nào biết rõ được.

5) Vô thỉ vô chung: A-Lại-Da thức đã có trước khi chúng sanh ra đời. Khi chúng sanh đó chết rồi nó vẫn không biến mất. Và cứ như thế A-Lại-Da thức của mỗi con người có mặt từ đời này sang đời khác. Trải qua trăm ngàn muôn kiếp đời sống cá nhân đó vẫn tiếp nối, nhưng chưa ai xác định A-Lại-Da thức xuất hiện vào lúc nào, và chấm dứt khi nào trên dòng sống của con người, nên nói A-Lại-Da thức không những "*vô thỉ*" mà cũng "*vô chung*".

V. BẠCH TỊNH THỨC

Trong đời sống hằng ngày, nếu chúng sanh biết tu tập thì dần dần sở tàng của A-Lại-Da thức sẽ toàn là những chủng tử thiện lành, nghĩa là tiền ngũ thức (năm giác quan) thường xuyên tiếp xúc với chân lý Phật dạy. Việc học hỏi Pháp và thực hành Pháp sẽ tác động vào A-Lại-Da thức hiện hành ra những ngôn ngữ và hành động thanh tịnh trang nghiêm. Các hiện hành này được huân tập trở vào A-Lại-Da thức thành ra các chủng tử trí huệ.

Nếu chúng sanh trì công tu tập nghĩa là tiếp tục huân tập các chủng tử vô lậu thanh tịnh tràn ngập vào Tàng thức, cô lập các chủng tử hữu lậu nhiễm ô phiền não, nghiệp báo luân hồi, khiến chúng không còn nữa, thì bấy giờ A-Lại-Da thức xem như hoàn toàn trong sạch gọi là "*Vô Cấu thức*" còn có tên là "*Bạch Tịnh thức*" hay "*Thanh Tịnh thức, Chân Như thức, Như* Lai *thức v.v..*".

Khi chúng sanh đạt quả vị A-La-Hán thì các chủng tử hữu lậu bị hủy diệt, nhưng thật ra vẫn còn chủng tử vi tế nằm tiềm ẩn trong thức thứ tám này. Chỉ khi nào các vị A-La-Hán tiếp tục tiến tu pháp tối thắng "*Vô Phân Biệt Trí*" đạt tới quả Phật, thì thức A-Lại-Da chuyển hóa thành thức cực kỳ thanh tịnh gọi là "*Đại Viên Cảnh Trí*".

VI. KẾT LUẬN

Bài viết này chỉ nhằm đáp ứng nhu cầu giải tỏa thắc mắc của một số Phật tử, thiền sinh hữu duyên muốn hiểu biết khái quát về A-Lại-Da thức. Người soạn bài này không chủ ý đi sâu vào việc nghiên cứu chi tiết về học thuyết "*Duy Thức*", và vì vậy xin tạm ngưng phần chia sẻ để đi đến kết luận như sau.

Qua phần "*Tìm Hiểu Khái Quát Về A-Lại-Da Thức*" trên, chúng ta có thể hiểu A-Lại-Da thức chính là thức sanh ra "*tâm sinh diệt là Vọng tâm*", và cũng chính A-Lại-Da thức này hiển lộ "*tâm thanh tịnh là Chân tâm*". Cả hai mặt nhiễm và tịnh luôn tiềm ẩn trong tâm của chúng sanh. Nếu chúng sanh biết cách tu tập, sống trong chánh niệm tỉnh giác, thì sẽ có cuộc sống an lạc. Ngược lại, nếu chúng sanh mãi chìm đắm trong khát ái câu hữu với tài, sắc, danh, thực, thùy ... đương nhiên phải chịu cảnh luân hồi sanh tử vay trả, trả vay.

Đời sống của mỗi người như một dòng sông. Chiều dài dòng sông thì có khúc trong, đục, cạn, sâu, êm ả, bộc lưu... Dòng sống của con người cũng trải qua nhiều giai đoạn như vậy, khi vui vẻ, khỏe mạnh, hạnh phúc, khi bệnh hoạn, đau khổ, chán đời... Những sự kiện đó xảy ra, trong nhà Phật lý giải không phải tự nhiên mà có. Đó là do con người thừa tự những gì người đó gây ra trong quá khứ, và những gì con người tạo ra bây giờ sẽ là nguyên nhân quả báo xảy ra cho người đó trong tương lai. Tất cả những hành vi có tính cách ác độc, xấu xa, ô nhiễm, hại người hại vật, hay những hành vi thiện lương giúp người giúp đời, học hỏi tu tập khai mở trí huệ tâm linh đều được cất giữ trong Tàng thức. Khi đủ duyên thì những ô uế phẩm, hay thanh tịnh phẩm do con người tạo ra, sẽ hiện hành khiến người đó thừa hưởng quả lành hay chịu đựng quả dữ ở đời này hay nhiều đời sau... Học thuyết Nhân Quả trong nhà Phật dạy rằng không ai trốn tránh được nghiệp mình đã gây ra. Nghiệp theo con người từ đời này qua đời khác, cứ thế nó tương sanh, tương diệt, rồi lại tương sanh... và tiếp diễn mãi mãi không bao giờ dứt. Chính vì thế, con người cứ lẩn quẩn trong luân hồi sanh tử chịu khổ.

Được sanh làm người là một phước báu lớn vì không bị đọa vào ba đường dữ. Đành rằng như thế, nhưng con người sanh ra đời không ai giống ai. Có người xinh đẹp, thông minh, giàu có, nhưng cũng có người ngay lúc mới sanh ra đã chịu nhiều thiệt thòi về mặt thể xác hay tinh thần. Hoặc cuộc đời đang tràn ngập vui vẻ hạnh phúc bỗng dưng tai ương ập xuống không kịp trở tay... thì nên biết đó là kết quả của nghiệp do chính mình gây ra. Cho nên những ai sanh ra đời được sống trong điều kiện tốt đẹp hơn người, thì đừng quá tự đắc, quá đam mê hưởng thụ, bởi vì trong lúc say mê hưởng thụ, lòng dục khiến con người dễ dàng trở nên kiêu căng, ngạo mạn... tạo ra nhiều ác nghiệp. Khi phước cạn rồi, thì những nghiệp xấu còn ẩn chứa trong Tàng thức đủ sức mạnh bùng lên trổ quả!

Do đó, chúng ta cần có thái độ sống tốt lành hơn trong đời sống hiện tại dù ở trong hoàn cảnh nào. Theo lời Phật dạy, căn bản là "*không làm điều ác, thực hiện hạnh lành, giữ tâm ý trong sạch*", đó là cách giữ gìn cho ba nghiệp thân, khẩu, ý được thanh tịnh, để hóa giải những chủng tử xấu đang tiềm ẩn trong Tàng thức không cho nó có đủ điều kiện hiện hành. Xa hơn, cao hơn là tu tập theo hạnh các bậc thánh giả, ly dục, ly bất thiện pháp, thiền định, thiền quán phát huy trí huệ tâm linh, đến một ngày nào đó tất cả các chủng tử nhị nguyên hoàn toàn triệt tiêu, chỉ còn dòng Nhận thức không lời trong sáng thì A-Lại-Da thức chuyển thành Bạch Tịnh thức, người đó sẽ đạt được mục tiêu giác ngộ giải thoát./.

Nam mô Bổn Sư Thích Ca Mâu Ni Phật.

THÍCH NỮ HẰNG NHƯ

Mùa an cư 17-4-2022 - Thiền Viện CHÂN NHƯ, Navasota, Texas

Tài liệu:

-Sách "Duy Thức Học Nhập Môn"; Bài 6: A-Lại-Da thức; Tác giả: Cố Hòa Thượng Thích Thiện Hoa.

10

Ý NGHĨA "NƯƠNG THUYỀN BÁT NHÃ" LÀ GÌ?

I. Ý NGHĨA BÁT NHÃ

Trước khi tìm hiểu chủ đề "*Nương thuyền Bát nhã là gì?* " chúng ta cùng nhau tìm hiểu ý nghĩa của từ Bát nhã. Bát nhã là thuật ngữ xuất phát từ tiếng Pãli là "*Panna*", tiếng Sanskrit là "*Prajna*". Các nhà Phật giáo cổ thời Trung Hoa đã dịch âm hai từ đó là "*Bát-nhã*" có nghĩa là trí huệ hay trí tuệ, được hiểu là trí huệ toàn giác. Để phân biệt với trí huệ thông thường, các nhà Phật học Trung Hoa thường thiết lập thêm 2 từ "*trí huệ*" trước hai từ "*Bát nhã*" gọi là "*trí huệ Bát nhã*".

Theo từ gốc, đầu ngữ của "*Panna*" hay "*Prajna*" là "*Pa*" hay "*Pra*" có nghĩa là đầy đủ. Tiếp ngữ kế là "*nna*" (nana) hay "*jna*"(jnana) có nghĩa là Trí.

Như vậy "*Panna*" hay "*Prajna*" là trí huệ đầy đủ hay trí huệ tối thắng. Do vậy nên Bát Nhã được định nghĩa là "*trí huệ siêu vượt, đầy đủ, tối thắng*", và cũng được gọi là "*huệ tự phát*". Tùy lúc tùy thời, Bát nhã còn có nghĩa là Phật tánh, hoặc là tiềm năng giác ngộ, hay là tuệ giác tức trí tuệ đưa đến giác ngộ. (*)

II. NƯƠNG THUYỀN BÁT NHÃ

Như vậy "*nương thuyền Bát Nhã*" là "*nương vào tuệ giác*". Nhưng nương vào tuệ giác để làm gì? Người tu học Phật được dạy rằng nương vào tuệ giác để đến bờ giác ngộ giải thoát, nhưng gần hơn hết là để quay về với Tánh giác, sâu sắc nữa là nhận ra Phật tánh nơi chính mình.

Trí tuệ có hai loại, một loại là sự thông hiểu của ý thức qua tiến trình học hỏi thu nhập từ nơi gia đình, trường học, xã hội. Cái biết hay cái nhận thức này thuộc về kiến thức thế gian là cái biết có lời, nó có thể thay đổi theo thời gian và hoàn cảnh. Và, một loại nhận thức không lời nhờ vào tu tập mà phát huy trí tuệ của chính mình đó là cái biết của tánh giác.

Từ khi con người được sinh ra đời là đã bắt đầu sống với cái biết thế gian. Cái biết thế gian là cái biết học hỏi từ những điều do con người ở cùng một vùng, một quốc gia chế định. Thí dụ người Việt Nam, khi nói đến màu sắc, người ta phân chia và đặt ra đây là màu trắng, kia là màu vàng, nọ là màu xanh, hay kia là xe máy, xe hơi, xe lửa, tàu ngầm, tàu bay... Người quốc gia khác thì có tên gọi khác, thí dụ như người Mỹ, màu trắng họ gọi là white, màu vàng là yellow, màu xanh là blue chẳng hạn. Ngay cả mỗi con người sống trên đời này, ai cũng có một cái tên để gọi như cô Hai, cô Ba, anh Tư, anh Năm. Thú vật cũng được phân loại đây là con gà, kia là con vịt, con ngỗng, con chó, con mèo, con heo, con trâu, con bò... Kia là con kiến, nọ là con sâu, con bướm... Đây là cây thông, kia là cây cam, cây bưởi, cây ổi ... Mỗi sự kiện, mỗi hành động, mỗi thái độ, trạng thái, đều có từ ngữ dành cho nó. Thí dụ như: Đi học, đi làm, tranh cãi, bực bội, vui, buồn, thương, ghét, hạnh phúc, khổ đau v.v... Tóm lại tất cả mọi hiện tượng trên thế gian đều được đặt tên. Nhưng thật ra khi mới xuất hiện trên thế gian này, chúng không có tên. Cái nhà không nói chúng là cái nhà. Chiếc xe không nói chúng là chiếc xe. Em bé mới lọt khỏi lòng mẹ, không tự xưng mình là bé A hay bé B, cũng không tự phân biệt cho mình là con trai hay con gái.

Ngôn ngữ, tiếng nói, chữ viết, dấu hiệu, tên gọi,... là những quy ước do con người đặt ra và gán lên cho hiện tượng thế gian, tuy nó chỉ là giả danh nhưng được mọi người chấp nhận và xử dụng, lâu dần thành tập tục, tập quán, văn hóa... của một quốc gia. Kiến thức thế gian rất cần thiết, vì nhờ có nó, mà đời sống con người trong cộng đồng xã hội giữ được trật tự, nền văn minh kỷ thuật ngày một phát triển giúp cho đời sống của con người vượt qua những khó khăn được dễ dàng hơn. Nhưng ở một cái nhìn khác, người khôn ngoan hay khù khờ sống trong cái biết thế gian này, người nào cũng mong muốn được thỏa mãn sự đòi hỏi của ngũ dục, nên tham sân cũng từ đó mà xuất hiện. Tham, sân là nguồn gốc lôi cuốn con người vào những lo âu phiền não. Khi bị phiền não khống chế thì ngay lúc đó mình không còn là mình nữa, mình đã đánh mất chính mình rồi!

Tuệ giác là tánh thấy biết sáng suốt, tự nhiên và chân thật. Nó biết đối tượng qua giác quan khi mắt thấy, tai nghe, thân đụng chạm. Nếu không có đối tượng nó cũng biết, biết là không có đối tượng trước giác quan. Đặc biệt cái biết này chỉ ghi nhận mà không để vọng thức phân biệt, so sánh hay tình cảm thương ghét, tức tham-sân-ngã xen vào... Nhờ vậy mà tuệ giác có thể giúp chúng ta thoát khỏi sự cám dỗ của ngũ dục. Tánh biết thầm lặng "*đang là*" này, ai cũng có, nhưng vì tướng biết lăng xăng "*phải là*" của ý thức che lấp, nên nó nằm yên trong tâm thức. Muốn khơi dậy tánh biết, người ta phải tu tập thiền định. Nhờ thiền định, tâm loại bỏ những vọng tưởng, tham, sân, si là những thứ gây trở ngại cho sự phát huy của trí tuệ tâm linh.

III. THIỀN LÀ GÌ ?

Giáo lý nhà Phật dạy có nhiều cách tu tập giúp cho tâm hành giả được yên lặng gọi là "*định*". Khi tâm hành giả không bị cảnh trần lôi cuốn thì ngay khi đó hành giả đang sống thật với chính mình.

Trong bài kinh Tứ Đế, Đức Phật dạy cho năm anh em Kiều Trần Như, ngoài việc nhận ra sự thật về bốn đế nơi chính bản thân của mỗi người như: Sự bất toại nguyện của đời sống con người là Khổ đế. Nguyên nhân gây ra khổ gọi là Tập đế. Dẹp được nguyên nhân gây ra đau khổ, đạt được trạng thái an lạc hạnh phúc gọi là Diệt đế. Và đế quan trọng, giúp hành giả đạt được Niết-bàn, đó là Đạo đế. Trong Đạo đế có những chi ngành đề cập đến việc tu thiền định.

Đạo đế là pháp tu tập gồm tám yếu tố: Chánh kiến, Chánh tư duy, Chánh ngữ, Chánh nghiệp, Chánh mạng, Chánh tinh tấn, Chánh niệm và Chánh định, còn gọi là Bát chánh đạo. Đường lối tu tập này tương ưng với ba môn học Giới, Định, Tuệ. Chánh kiến, Chánh tư duy, thuộc về Huệ hay Tuệ, tức kiến thức hiểu biết đúng sai, thiện ác. Nhờ có học chúng ta mới hiểu những điều cao quý mà đức Phật đã dạy còn ghi lại trong Tam tạng giáo điển. Ngày xưa, người học Phật lắng tai nghe đức Phật thuyết pháp, cố tâm ghi nhớ, lặp đi lặp lại cho thuộc, nên gọi là Văn tuệ. Văn là nghe.

Ngày nay, nguồn tư liệu về Phật học nhiều hơn xưa. Các công nghệ thông tin qua internet cũng như những luận đề Phật học do nhiều nhà nghiên cứu viết và in thành sách được phát hành khắp nơi trên thế giới, giúp người muốn học Phật có thể nghe, nhìn, đọc chứ không phải chỉ học qua phương pháp lắng nghe từ một vị Thầy mà thôi! Học từ nhiều vị Thầy cao minh, cho nên kiến thức của người học có thể tích lũy và mở mang nhiều hơn. Có điều cần lưu ý, vì hiện nay tài liệu Phật pháp phổ biến tràn ngập từ nhiều người không biết đâu là thật, đâu là giả, cho nên người học Phật cần phải có trí năng sáng suốt, đừng để bị rơi vào mê hồn trận bởi tà kiến.

Yếu tố thứ hai trong Bát chánh đạo là Chánh tư duy. Chánh tư duy tương ưng với Tư tuệ, nghĩa là dựa trên kiến thức có được qua Chánh kiến hay Văn tuệ, người học Phật cần phân tích, tổng hợp nguồn thông tin ấy, rồi suy tư, phân giải... cho đến khi bản thân mình thực sự thông hiểu rõ ràng những gì mình đã nghe đã học. Đó là Tư tuệ.

Nhưng kết quả của Chánh kiến, Chánh tư duy hay Văn tuệ, Tư tuệ không giúp người ta thoát khổ được. Nó chỉ giúp cho người học mở mang kiến thức thế gian hay kiến thức Phật học. Nếu không khéo thì kết quả này chỉ tô bồi thêm cho bản ngã ngày một kiêu ngạo thêm! Vì thế bước tiếp theo cần phải ứng dụng lời Phật dạy để trải nghiệm, chứng ngộ chân lý trên thân tâm.

Trong Tăng Chi Bộ Kinh, đức Phật dạy ngoài việc học thuộc lòng kinh, đọc tụng lưu loát kinh, hay thuyết pháp cho mọi người nghe những gì mình đã học thuộc lòng, thì đó chưa phải là tu hành theo đúng pháp. Mà vị Tỳ-kheo tu đúng pháp ngoài việc nhuần nhuyễn giáo lý, tụng kinh, thuyết trình... còn cần phải nỗ lực chuyên chú vào nội tâm an chỉ, tức thực hành thiền định giúp nội tâm ngừng hẳn mọi tư duy suy nghĩ, từ đó ánh sáng tuệ trí mới có cơ hội phát huy. Được như thế, thì vị đó mới thực sự sống theo pháp. (**)

Các chi kế trong Bát chánh đạo là Chánh ngữ, Chánh nghiệp, Chánh mạng. Ba chi này thuộc về Giới học, có công năng giữ cho hành vi của thân khẩu được thanh tịnh không tạo nghiệp xấu.

Chánh tinh tấn, Chánh niệm, Chánh định là phần tu tâm còn gọi là tu Thiền. Vậy Thiền là gì? Thiền hay Thiền-na là tiếng phiên âm của từ gốc Pãli là *"dhyãna"*. Khi Phật giáo truyền tới Trung quốc, người Hoa không phát âm được chữ "*dhyãna*" mà đọc trại thành "*Chána*". Sang đến Nhật Bản thì từ này được người Nhật phát âm thành "*zen*". Người Việt Nam đọc theo âm Hán Việt là "*Thiền*" hoặc "*Thiền-Na*". Thiền-na được giải thích nghĩa là "*tĩnh lự*". Tĩnh là yên lặng, trái ngược với dao động, còn lự là tư duy, suy nghĩ. Thiền-na nghĩa là tâm dừng suy nghĩ, dừng hoạt động của tư duy.

Thiền là phương pháp tu tập rèn luyện tâm ý từ vọng động chuyển sang vắng lặng, bằng cách hướng tâm vào một đề mục duy nhất, với một nội dung duy nhất, mục đích không để niệm khác xen vào. Tu Thiền tiến triển qua hai giai đoạn: Thiền chỉ và Thiền định.

"*Chỉ*" nghĩa là dừng lại các hoạt động của tâm ý bằng phương pháp hướng tâm, đặt tâm vào một đối tượng, loại tất cả những chướng ngại làm tâm dao động gọi chung là vọng tưởng. Khi tâm và đối tượng thể nhập thành một, thì đạt được trạng thái yên lặng gọi là "*nhất tâm*". Khi nhất tâm được phát triển vững chắc thì có Định. Người ta nói thiền Chỉ đưa đến thiền Định là vậy!

Khi tâm ở trong trạng thái vắng lặng, an tịnh, thì tuệ giác vốn có sẵn trong mỗi chúng ta sẽ phát huy. Đức Phật đã từng dạy tâm con người vốn sáng như mặt trăng, nhưng bị mây che nên trăng bị lu mờ. Chúng ta có thể hiểu đức Phật ví mặt trăng như là cái tâm sáng suốt, còn mây che ám mặt trăng xem như là cái bản ngã tham, sân, si, mạn, nghi, tà kiến ngăn che khiến ánh sáng trí huệ không hiển lộ được. Muốn cho mặt trăng hay tuệ giác phát huy trọn vẹn tánh sáng của nó thì phải dẹp cái mớ ô nhiễm, vọng tâm đi. Tuệ giác ở đây chỉ cho cái chức năng sáng suốt, chiếu sáng, soi sáng như mặt trăng.

Người tu tập có Chánh niệm vững chắc luôn "*tỉnh táo, sáng suốt*" nhận rõ những gì đang xảy ra ngay trong thực tại, thì không bị tham sân khởi lên, hoặc nếu chúng khởi lên, lập tức nhận ra chúng ngay tức khắc, và không để chúng lôi cuốn mình vào trò chơi tạo nghiệp. Nói cách khác, mình không bị đồng hóa theo bản ngã tham sân si.

Bản ngã là gì? Thực ra, bản ngã chỉ là sản phẩm ảo của cái hiểu biết phàm phu không đúng về hợp thể năm uẩn của thân tâm, cho năm uẩn này chính là mình (ngã), của mình (ngã sở). Sống ở đời, hầu như người nào cũng bị ảo ngã, tham sân ảnh hưởng, khiến con người ta hôm nay thủ vai trò này, ngay mai lại đóng vai trò khác. Đó là vì chúng ta đang sống theo cái vọng tâm, vọng nghiệp, vọng chấp... nay cười mai khóc... nên sầu bi, khổ, ưu, não chiếm ngự... biến chúng ta thành con người vô minh, không sao thoát khỏi bánh xe luân hồi sanh tử!

III. KẾT LUẬN

Trở lại chủ đề "*Nương thuyền Bát nhã là gì?*" chúng ta hiểu rằng "*Nương thuyền Bát nhã*" chính là "*Nương vào thuyền Tuệ giác*". Nhưng thuyền Tuệ giác sẽ đưa chúng ta đi đâu, về đâu? Người tu theo đạo Phật hiểu rằng: Nương thuyền Bát Nhã để trở về với bổn tâm, bổn tánh, vốn tự nó thanh tịnh sáng suốt. Đó là tánh biết, là năng lực biết của mình.

Năng lực biết này có công năng soi sáng thực tại, như là tấm gương phản ảnh những gì trước nó. Sự vật như thế nào nó phản ảnh lại như thế. Nó chỉ soi sáng chứ không can thiệp, không chào đón cũng không xua đuổi, cứ để yên cho thực tại hiện rõ bản chất của chúng, tự sinh tự diệt... từ đó nhận thức đúng đắn bản chất hiện tượng đời sống là Vô thường, Khổ, Vô ngã... nên buông bỏ không chấp trước bất cứ những thịnh suy, vinh nhục, thành bại, hạnh phúc hay đau khổ xảy ra trong cuộc đời.

Khi biết mà không dính với tất cả những pháp thế gian hạnh phúc hay phiền lụy, thì ngay khi đó tâm trở về trạng thái tĩnh lặng, cái biết tự tánh sẽ hiển lộ, đây là cái biết của trực giác. Cái biết trực giác này sẽ phát huy đến vô lượng, đưa người thực hành vượt qua bể khổ đến bờ giác ngộ giải thoát...

Nam Mô Bổn Sư Thích Ca Mâu Ni Phật
THÍCH NỮ HẰNG NHƯ
An cư Kiết Xuân 03/02/2024
(Thiền Viện CHÂN NHƯ, Navasota, TX)

Tài liệu:

(*)Theo giáo trình giảng dạy lớp Thiền Căn Bản của HT. Thích Thông Triệt. (**) Tăng Chi Bộ (Anguttara Nikaya) Chương V: Năm pháp- (73) Sống Theo Pháp. Bản dịch Việt ngữ của HT. Thích Minh Châu.

11

"NGŨ UẨN GIAI KHÔNG" LÀ GÌ?

I. DẪN NHẬP:

Là thiền sinh Phật tử, chúng ta rất quen thuộc bài kinh "*Bát Nhã Tâm Kinh*". Mở đầu là câu: "*Quán Tự Tại Bồ Tát hành thâm Bát nhã Ba-la-mật đa thời chiếu kiến ngũ uẩn giai không độ nhất thiết khổ ách*". Câu kinh này được giải thích là đức Tự Tại Bồ Tát đã qua thời gian hành trì thâm sâu và mở được con mắt tuệ, còn gọi là trí tuệ Bát nhã. Đây là trí tuệ của bậc giác ngộ đến bờ giải thoát. Với trí tuệ tâm linh siêu vượt này, Bồ-tát soi chiếu thấy thân tâm "*đều không*", nên vượt qua tất cả mọi khổ ách! Chủ đề hôm nay là tìm hiểu về "*Ngũ uẩn giai không*" nên trước hết chúng ta cần biết Ngũ uẩn là gì? Ngũ uẩn liên hệ như thế nào đối với thân tâm của chúng ta? Rồi sau đó mới tìm hiểu tại sao "*Ngũ uẩn lại giai không*"?

II. NGŨ UẨN LÀ GÌ?

Ngũ là năm. Uẩn có nhiều nghĩa, như: chắc chắn, nhóm, thành phần hay yếu tố. Trong bài này chúng ta có thể hiểu nhiều yếu tố họp lại nên gọi là uẩn. Kinh "*Vô Ngã* Tướng", Phật dạy rằng: Con người kết hợp bởi hai phần: Vật chất là Sắc, và tinh thần là Danh. Danh và Sắc do nhiều yếu tố hợp lại mà thành.

- Sắc: Do đất, nước, gió, lửa hợp lại gọi là Sắc uẩn. Ở đây Sắc uẩn chỉ cho con người gồm nội tạng và 6 căn: Mắt, Tai, Mũi, Lưỡi, Thân và Ý thức gọi là 6 nội xứ. Sáu nội xứ nằm trên thân mình. Đối tượng của 6 nội xứ là: Sắc (hình dáng), thanh, hương, vị, xúc, pháp gọi là 6 ngoại xứ. Sáu nội xứ của mình lại là 6 ngoại xứ của người đối diện. Để ý thêm một chút thì nội xứ này, trở thành ngoại xứ của nội xứ kia.

Thí dụ: *Con mắt là nội xứ của mình. Khi con mắt nhìn xuống bàn tay. Bàn tay tức nội xứ thân, trở thành ngoại xứ của nội xứ mắt.*

Khi 6 nội xứ tiếp xúc 6 ngoại xứ hình thành 6 nhận thức, phân biệt. Đó là Nhãn thức, Nhĩ thức, Tỷ thức, Thiệt thức, Thân thức, Ý thức. Gọi chung là 18 giới.

- Tâm thì có: Thọ, Tưởng, Hành, Thức. Mỗi yếu tố này cũng do nhiều thành phần hợp lại nên gọi là Thọ Uẩn, Tưởng Uẩn, Hành Uẩn và Thức Uẩn.

- *Thọ uẩn:* Là những cảm giác của thân hay, cảm thọ của tâm có ba loại: (1) Thọ Lạc: Thích thú hay hạnh phúc. (2)

Thọ khổ: Không thích hay phiền não. (3) Thọ trung tín: Cảm thọ không thương cũng không ghét, an nhiên hay thọ xả.

- *Tưởng uẩn:* Có nhiều mạng lưới tưởng như: mạng lưới ý nghĩ, mạng lưới biết có lời hay không lời, mạng lưới liên tưởng và ấn tượng ghi sâu vào tâm thức v. v… Tưởng ở đây có công dụng ghi nhận hình ảnh đối tượng hiện tại, hoặc nhớ nghĩ chuyện quá khứ hay tưởng tượng chuyện tương lai.

- *Hành uẩn:* Là uẩn thứ hai trong Thập Nhị Nhân Duyên. Hành uẩn cũng là uẩn thứ tư trong ngũ uẩn. Hành uẩn trong ngũ uẩn là phản ứng của Tâm còn gọi là Tâm sở. Trong kinh ghi rằng Hành có 50 tâm sở, còn hai tâm sở nữa là Thọ và Tưởng. Trong 50 tâm sở, quan trọng nhất tác ý (cetanã). Tác ý chủ động điều hành tập hợp các tâm sở tương ứng tạo nên Ý nghiệp. Ý nghiệp dẫn đầu, thân và khẩu nghiệp theo sau.

- *Thức uẩn:* Thức được xem là sự hiểu biết của con người. Là cái biết so sánh, phân biệt tốt xấu, phải quấy hai bên, gọi là tâm nhị nguyên. Thông thường Thức có tính quyết định nói ra lời và hành động tùy theo tâm Hành, tạo nên khẩu và thân nghiệp.

Thân người hay Sắc, thì ta có thể trông thấy sờ mó được. Còn Danh hay Tâm thì trừu tượng không hình tướng, nhưng Tâm là một tiến trình được hình thành dựa trên cơ chế ngũ uẩn trong thân xác con người. Tâm "*biết*" suy nghĩ, vui, buồn, giận hờn, yêu thích. Tâm trạng của Tâm được biểu lộ qua ánh mắt, đôi môi, âm thanh và tứ chi giúp người đối diện nhận ra sự có mặt của Tâm.

III. TIẾN TRÌNH THÀNH LẬP "NGŨ UẨN SINH DIỆT"

Sự thành lập ngũ uẩn bắt đầu từ các giác quan của thân như: mắt, tai, mũi, lưỡi, thân, ý, trong kinh gọi là sáu nội xứ hay sáu căn. Khi giác quan tiếp xúc đối tượng ngoại trần là hình dáng, thanh, hương, vị, xúc, pháp, sẽ sinh một loạt tín hiệu tác động vào Thọ, Tưởng, Hành và Thức. Tín hiệu đó, như một làn điện xẹt rất nhanh vào tâm con người và ngay sau đó Thức phản ứng, nói ra lời hay hành động, hoặc đè nén giữ lại trong tâm sự thích thú hay sự bất mãn.

Dù phản ứng như thế nào đi nữa, thì ngũ uẩn cũng đã được thành lập, và ngũ uẩn này được xem như là "***ngũ uẩn sinh diệt***" còn gọi là "***Ngũ uẩn luân hồi sinh tử***". Thí dụ về một tiến trình thành lập ngũ uẩn như sau:

"Vào một buổi sáng sớm, mình nhìn thấy ly cà phê bốc khói, hương thơm ngào ngạt, trong đầu tác ý muốn uống. Khi các căn: mắt, mũi, lưỡi, tay (tiếp) xúc với đối tượng là ly cà phê, thì lần lượt Thọ, Tưởng, Hành, Thức, tức ngũ uẩn có mặt.

"Tay nâng ly cà phê thấy nặng hay nóng, cảm thấy khó chịu là Thọ đã có mặt. Khi uống vài ngụm cà phê, lưỡi cảm thấy mùi vị đặc trưng của cà phê ngọt-béo-đắng. Mũi ngửi mùi thơm, mình cảm thấy vừa ý, thích thú, khoan khoái, đó là cảm giác "vui thích" tức "tham vi tế "đã có mặt.

"Tín hiệu thích mùi vị của cà phê từ Thọ tác động qua mạng lưới Tưởng. Tưởng thành lập hình ảnh ly cà phê trong đầu, tiếp theo là mạng lưới liên tưởng đến một loạt hình ảnh về những ly cà phê đã có lần thưởng thức trong quá khứ và

mong muốn tiếp tục uống cà phê ngon trong tương lai....

" Tín hiệu từ Tưởng chuyển sang Hành. Tại đây Hành hoạt động, do thích hay không thích mà phản ứng thành "Tâm tham" hay "Tâm sân".

"Sau cùng tín hiệu tác động qua Thức. Thức là cơ chế nhận thức (biết), phân biệt. Rất nhanh chóng tùy theo phản ứng của Hành, mà Thức quyết định nói ra lời hay có hành vi thích hợp."

Tiến trình này khởi ra khi các căn (mắt, tay, mũi, lưỡi) thuộc Sắc, tiếp xúc với trần cảnh (ly cà phê). Ngay khi đó Thọ, Tưởng, Hành, Thức có mặt. Như vậy, toàn bộ Ngũ uẩn có mặt. Kể ra thì dài, nhưng thực sự tiến trình này xảy ra chỉ trong tích tắc. Một ngày, không biết bao nhiêu lần các căn tiếp xúc cảnh trần tác động vào tâm khiến Thọ, Tưởng, Hành, Thức luôn dao động, sinh khởi, rồi lập tức diệt mất. Do vậy mà chúng cũng có ba đặc tính chung là "*vô thường, khổ, vô ngã*".

Trên đây là tiến trình thành lập "*ngũ uẩn sinh diệt*" của người phàm phu chưa biết tu tập. Tâm của người này luôn dao động bởi tham, sân, si, mạn, nghi, tà kiến. Do sống trong Vọng Tâm, có khi tạo nghiệp lành, cũng có khi tạo nghiệp dữ, nên khi thân hoại mạng chung không thể thoát ra khỏi vòng luân hồi sinh tử!

"NGŨ UẨN GIAI KHÔNG" LÀ GÌ?

Đọc kinh, chúng ta nhớ lời Phật dạy: "*Các hành đều vô thường*" *hay "tất cả các pháp hữu vi đều vô thường, vô ngã"*. Ngũ uẩn hay con người cũng là pháp hữu vi do nhiều điều kiện hợp lại mà thành, nên Ngũ uẩn cũng vô ngã.

Vậy Vô ngã là gì? Vô ngã đồng nghĩa với vô chủ, là những pháp không vững chắc, không trường tồn vĩnh cửu bất biến. Khác với Vô ngã, Ngã là chủ tể, là vững bền mãi với thời gian, là thường hằng. Rất tiếc Ngũ uẩn không thường hằng nên Ngũ uẩn vô ngã!

Tư duy lời Phật dạy, chúng ta thấy những điều Ngài thuyết giảng vô cùng chính xác. Tất cả mọi vật trên đời đều do nhiều nhân nhiều duyên hợp lại mà thành. Khi duyên tan rả thì vạn vật cũng từ duyên mà biến mất. Con người hay ngũ uẩn do nhiều yếu tố hợp lại mà thành. Tất cả các yếu tố thành lập nên ngũ uẩn không có yếu tố nào bền vững, nên ngũ uẩn cũng vô thường vô ngã rỗng không. Khi nhận ra ngũ uẩn không phải "là ngã, là ta, của ta" thì lấy gì đau khổ? Cho nên kinh ghi: "*Quán Tự Tại Bồ Tát hành thâm Bát Nhã Ba-la-mật đa thời chiếu kiến ngũ uẩn giai không, độ nhất thiết khổ ách"*.

Với trí huệ Bát nhã, Bồ tát đã nhận ra Tánh Không của Ngũ uẩn, tức không có một thực thể cố định nào hết từ Ngũ uẩn. Không có thực thể cố định thì "*Ngũ uẩn có*" chỉ là "*giả có"*, gọi là giả vì "*có mà tạm bợ*" chứ không trường tồn nên không phải "*thật có*".

"*Giả có*" mà mình cho là "*thật có*" thì đó là mình mê lầm. Nhưng "*giả có"* mà nói "*Không có*", thì không đúng với sự thật trước mắt. Vì vậy không thể khẳng định là Không, cũng không thể khẳng định là Có.

Khi đã ngộ ra rằng thân ngũ uẩn không thật (nhân vô

ngã) và lời nói khen chê của ai đó cũng không thật (pháp vô ngã). Chẳng qua chỉ tạm bợ hư dối! Bản thân hư giả, người đối diện hư giả, lời nói hư giả, cái khổ sở hay hạnh phúc nếu có, cũng là hư giả... Không dính mắc, thì thoát khỏi tất cả mọi khổ ách.

Tóm lại "*Ngũ uẩn giai không*" trong lời dạy này của đức Phật, là khi giác quan tiếp xúc với đối tượng, tâm hành giả biết nhưng không phản ứng thích thú hay chán ghét, tâm không nói thầm về đối tượng, thì Tánh biết có mặt. Tánh biết là cái biết rõ ràng lặng lẽ, trong sáng, khách quan, là cái lóe sáng đầu tiên của Tánh giác. Lúc bấy giờ toàn bộ ngũ uẩn yên lặng, không có cái Ta, cái của Ta hay Tự ngã của Ta trong đó, hành giả thoát khỏi mọi lậu hoặc, khổ đau.

"***Ngũ uẩn yên lặng***" là "***ngũ uẩn giai không***" còn như tâm dao động là có mặt "***ngũ uẩn sanh diệt***". Khi hiểu thấu được muôn vật hay chính bản thân mình đều là "*duyên hợp*", "*không thực chất tính*" nên "***Ngũ uẩn có mà cũng như không có***" gọi là "***Ngũ uẩn giai không***" . Thấu hiểu được như vậy thì khổ ách nào cũng qua hết!

THÍCH NỮ HẰNG NHƯ

(Ngày 30/7/2023, Sinh hoạt trên On line với hai đạo tràng Thiền Tánh Không Sacramento và San Jose CA).

12

HỌC THUYẾT
" THƯỜNG-LẠC-NGÃ-TỊNH "

I. DẪN NHẬP

Đến với đạo Phật, người Phật tử thường được dạy các pháp nền tảng như: Quán, Chỉ, Định, Huệ. Quán là nhìn các pháp bằng con mắt tâm. Quán lâu dài, hành giả sẽ nhận ra mọi thứ trên đời đều thay đổi theo không gian, thời gian. Riêng con người chẳng những thay đổi hình tướng bên ngoài, mà cái tâm cũng thay đổi từng giây từng phút. Lúc nghĩ thiện, khi nghĩ ác, lúc vui vẻ, khi phiền muộn… Đã thế tâm còn chất chứa đầy vẫy những tham, sân, si, là những thứ ô nhiễm khiến con người ta thường ở trong trạng thái dao động tạo nghiệp, nên cái tâm đó bị xem là tâm bất tịnh, gọi là Vọng tâm. Thực ra, tâm thì chỉ có một. Khi nó dao động thì gọi là Vọng tâm, là tâm của kẻ phàm phu. Khi nó yên lặng, trong sáng, thanh tịnh thì gọi là Chân tâm, là tâm của bậc Thánh.

Do sự thực tập phép Quán, thấu hiểu được đặc tánh của hiện tượng thế gian là *"Vô thường, Khổ, Vô ngã"*, từ đó có khả năng thoát khỏi khổ đau, nhờ sự chuyển hóa của tâm thức về các sự kiện tác động lên tâm thể của người đó. Khổ hay hạnh phúc khởi sinh rồi sẽ biến đi không ở mãi với mình. Khi pháp đến, mình chỉ cần tỉnh thức nhìn pháp đến, pháp trụ, rồi pháp đi… Pháp là pháp, pháp không phải là mình, mình không vướng mắc với pháp, thì tâm mình sẽ được bình ổn.

Tuy hiện tượng thế gian "*Vô thường, Khổ, Vô ngã*" có tác dụng chuyển hóa tích cực cho những ai hành trì nó, nhưng trên thực tế, vô minh phiền não vẫn chưa hoàn toàn diệt tận, bởi lậu hoặc, tập khí, kiết sử, tùy miên chỉ bị cô lập chứ chưa thực sự biến mất, do đó sự thoát khổ, giác ngộ của hành giả chưa được rốt ráo. Trong kinh Đại Bát Niết Bàn, đức Phật cho rằng con đường đạo chưa thể dừng lại ở mức này, mà phải tiến xa hơn với pháp "*Thường, Lạc, Ngã, Tịnh*" tức tu tập hướng tới Niết-Bàn. (*) Vậy thế nào là "*Thường, Lạc, Ngã, Tịnh*"?

II. "THƯỜNG, LẠC, NGÃ, TỊNH" LÀ BỐN ĐỨC TÍNH CỦA NIẾT BÀN

Niết-bàn phiên âm từ tiếng Phạn là Nirvãna (Sanskrit), Nibbãna (Pali), dịch theo Hán Việt là "*diệt độ*", "*diệt tận*", "*tịch diệt*", "*bất sinh*" hay "*giải thoát*". Do vậy, Niết-bàn không phải là một thực thể, một nơi chốn tận cùng an lạc nào đó, không phải đợi đến khi chết đi mới nhập Niết-bàn, mà Niết-bàn tồn tại trong thâm tâm của mỗi con người. Theo quan niệm của Phật giáo thì Niết-bàn là trạng thái tâm thanh tịnh tuyệt đối, nghĩa là tâm dập tắt hoàn toàn ngọn lửa tham, sân, si. Người đạt được trạng thái Niết-bàn là người có thái độ sống an nhiên tự tại "*thường, lạc, ngã, tịnh*" ngay trong vòng xoáy "*Vô thường, bất toại nguyện và vô ngã*" nơi thế gian này! "*Thường, lạc, ngã, tịnh*" được xem là bốn đức tánh thù thắng của Niết-bàn. Ý nghĩa của bốn trạng thái này qua lời Phật dạy như sau:

- Đức thứ nhất của Niết-Bàn là "THƯỜNG": Sự giác ngộ đạt đến cảnh giới Niết-bàn là sự giác ngộ vĩnh viễn không biến đổi nên gọi là Thường. Niết-bàn hay Phật tánh hiện hữu tồn tại vĩnh cửu không biến hoại, không thay đổi trong bất cứ thời gian hay không gian nào.

Trong Kinh Đại Bát Niết Bàn, phẩm "*Thánh Hạnh*", Đức Phật giảng về tánh THƯỜNG của Niết-bàn hay Phật tánh như sau: "*... Thiện nam tử! Phật tánh không sanh không diệt, không đến không đi, chẳng phải quá khứ, vị lai, hiện tại, chẳng phải do nhân làm ra, cũng chẳng phải không nhân không tạo tác, không người tạo tác, chẳng phải tướng, chẳng phải không có tướng, chẳng phải có tên, chẳng phải không tên, chẳng phải danh sắc, chẳng dài chẳng ngắn, chẳng phải bị nắm giữ trong ấm, giới, nhập. Vì thế Phật tánh gọi là THƯỜNG. Thiện nam tử! Phật tánh là Như Lai. Như Lai là pháp, pháp tức THƯỜNG*". (**) (hết trích).

- Đức thứ hai của Niết-Bàn là "AN LẠC": An có nghĩa là tâm tư bình thản an ổn không bị khuấy động bởi những dục vọng, những lo âu, những tính toán hơn thua được mất, hay những nhớ nghĩ tiếc nuối về quá khứ hoặc suy tính tưởng tượng những ảo vọng tương lai. Lạc là niềm vui chân thật, thanh thản. Người tu đạt tới cảnh giới Niết-bàn thì có hạnh phúc, có an lạc nhưng hạnh phúc, an lạc của Niết-bàn vượt ra ngoài thế gian, không phải là thứ hạnh phúc chìm đắm trong ngũ dục: tài, sắc, danh, thực, thùy của trần thế! An Lạc của Niết-bàn là hiện tại tuy sáu căn của cơ thể là: mắt, tai, mũi, lưỡi, thân, ý tiếp xúc với bất cứ loại pháp trần: sắc, thanh, hương, vị, xúc, pháp nào… cũng bình thản tiếp nhận niềm vui bằng trí tuệ giác ngộ, biết chúng là *"vô thường, bất toàn, vô ngã"* nhưng vẫn duy trì được sự an tịnh và tự do, vẫn luôn an trú trong thế giới tịnh lạc xuất trần, không bị ràng buộc dính mắc thương yêu ghét bỏ, hay sợ hãi, như người đang sống trong cõi trần tục, đang hưởng hạnh phúc mà lo sợ cái hạnh phúc đang hưởng lúc nào đó sẽ biến mất!

- **Đức thứ ba của Niết-Bàn là "NGÃ"**: Ngã đây không phải là chấp Ngã (chấp ngũ uẩn là ta, của ta, tự ngã của ta). Ngã này là ngã tuyệt đối thanh tịnh, là sự tự do, tự tại, không bị nô lệ vào quá khứ, hiện tại hay tương lai. Không nô lệ tức là được tự do, tự do không bị ràng buộc điều gì thì được giải thoát điều đó! Ngã này mới thật là Ngã chủ thể, Ngã thường hằng, Ngã không sinh không diệt, Ngã có chủ quyền, vì Ngã không bị bất cứ sự trói buộc nào của lậu hoặc, kiết sử, tùy miên, tham, sân, si, mạn, nghi, tà kiến.

Từ trước đến nay, học Phật, chúng ta biết toàn bộ giáo pháp của Ngài giảng dạy về sự thật Vô ngã, nhằm mục đích diệt trừ những khái niệm về Ngã ích kỷ, chấp trước đưa tới khổ đau cho con người!

Trong kinh "*Đại Bát Niết Bàn*", phẩm "*Như Lai Tánh*", khi tôn giả Ca-Diếp nêu thắc mắc về "*Ngã*", đức Phật giải thích rằng "*Ngã Niết-bàn*" là "*Phật tánh*", ai cũng có. Nhưng vì bị vô minh, phiền não che lấp nên chúng sanh không nhận ra được. Đoạn văn đó như sau: "*Này thiện nam tử! Ngã tức là nghĩa Như-Lai Tạng. Tất cả chúng sanh đều có Phật tánh tức là nghĩa của Ngã. Nghĩa của Ngã như vậy từ nào tới giờ thường bị vô lượng phiền não che đậy, vì thế nên chúng sanh chẳng nhận thấy được." (***)* (hết trích).

Cũng trong phẩm "*Như Lai tánh*", đức Phật thuyết rằng Phật tánh là Ngã. Tánh Ngã này không sanh không diệt, không hư hoại, luôn có mặt, nhưng người thường không thể thấy được, chỉ những bậc đắc Vô thượng Chánh đẳng Chánh giác mới nhận ra: *"Phật tánh là hùng mãnh, không thể hư hoại, cho nên không có gì có thể phá hoại được. Phật tánh chẳng bao giờ có thể đoạn dứt. Tánh Ngã ấy chính là tạng Như Lai bí mật, không gì có thể làm cho hư hoại tiêu diệt. Dầu không thể phá hoại, nhưng người thường không thể thấy được. Nếu đắc Vô thượng Chánh đẳng Chánh giác mới chứng biết được nó. Vì lẽ ấy, không ai có thể phá hoại được Phật tánh* (***) (hết trích)

Kinh cũng cho biết, đức Phật vì muốn giúp cho người đời thoát khỏi quan niệm chấp ngã hư vọng, nên Ngài dạy pháp tu Vô ngã để tâm người đó được thanh tịnh: ".... *Vì độ chúng sanh nên dạy pháp tu Vô ngã. Nhờ tu pháp đó dứt hẳn tâm chấp Ngã, được nhập Niết-bàn. Vì trừ những vọng kiến trong đời nên thị hiện pháp xuất thế gian. Lại chỉ rõ quan niệm chấp ngã của người đời là hư vọng chẳng phải chơn thật, nên dạy pháp tu Vô ngã để được thanh tịnh*" (***) (hết trích).

- Đức thứ tư là Niết-Bàn là "TỊNH": Tịnh nghĩa là trong sạch thuần khiết, không bị ô nhiễm, không còn bị lầm lỗi, dù chỉ là một lỗi nhỏ như hạt bụi. Đó là trạng thái vắng lặng, thanh bình nội tâm, với một cảm giác hoàn toàn tự do tự tại. Phật tử chúng ta thường được khuyến khích tu tập giữ gìn ba nghiệp thân, khẩu, ý thanh tịnh. Thân, khẩu, ý là cửa ngỏ gây nên ác nghiệp và cũng là cửa ngỏ tạo nghiệp lành. Khi cả ba thân, khẩu, ý lúc nào cũng được thanh tịnh, thì hành giả luôn cảm nhận được sự an lành, hạnh phúc.

Tóm lại "*thường, lạc, ngã, tịnh*" là bốn đức của Niết-bàn. Thường là thường hằng, không thay đổi, không sinh diệt. Lạc là không yêu ghét, không bận lòng trong bất cứ tình huống nào, luôn thảnh thơi với niềm vui thoát tục. Ngã là tự do, tự tại, luôn bình thản không bị trói buộc bởi bất kỳ pháp nào, dù là hữu vi hay vô vi. Tịnh là trong sạch, sáng suốt, thanh tịnh hóa toàn bộ vô minh dục vọng, dù hành giả đang sống giữa đời thế tục. Bốn đức tính này tương quan liên hệ với nhau. Trong thường có lạc, có ngã, có tịnh. Trong ngã có thường, có lạc, có tịnh. Trong tịnh có thường, có lạc, có ngã tự do tự tại. Trong lạc cũng ẩn chứa ba đặc tính kia!

III. GÚT LẠI

Theo Phật Giáo Đại Thừa : "*Thường, lạc, ngã, tịnh*" là bốn thuộc tính của Niết-bàn không thay đổi, không sinh diệt, là trạng thái thanh tịnh nhất, cao quý nhất, là mục tiêu của người tu đạo Phật. Muốn chứng ngộ cảnh giới này, hành giả không thể không tu tập thiền. Vậy thiền là gì?

Thiền, tiếng Pali là "*bhavana*". Danh từ này có nghĩa

là "*phương pháp, tu dưỡng, trau dồi, phát triển...*". Đạo Phật có hai phương thức chính trong việc thực hành thiền. Đó là thiền Chỉ (*Samatha bhavana*) và thiền Quán (*Anupassana bhavana*). Thiền Chỉ là cách luyện tập giúp tâm dừng lại, không suy nghĩ, không nói thầm trong não. Nhờ vậy tâm được yên lặng thanh thản, nhưng trạng thái tâm yên lặng thanh thản này không được vững chắc, nên thiền Chỉ là bước đầu, là nền tảng đưa đến thiền Định (*Samadhi bhavana*). Hành giả thành tựu các bậc thiền Định (*Sơ thiền, Nhị thiền, Tam thiền và Tứ thiền*) sẽ lần lượt đạt được trạng thái tĩnh lặng, thanh thản, hạnh phúc từ sơ cơ đến sâu sắc ngay trong hiện tại, nhất là khi đã hoàn toàn loại ra khỏi tâm trí những tham, sân, si, mạn, nghi, tà kiến; nhằm nuôi dưỡng phát triển tâm từ, bi, hỷ, xả v.v…

Thiền Quán (*Anupassana bhavana*): Nhìn liên tục bằng tuệ tri nhận ra bản thể của vạn pháp là "*Vô thường, Khổ (xung đột, bất toại nguyện), Vô ngã (không thực chất tính*), gọi là Tam pháp ấn. Kết quả: Cô lập lậu hoặc, tập khí, kiết sử, tùy miên. Từ thiền Quán tiến thêm một bước nữa là thiền Huệ hay Tuệ.

Thiền Huệ hay thiền Tuệ: Là cách thực hành hướng đến (như lý tác ý) sự phát triển của trí tuệ và thông suốt về tâm linh. Tuệ có hai mức độ:

-Một là Vipassana bhavana, ngày nay người ta gọi là Tuệ Minh Sát. Tuệ Minh Sát là pháp tu tập quan sát, thấy, biết "*cái đang là*" của pháp xuất hiện ngay trong hiện tại, dần nhận ra sự luân hồi sanh diệt của mọi hiện tượng thế gian. Từ đó không còn chấp ngã, chấp pháp nữa.

-Mức cao hơn là tuệ tự phát, tức tuệ tâm linh, còn gọi

là (tuệ) Bát Nhã, tiếng Pali là Panna, tiếng Sanskrit là Prajna. Hành giả phải tọa thiền vào định sâu, mới bật ra trí huệ tâm linh có: Trực giác, siêu trực giác, sáng kiến mới lạ, biện tài vô ngại, tứ vô lượng tâm v.v…

Thiền Chỉ là nền tảng của Định, thiền Quán là nền tảng của Tuệ. Cả hai có chức năng riêng biệt và phương pháp thực hành khác nhau, nhưng lại liên hệ hỗ trợ cho nhau trong suốt quá trình tu dưỡng tâm linh phát huy trí tuệ của thiền giả.

Nhìn chung, công dụng của thiền Định giúp tâm giải thoát (tâm thanh tịnh, trong sáng). Còn thiền Quán giúp tuệ giải thoát (tức giải thoát những cái biết mê lầm trói buộc, trả lại cái biết như thật, như vậy). Khi tâm và tuệ hoàn toàn giải thoát thì hành giả đạt được cảnh giới Niết-bàn "*thường, lạc, ngã, tịnh*".

Trong một bài viết hướng dẫn thiền sinh tu tập để đạt được trạng thái tâm yên lặng, cố Thiền sư Thông Triệt giảng về "*thường, lạc, ngã, tịnh*" như sau:: "*Thường là thường hằng trong không dục vọng. Lạc là không còn chạy khắp Tây, Đông, tìm vui sướng xác thân nhục dục. Ngã là luôn luôn bình thản trong bốn oai nghi, sống thanh thản trong không si mê ái dục. Tịnh là tịnh hóa toàn bộ dục vọng…*" (****)

Tóm lại, đạt được bốn đức tính "*thường, lạc, ngã, tịnh*", các vị Bồ-tát với lòng đại từ đại bi, với tâm nguyện tự giác, giác tha. Các Ngài ấy ứng thân một cách vô ngại không ngăn mé vào đời sống ô nhiễm khổ đau của nhân thế, thực hành Bồ-tát đạo hóa độ chúng sanh. Công tác tự nguyện này thật là nhiêu khê, không dễ dàng chút nào, bởi thế giới Ta Bà này là thế giới của Nhân quả, thế giới của trả nghiệp, vui có, buồn có, tử tế có, xằng bậy có, nên chúng sanh có người dễ dạy, cũng có người thật vô minh cứng đầu. Nhưng dù Bồ-tát lội ngược dòng nước xoáy, đi dưới trời mưa to giông bão như thế nào đi nữa, thì các Ngài vẫn cảm thấy trong lòng có niềm vui thoát tục, đó là thường an lạc, thanh tịnh, tự do tự tại, an trú trong "*Hữu Dư Y Niết-bàn*".

THÍCH NỮ HẰNG NHƯ

(29/5/2023, Thiền thất CHÂN TÂM, Richmond, Texas)

Tài liệu:

(*) Kinh Đại Bát Niết Bàn, bản Hán Tạng, do Cố Đại lão HT. Thích Trí Tịnh chuyển dịch sang Việt ngữ. (**) Phẩm Thánh Hạnh. (***) Phẩm Như Lai Tánh. (****) Thơ: "Thường Lạc Ngã Tịnh", Tác giả: Cố Thiền Sư Thích Thông Triệt.

13

TẮM RỬA NỘI TÂM

Tắm rửa là việc làm cần thiết để giữ gìn vệ sinh thân thể. Người ta chăm sóc tắm rửa kỳ cọ thân hằng ngày bằng xà phòng thơm tho, nhưng lại quên phần tinh thần là tâm, cũng cần được vệ sinh tắm rửa như thân vậy. Đề cập việc tắm rửa tâm, sẽ có người nói rằng tâm không có hình tướng thì lấy cái gì để tắm rửa vệ sinh. Các vị thiền sư tu tập theo pháp Phật khẳng định rằng tuy tâm không có hình dáng, nhưng chúng ta có thể phân biệt được lúc nào tâm khỏe mạnh và lúc nào tâm bệnh hoạn.

I. TÂM Ô NHIỄM, NHIỀU BỆNH TẬT CẦN TẨY RỬA

Trong giáo lý nhà Phật, tâm bệnh hoạn là khi tâm bị những chất ô nhiễm làm dơ bẩn tâm. Cần tắm rửa loại trừ những chất bẩn này, thì tâm mới bình an khỏe mạnh. Những chất ô nhiễm đó chính là những căn bệnh được đặt tên là tập khí, lậu hoặc, kiết sử, tùy miên... Các bệnh này chứa chấp những đam mê thương ghét, hận thù, nó trói buộc con người vào những tham, sân, si, mạn, nghi, tà kiến. Nặng nề hơn nữa là căn bệnh chấp ngã. Vì chấp ngã nên sinh ra các biến chứng khác như ngã ái, ngã dục, ngã kiến, ngã chấp. Vì chủ quan nên tâm tưởng thường méo mó, luôn có thành kiến, định kiến, thiên kiến. Ngoài ra tâm còn có căn bệnh say mê ngũ dục như tài, sắc, danh, thực, thùy, khiến thọ, tưởng, hành, thức luôn dao động, đưa đẩy con người nhìn cuộc đời bằng cái tâm ích kỷ, phân biệt, nhị nguyên tốt xấu, thương ghét, ưa hay không ưa, mong muốn cái này là của mình, cái kia là của mình v.v… Từ những tư tưởng xấu xa trong tâm đưa đến hành động, lời nói, gây tổn thương cho chính mình và những người xung quanh, đồng thời tạo ra không biết bao nhiêu là nghiệp nhân bất thiện.

Do những quấy rầy liên tục xảy ra như vậy khiến tâm con người luôn bất an, tinh thần không lúc nào được ổn định. Để chấm dứt tình trạng này, tâm cần được tẩy rửa làm vệ sinh để trị dứt những căn bệnh gây phiền não cho con người. Vấn đề an tâm quan trọng đến nỗi xưa kia, ngài Thần Quang, sau này là Nhị Tổ Huệ Khả, đã không ngần ngại chặt đứt cánh tay của mình làm lễ vật dâng lên Tổ Bồ Đề Đạt Ma để cầu pháp thiền "*an tâm*".

Tóm lại, tâm ô uế bệnh hoạn là tâm lúc nào cũng dao động đầy vẫy tham sân si, hễ niệm này vừa chấm dứt thì niệm khác sinh khởi, không bao giờ yên lặng, cho nên đức Phật gọi tâm này là "*tâm sinh diệt*", các vị Tổ thì xếp nó là "*vọng tâm*". Muốn tâm trở về trạng thái yên lặng thanh tịnh, "*bất sinh bất diệt*", hay "*chân tâm*", thì phải chính cái tâm ô nhiễm đó tu tập, từ từ cởi bỏ những thứ mà nó đã cất giữ, để tâm được trong sạch.

II. PHƯƠNG THỨC TU TẬP

Giáo lý nhà Phật dạy có bốn phương thức tu tập, đó là Quán, Chỉ, Định, Huệ.

- **Tu Quán hay thiền Quán** để hiểu rõ đặc tính của vạn pháp là vô thường, khổ, vô ngã, và chấp nhận nó. Chấp nhận vì biết chắc rằng mọi thứ đến rồi sẽ đi, không có cái gì là bền vững trên cõi đời này. Tiền tài, danh vọng, hay tình yêu cha, mẹ, vợ, con, nhà cửa, xe cộ, hạnh phúc đang có trong tay tưởng chừng vô cùng bền vững, nhưng rồi sẽ có một ngày tất cả những thứ mà mình yêu mến đó sẽ vuột mất khỏi lòng bàn tay mình. Đó là những vật ngoài thân, thôi thì không bàn!

Vậy chứ ngay tấm thân ngũ uẩn của con người đây thì sao? Con người khi còn trẻ thì khỏe mạnh yêu đời. Nhưng thời gian trôi qua, tuổi trẻ đi dần đến tuổi già. Một ngày, một năm trôi qua sức khỏe, sự sáng suốt của người trẻ cũng đi dần đến bệnh hoạn, già nua, yếu đuối, tâm trí không còn nhanh nhẹn sắc bén như thời còn trai trẻ nữa. Trong Tương Ưng Bộ Kinh (Samyutta Nikãya) ghi lại lời đức Phật mô tả sự vô thường xảy ra trên chính thân thể Ngài như sau: *"Thật vậy, này Ananda, tuổi già thay thế tuổi trẻ, bệnh tật đẩy lui sự khỏe mạnh, cái chết làm ngưng sự sống. Mầu da của ta không còn tươi tốt và trong sáng như xưa, bắp thịt chân tay ta yếu đi và da nhăn nheo, thân thể ta nghiêng về phía trước, sự thay đổi cũng thấy rõ trên các giác quan...."* .

Như vậy, tất cả mọi thứ trên đời này, đều sẽ tùy duyên thay đổi theo không gian thời gian. Cho nên chúng ta phải quán cho rõ, hiểu cho thấu về *"vô thường, khổ, vô ngã"* của vạn hữu, để tâm không chấp trước, buồn khổ, khi mọi thứ đột nhiên thay đổi bất như ý.

- Thiền Chỉ là phương pháp tu tập giúp tâm dừng lại, không phóng nghĩ lung tung trong lúc đi, đứng, nằm, ngồi, ăn, uống, hay ngắm cảnh v.v…. Tu Chỉ giúp tâm dần dần quen với trạng thái tâm yên lặng. Khi giác quan tiếp xúc với trần cảnh không để tâm chạy theo cái thấy, cái nghe, cái xúc chạm, khiến tâm dao động. Trong kinh gọi pháp này là *"thu thúc hay hộ trì sáu căn"* .

- Thiền Định là phương pháp tu tập, chú tâm vào một đề mục để giữ tâm yên lặng. Thí dụ như mượn *"hơi thở vô-ra"* làm đề mục tập trung, để vọng tưởng, hay năm triền cái tham, sân, hôn trầm, thụy miên và nghi ngờ không có cơ hội trồi lên. Khi hành giả nhập định sâu, sóng tâm yên lặng vững chắc. Kinh mô tả trạng thái tâm lúc này *"định tĩnh, thuần tịnh, không cấu nhiễm, không phiền não, nhu nhuyễn, ngoài lý luận..."*. Điều này, cho thấy thiền Định chính là phương pháp tắm rửa làm sạch cái tâm ô nhiễm, trị dứt những căn bệnh gây ra phiền não.

- Thiền Tuệ: Có hai mức độ, thiền *Vipassana tức "tuệ minh sát"*. Luôn giữ chánh niệm tức cái *"biết như thật"*, khi đối duyên xúc cảnh, tâm bây giờ và ở đây, tức là tâm không quay về quá khứ, không vọng tưởng tương lai cũng không dính mắc với dục vọng hiện tại. Hành giả có thể tu tập theo kinh Tứ Niệm Xứ dạy. Đó là quán bốn xứ Thân, Thọ, Tâm, Pháp. Những gì xảy ra trên Thân, Thọ, Tâm, Pháp như thế nào trong khi tọa thiền, hành giả chỉ biết như thế ấy. Cái biết này là biết không lời, là tự tánh biết. Cái biết như tấm gương ghi nhận đối tượng xuất hiện trong tâm, diễn tiến và chấm dứt như thế nào thì biết y như vậy, không tác ý can thiệp.

- Sâu sắc hơn là Trí tuệ Bát Nhã (Panna/Prajna) là trí biết của trực giác. Khi tâm an trú trong định sâu, trí tuệ tâm linh tự phát. Trí này thấu hiểu mọi vạn vật, mọi sự kiện trong vũ trụ mà không cần học hỏi hay suy nghĩ phán đoán gì cả. Giai đoạn này tánh giác, hay Phật tánh, hay tiềm năng giác ngộ tự phát sáng. Trí tuệ Bát Nhã là trí tuệ vô sư, không còn phân biệt hai bên (nhị nguyên), tức không còn chủ thể và khách thể. Đây là một loại trí tuệ siêu vượt của các bậc Thánh đã bước được qua "*bờ bên kia*" (paramita) là bờ giác ngộ, và nó còn phát huy đến vô thượng gọi là chánh đẳng chánh giác, là Phật.

III. BƯỚC ĐẦU TU TẬP

Tùy theo căn cơ mà chúng ta chọn lựa pháp môn thích hợp tu tập để dễ tiến trên đường tu. Nhưng dù chọn pháp môn nào thì trước hết chúng ta cũng phải tuân theo lời Phật dạy. Phải học hỏi, tư duy giáo lý nhà Phật, để có Chánh tri kiến, nghĩa là phải có ý thức hiểu biết việc nào đúng việc nào sai. Việc nào làm khổ người, khổ mình thì nên tránh, việc nào mang hạnh phúc đến cho mình, lại làm khổ người khác thì cũng không nên làm. Trong kinh thường nhắc đến bài kệ ngắn "*Không làm các điều ác; Vâng làm các việc lành; Thanh tịnh hóa tâm ý*".

Như vậy giáo lý nhà Phật dạy chúng sinh trước khi tu

tập tiến tới giác ngộ giải thoát luân hồi sinh tử, phải nhắm đến ba mục tiêu tu hành như sau: Thứ nhất là không có những hành động xấu ác làm hại người, hại mình, hay có lợi cho mình mà hại người. Trong kinh gọi đó là hành động bất thiện. Thứ hai là siêng năng làm các việc thiện lành mang an lạc, hạnh phúc đến cho chúng sinh và cho cả bản thân mình. Trong kinh gọi đó là hành động thiện. Thứ ba là phần tu tâm, hành giả hành trì các pháp môn tu tập để cho tâm thức đạt được vắng lặng tỉnh thức.

Thực hành các pháp tu làm lợi lạc cho chúng sanh, hành giả ngày càng phát huy được tâm Từ, tâm Bi. Nhờ có tâm Từ thương chúng sanh nên hành giả mới phát tâm Bi làm việc thiện lành bố thí, giúp đỡ, an ủi mọi người. Và vì mới tu tập nên ý thức luôn dặn dò mình nên giữ niệm thiện, xa lìa niệm ác. Tuy tâm còn phân biệt, còn chọn lựa nhị nguyên, nhưng nhờ chọn tâm thiện lành đưa đến hành động thiện lành. Kết quả người được giúp an vui, từ đó tâm trí hành giả cũng được an vui.

Muốn tiến thêm trên con đường tâm linh thì hành giả bước thêm một bước nữa. Đó là quán câu hỏi của Tổ Huệ Năng "*không nghĩ thiện, không nghĩ ác, cái gì là "bản lai diện mục" của Thượng Tọa Minh?* ". Bản lai là xưa nay, diện mục là bộ mặt thực. Khi tâm không khởi niệm thiện, cũng không khởi niệm ác, lúc đó tâm rơi vào vô niệm, tức không có niệm nào khởi lên cả. Khi tâm không còn niệm nào hết, tâm trống rỗng, chỉ có dòng nhận thức không lời đó là "*bản lai diện mục*" là bộ mặt thật, là chân tâm, là tánh giác, hay Phật tánh. Lúc đó tâm hành giả ở trong trạng thái Xả (vô niệm) tức tâm vắng lặng mà tỉnh thức, không còn dính mắc chấp trước bất cứ một thứ gì trên đời này cả.

IV. PHÁP TU LỤC ĐỘ

Trong kinh Đại thừa dạy pháp tu *"Lục độ"* gồm: Bố thí, Trì giới, Nhẫn nhục, Tinh tấn, Thiền định, Trí tuệ. Hành giả có thể tắm rửa làm vệ sinh cho cả thân và tâm qua đường tu "Lục độ".

- Bố thí: Giúp đỡ những người thiếu thốn nghèo khổ bằng tiền tài vật chất, bằng lời nói an ủi, bằng chỗ dựa tinh thần v.v... Đây là hành giả thực hành lời Phật dạy làm việc thiện lành mang niềm vui, hạnh phúc, xoa dịu nỗi lo âu, sợ hãi của chúng sanh. Tu hạnh bố thí giúp cho hành giả diệt trừ bớt lòng tham, san bằng lòng ganh ghét, đố kỵ, phát triển tâm Từ tâm Bi ngày một nhiều hơn.

- Trì giới: Người Phật tử tuân giữ năm giới cấm: Không giết hại mạng sống của người hay thú vật. Không lấy của không cho. Không tà hạnh. Không nói dối. Không xử dụng những chất say nghiện làm lu mờ lý trí. Trì giữ không phạm giới cấm giúp cho hành giả dừng lại trước hàng rào phân chia đạo đức và tội ác. Nhờ vậy hành giả không phạm lỗi, giữ được ba nghiệp thân, khẩu, ý thanh tịnh.

- Nhẫn nhục: Là hạnh chịu đựng những khó khăn, trở ngại, quyết không lùi bước trên đường tu. Không sanh tâm khởi niệm khi tiếp duyên xúc cảnh. Người tu hạnh nhẫn nhục sẽ loại trừ được tâm Sân hận. Sân hận bị xem là chất độc nguy hại trong ba độc tham, sân, si.

- Tinh tấn: Có ý chí và nghị lực không lùi bước trước những nghịch cảnh trên đường tu, quyết siêng năng phấn đấu tu tập vượt qua biển sinh tử để đến bờ giác ngộ. Tinh tấn là nhiên liệu cần thiết hỗ trợ cho việc tu hành miên mật không giải đãi lười biếng.

- Thiền định: Tập trung tư tưởng vào một đề mục để giữ nội tâm yên lặng, không một niệm nào khởi lên trong tâm. Có vị thiền sư định nghĩa: "*Thiền là bên ngoài không dính mắc vào trần cảnh, định là nội tâm yên lặng*" thật là chính xác.

Thiền định là phương pháp tắm rửa vệ sinh cái tâm ô nhiễm thành thanh tịnh trong sáng là phương thuốc hữu hiệu điều trị những căn bệnh về thân và tâm. Nhờ định lực vững chắc nên tâm bình thản trước mọi sóng gió của cuộc đời. Tóm lại, thiền định giúp tâm sạch sẽ, yên lặng (thanh tịnh). Thanh tịnh là phương tiện để đi đến cứu cánh là trí tuệ.

-Trí tuệ: Đức Phật là bậc giác ngộ vô thượng, là thầy của trời người, nên chúng đệ tử của Phật cũng hướng tới mục tiêu giải thoát giác ngộ như Ngài. Trí tuệ Bát Nhã là trí tuệ siêu việt, quán triệt chân tướng của vạn pháp. Đây là trí tuệ của chư Phật, chư Bồ tát.

"*Lục độ*" là sáu cách tu tập. Tuy chư Tổ phân chia như vậy, nhưng cả sáu pháp đều liên hệ mật thiết với nhau. Khi thực tập pháp này thì năm pháp kia có mặt để hỗ trợ.

Trong kinh Phát Triển cũng có dạy pháp môn "***Lục độ Ba-la-mật***". Lục độ ba-la-mật cũng là sáu phương pháp tu tập như lục độ, nhưng pháp này cao hơn dành cho các bậc Thánh, bậc A-la-hán. Hiện tại, chúng ta hãy còn là người phàm phu nên bước đầu thực hành "***lục độ***" để chuyển tâm phàm thành tâm thánh. Rồi từ đó tiến tu thêm.

V. KẾT LUẬN

Tóm lại con người có hai phần thân và tâm. Cả thân và tâm đều quan trọng như nhau. Tâm gá vào thân để hiện hữu. Thân nhờ tâm chủ trì hướng dẫn để xử sự và hành động. Trên đường tu giải thoát giác ngộ, Kinh dạy "*nhận thức và hành vi*" phải thanh tịnh, tức thân và tâm phải thanh tịnh. Vì trí tuệ và căn cơ của chúng sanh khác nhau, cho nên đức Phật mới bày ra nhiều pháp tu. Các phương pháp tu tạm ví như nước sạch và các loại shamppoo dùng để tắm rửa thân tâm. Pháp tu có khác nhưng pháp nào cũng nhắc nhở chúng sinh phải giữ tâm ý ngay thẳng trong sạch. Tâm ý có trong sạch thì hành vi mới trong sạch. Cho nên cốt lõi của việc hành trì tu tập để thân và tâm đi đến chỗ thanh tịnh là phải "*tắm rửa thân tâm*" bằng bất cứ pháp tu nào thóch hợp với mình....

Nam Mô Bổn Sư Thích Ca Mâu Ni Phật,

THÍCH NỮ HẰNG NHƯ

(Chân Tâm thiền thất, Sept 16-2022)

14

THẾ NÀO LÀ THIỀN CHỈ ?

I. DẪN NHẬP

Phật sử ghi nhận Thiền đã có từ lâu đời, trước khi Bồ-tát Siddhartha Gautama xuất gia cầu đạo giải thoát. Cụ thể là Bồ-tát đã từng học thiền với hai vị đạo sĩ Ãlãra-Kãlama và Uddaka- Ramãputta. Họ là hai vị đạo sĩ nổi tiếng ở Ấn Độ thời đó.

Thiền tiếng Pali là *"bhavana"* dùng để chỉ những pháp thực hành nhằm rèn luyện tâm, đưa tâm về với thực tại, chấm dứt mọi vọng tưởng điên đảo, gạn lọc tham sân si, làm chủ tư tưởng cũng như bản thân trong đời sống hằng ngày, đem an lạc lại cho chính mình và cho mọi người xung quanh....

Thiền theo từ nguyên gốc Ấn Độ. Tiếng Sanskrit là *"dhyãna"*. Tiếng Pãli là *"jhãna"*. Người Trung Hoa dịch theo âm là "*Ch'ana*". Chữ Thiền hay thiền-na là dịch theo âm

Hán-Việt.

Thiền-na có hai nghĩa. Thứ nhất là "*suy tư, tĩnh lự*". Tĩnh là yên lặng, lự là tư duy, suy nghĩ. Nghĩa thứ hai là "*đốt cháy*". Đốt cháy cái gì? Đó là đốt cháy các bất thiện pháp, cụ thể là các triền cái và các kiết sử phiền não. Nội dung cơ bản của Thiền Phật giáo gồm Thiền Chỉ (Samatha bhavana) và Thiền Quán (Vipassana bhavana).

II. THẾ NÀO LÀ "THIỀN CHỈ" ?

Thiền Chỉ, tiếng Pali là "*Samatha*". Nó có một từ nữa mang nghĩa tương đồng gọi là "*Samadhi*", tức là Định. **"Chỉ"** là dừng lại. Tịnh Chỉ là dừng sự suy nghĩ, lăng xăng, tán loạn, chấm dứt sự đuổi bắt đối tượng, khi một trong sáu căn tiếp xúc với ngoại cảnh. Khi tâm yên lặng vững chắc thì gọi là định. "Thiền **Định**" có nghĩa là nhiếp tâm, gom tâm, định tâm vào một đối tượng, không để bị chi phối bởi bất cứ một yếu tố nào khác.

Tại sao cần phải gom tâm lại? Bởi vì tâm con người thường hay suy nghĩ lung tung. Sở dĩ tâm hay dao động, là vì hằng ngày, mắt, tai, mũi, lưỡi, thân, ý ... xem như sáu cánh cửa đều được mở, và như thế khách trần của mỗi căn được tự do vào ra căn nhà tâm không trở ngại. Như mắt nhìn hình ảnh, vật chất. Tai nghe âm thanh. Mũi ngửi mùi hương. Lưỡi nếm vị. Thân xúc chạm. Ý suy nghĩ. Tiếp xúc với đối tượng đẹp, hợp với ý mình, thì có ngay cảm giác yêu thích. Hễ yêu thích thì muốn giữ lấy.

Thí dụ như đi siêu thị thấy cái áo đẹp thì muốn mua.

Đến quày khác thấy đôi giày vừa ý, cũng muốn mua. Cái gì vừa ý cũng muốn. Khi khởi tâm muốn, tức là khởi niệm tham. Còn như tiếp xúc với đối tượng xấu, bản ngã không ưa không thích, thì đó là tâm sân. Tham và sân là nguyên nhân gây ra phiền não khổ đau cho con người.

Muốn dẹp phiền não thì tâm phải đình chỉ tham và sân. Muốn đình chỉ tham hay sân, thì Ý phải yên lặng khi nhận thông tin từ năm giác quan gởi đến. Yên lặng bằng cách trói buộc Ý vào một đối tượng duy nhất, chẳng hạn như gom tâm vào hơi thở ra vô, hay trú tâm vào hình tượng đức Thế Tôn v.v... để tâm không chạy lang thang theo ngoại cảnh. Đó là pháp hành Thiền. Hơi thở, hoặc hình ảnh được xử dụng để nhiếp tâm hay cột tâm trong lúc hành Thiền gọi là "*đề mục*".

Tóm lại, khi hành giả dừng suy nghĩ và để tâm theo dõi một đối tượng duy nhất với niệm biết, thì gọi là thiền Chỉ. Thiền Chỉ là pháp tu tập giữ tâm ý ở trạng thái yên tĩnh, có tác dụng dẹp các vọng niệm thường khởi lên những ham muốn, những ưu tư. Hành thiền Chỉ, giúp thân an, tâm an gọi là định.

III. CÁC ĐỀ MỤC CỦA THIỀN CHỈ (ĐỊNH)

Sách Thanh Tịnh Đạo (Visuddhimagga), do ngài Phật Âm (Buddhaghosa) người Ấn Độ soạn thảo. Trưởng lão Nànamoli Thera người Anh tu tại Tích Lan dịch sang Anh văn. Sau này, Ni sư Thích Nữ Trí Hải dịch từ bản tiếng Anh sang Việt ngữ. Sách Thanh Tịnh Đạo có đề cập đến 40 đề mục hành thiền và phân loại như sau: *Mười biến xứ, mười bất tịnh, mười tùy niệm, bốn phạm trú, bốn vô sắc xứ, một tưởng và một phân tích.*

- 10 biến xứ: Đất, nước, gió, lửa, xanh, vàng, đỏ, trắng, ánh sáng, hư không.

– 10 bất tịnh tướng: Là 10 giai đoạn trong tiến trình phân hủy của một tử thi. *Đó là thây trướng phình, thây xám xịt, thây máu mủ, thây nứt nẻ, thây bị thú ăn, thây phân lìa, thây rã rời, thây chảy máu, thây bị sâu dòi đục, bộ xương.*

– 10 tùy niệm: Là tùy niệm Phật, tùy niệm Pháp, tùy niệm Tăng, tùy niệm Giới, tùy niệm bố thí, tùy niệm chư Thiên, niệm sự chết, niệm thân (32 thể trược), niệm hơi thở và tùy niệm sự bình an (Niết-bàn).

– 4 phạm trù Từ, Bi, Hỷ, Xả không giới hạn. Những đề tài thiền này còn được gọi là Tứ Vô Lượng Tâm.

– 4 Vô sắc là: Không vô biên xứ, Thức vô biên xứ, Vô sở hữu xứ và Phi tưởng phi phi tưởng xứ. Đây là những đối tượng đưa đến bốn thiền chứng tương ưng, gọi là thiền Vô sắc.

- Một đề mục tưởng: Quán tưởng thức ăn bất tịnh

– Một đề mục phân tích: Là sự phân tích tứ đại, tức phân tích thân này thành bốn yếu tố đất, nước, lửa, gió.

IV. NĂM TRIỀN CÁI

Triền nghĩa là trói buộc. Cái là ngăn che, cản trở. Năm triền cái là năm kiết sử cản trở hành giả khi tọa thiền. Đức Phật liệt kê những pháp chướng ngại đó là: *Tham, Sân,*

Hôn trầm/Thụy miên, Trạo cử/Hối quá, Hoài nghi. Hành giả tu thiền cần phải nhận diện nó rõ ràng để diệt trừ nó.

1) Tham dục : Là trạng thái mong cầu dục lạc qua năm đối tượng của giác quan là sắc dáng, âm thanh, mùi hương, vị nếm và cảm xúc. Thí dụ đơn giản như đang lúc ngồi thiền, mà tâm khởi muốn cái này, muốn cái kia, khiến mình không thích ngồi thiền nữa. Cho nên tham dục là triền cái thứ nhất ngăn trở việc hành thiền.

2) Sân hận: Chỉ trạng thái bực bội, khó chịu vì đau chân, mỏi lưng, mỏi cổ trong lúc ngồi thiền khiến cho tâm hành giả không được yên.

3) Hôn trầm/Thụy miên: Hôn trầm là trạng thái uể oải, lười biếng, chán chường. Thụy miên là trạng thái rủ rượi, thụ động, buồn ngủ. Hai chi pháp hôn trầm, thụy miên này có chung đặc tính là không thích nghi với đề mục tu tập, nó khiến cho niệm biết của hành giả trở nên lỏng lẻo, yếu ớt, rời rạc, và từ đó đưa đến ngủ gục ngay trong khi thiền mà hành giả không hề hay biết.

4) Trạo cử/ Hối quá : Chỉ trạng thái tâm lăng xăng, bồn chồn, lo lắng, suy nghĩ lung tung, như con *"khỉ chuyền cành"* . Khi ngồi thiền chúng ta mới thấy cái tâm mình quá loạn động, nhớ nghĩ lung tung , đó là tâm phóng dật. Còn hối quá là trạng thái đặc biệt của trạo cử, là những lỗi lầm phạm phải từ trước, bây giờ trồi lên khuấy động tâm. Trạo cử và hối quá có chung tính chất là khuấy động tâm khiến tâm không được an.

5) Hoài Nghi: Là trạng thái nội tâm đặt nhiều câu hỏi rối ren trong lúc hành giả cần yên lặng để tiến sâu hơn vào tâm thức. Thông thường hoài nghi 4 điều: Phật, Pháp, Tăng và học giới. Về đức Phật thì ít nghi. Về Pháp thì tự hỏi: "*không biết pháp đang tu tập có đưa đến kết quả tốt không*?" Về học giới thì nghi ngờ: "*không biết vị Thầy dạy pháp tu này có thực đúng hay không*?" Có khi hoài nghi chính bản thân mình "*không biết mình tu tập như vầy có đạt được kết quả gì hay không?*" Những thắc mắc nghi ngờ đặt không đúng thời đúng lúc khiến tâm dao động, làm lu mờ tánh biết thanh tịnh trong lúc tọa thiền.

Năm triền cái này là những pháp chướng ngại khiến hành giả không thể hành thiền được. Trong kinh ví năm loại triền cái giống như năm dạng nước vẩn đục như: *- Tham dục giống như tô nước bị pha lẫn các màu xanh, vàng, đỏ, trắng - Sân giống như nồi nước bị đun sôi sùng sục. – Hôn trầm thụy miên giống như hồ nước bị rong rêu che phủ. – Trạo hối giống như mặt nước bị gió thổi làm cho gợn sóng. - Nghi được ví như hồ nước bị quậy bùn đục ngầu.*

Một thau nước hay một hồ nước bị năm thứ này vẩn đục, thì không thể soi mặt, không thể thấy gì dưới đáy thau. Cũng vậy khi tâm bị năm triền cái ám thì tâm bị ô nhiễm không thể vào định được. Trong kinh đức Phật ví tâm người ô nhiễm là hồ nước đục. Muốn cho tâm yên lặng trong sạch. Hành giả tu tập làm xuất hiện năm thiền chi, mỗi nhân tố thiền chi sẽ chế ngự được một triền cái.

V. " NĂM THIỀN CHI " LÀ GÌ ?

Nhân duyên khiến năm triền cái bị triệt tiêu là năm thiền chi. Năm thiền chi đó là: *Tầm, Tứ, Hỷ, Lạc, Định (Nhất tâm).* Ý nghĩa của các thiền chi như sau:

1) Tầm (vittaka): Nghĩa đen là "*tư duy*", là "*suy nghĩ* " thường xuất hiện với chữ Tứ trong kinh. Tầm là tâm sở có nhiệm vụ hướng tâm, mang tâm đến đề mục thiền định. *Giống như một con bướm, con ong tìm thấy một bông hoa và hăng hái bay về hướng bông hoa, đó là Tầm.*

2) Tứ (vicãra): Tứ thường có nghĩa là rà soát, kiểm tra. Ở đây yếu tố Tứ có nhiệm vụ rà soát, neo tâm, duy trì tâm gắn kết trên đề mục thiền. Như vậy Tầm đem tâm đến đối tượng thiền. Còn Tứ neo chắc, dán chắc tầm trên đối tượng thiền ấy. *Canh chừng giữ cho chú bướm đậu trên đóa hoa đó là nhiệm vụ của Tứ.*

3) Hỷ (pĩti): Hỷ là một tâm sở, là sự hứng thú, hân hoan, vui thích trên đối tượng. *Như chú bướm hứng thú hút nhụy hoa, đó là Hỷ.*

4) Lạc (sukha): Lạc là tâm sở có trạng thái dễ chịu, thỏa mãn hài lòng, bình yên, an ổn... trên đề mục thiền định. *Hút mật hoa thoải mái, chú bướm thỏa mãn hài lòng đó là lạc.*

5) Nhất tâm (Ekaggatã) hay là **định**: Là trạng thái an chỉ, yên lặng, bất động trên đề mục khi tất cả các triền cái vắng mặt.

Mỗi thiền chi có chức năng và nhiệm vụ để chế ngự và đoạn trừ mỗi triền cái tiêu biểu. - *Chi Tầm hoạt động hướng tâm đến đối tượng, nên chế ngự tâm lười biếng không muốn để ý đến đối tượng, đó là triền cái hôn trầm thụy miên. - Chi Tứ rà soát, thấy rõ tâm đang dán chặt vào đối tượng, nên đoạn trừ triền cái hoài nghi. - Chi Hỷ là sự hân hoan vui thích trên đối tượng. Hân hoan vui thích đối nghịch với triền cái sân là bất mãn, không ưa. - Lạc là tâm sở hài lòng, bình an, đoạn trừ triền cái trạo hối là dao động và hối hận là hối quá. - Nhất tâm hay định, là trụ tâm vững chắc vào đối tượng, không còn quan tâm đến những gì khác nên đoạn trừ triền cái tham dục.*

Bên cạnh chức năng và nhiệm vụ chính là mỗi thiền chi đoạn trừ mỗi triền cái tương ứng. Các thiền chi cũng làm nhân làm duyên, để hỗ trợ nhau trong việc đoạn trừ năm triền cái. Như Tầm tạo duyên cho Tứ. Tứ tạo duyên cho Hỷ. Hỷ tạo duyên cho Lạc. Lạc tạo duyên cho Định.

VI. BỐN TẦNG THIỀN HỮU SẮC

– Sơ thiền: Muốn chứng Sơ thiền, trong kinh dạy hành giả phải "***ly dục, ly bất thiện pháp***" và có đủ 5 yếu tố xuất hiện trong tâm, đó là: ***"Tầm, Tứ, Hỷ, Lạc, Nhất tâm***". Khi hành giả ngồi thiền với tâm tĩnh lặng không ham không muốn, không mong không cầu gì hết, thì đó là ly dục. Còn ly bất thiện pháp, là khi ngồi thiền, tâm hành giả chỉ đặt trên đề mục hành thiền, không nghĩ thiện nghĩ ác, thân ngồi yên một chỗ, không làm phiền hay tổn hại đến bất cứ ai. Nhờ vậy mà có hỷ lạc. Hỷ lạc này có được là do Tầm do Tứ mang đến.

- Nhị thiền: Từ Sơ thiền tiến lên Nhị thiền, **hành giả tịnh chỉ Tầm và Tứ, chỉ còn Hỷ, Lạc, Nhất tâm, chứng và trú thiền thứ Hai.** Một trạng thái Hỷ Lạc do định sanh, không Tầm không Tứ, nội tĩnh Nhất tâm. Sở dĩ bây giờ hành giả buông Tầm Tứ không trở ngại, là vì tâm hành giả đã yên lặng vững chắc, không bị hôn trầm hay trạo cử kéo tâm đi lang thang,

- **Tam thiền:** Từ Nhị thiền, muốn đạt được tầng thiền thứ Ba, **hành giả phải ly Hỷ.** Nghĩa là hành giả buông yếu tố Hỷ, trú vào tâm Xả tức trú vào tâm Định (Nhất tâm). **Bây giờ chỉ còn Lạc và Nhất tâm**. Trong kinh ghi hành giả ly Hỷ trú Xả, chánh niệm tỉnh giác, thân cảm sự lạc thọ, mà các bậc Thánh gọi là "*xả niệm, lạc trú*" chứng thiền thứ Ba.

- **Tứ thiền:** Hành giả xả lạc, xả khổ, diệt hỷ ưu, đã cảm thọ trước, chứng và trú thiền thứ Tư, không khổ, không lạc, xả niệm thanh tịnh. **Đến tầng thứ tư có 4 yếu tố để xả. Thứ nhứt là Lạc. Thứ hai là Khổ. Thứ ba là Hỷ, và thứ tư Ưu.** Bốn yếu tố này thuộc về cảm thọ. Cảm thọ thân thì có Lạc thọ và Khổ thọ. Cảm thọ tâm thì có Hỷ thọ và Ưu thọ. Lạc là sung sướng. Khổ là đớn đau. Hỷ là mừng vui. Ưu là buồn bả. (*Khi thân tâm hoàn toàn yên lặng sâu lắng, thì những cảm thọ có từ trước của thân và tâm trồi lên. Thiền gia phải xả bỏ)*. **Trạng thái Tứ thiền là trạng thái tập trung cao độ, nhập định sâu**. Có thể nhập định liên tục bảy ngày không ăn, không uống, không ngủ nghỉ, bởi vì vị đó có "*Thiền duyệt thực*" duy trì được đời sống.

Vậy thì hành giả tu tập qua 4 cấp độ thiền là: Sơ thiền, Nhị thiền, Tam thiền, Tứ thiền. Chúng ta nhớ: Sơ thiền thì có đầy đủ 5 thiền chi. Nhị thiền bỏ Tầm Tứ. Đạt đến Tam thiền phải bỏ thêm Hỷ. Đạt tứ thiền thì bỏ luôn cả Lạc, chỉ còn đúng Định thôi. Chính cái định này nó giúp thiền gia lắng đọng được tâm tư cắt đứt mọi phiền não. Bốn tầng thiền này gọi là Tứ thiền Hữu Sắc.

Sau khi đắc bốn tầng thiền hữu sắc. Nếu muốn, hành

giả có thể chọn tu tập tiếp: - Một là chứng bốn tầng thiền vô sắc. – Hai là phát triển các thần thông. – Ba là phát huy trí tuệ bằng thiền Quán (Vipassana) để đoạn trừ các lậu hoặc và giải thoát khỏi luân hồi (samsāra).

VII. BỐN TẦNG THIỀN VÔ SẮC

- Không vô biên xứ: Hành giả nhận thức ở đây là không gian bao la, vô biên, bất tận... không có một ranh giới khởi đầu cũng như tận cùng nào, để có thể nhận thức về nó.

– Thức vô biên xứ: Sự phát triển của tâm thức không bị giới hạn bởi bất cứ một áp lực nào. "*Nhận thức không vô biên xứ*" của tầng thiền vô sắc thứ nhất, là đề mục của tầng thiền vô sắc thứ hai, nên tự thân của tầng thiền thứ hai này là "*Thức vô biên xứ*".

– Vô Sở hữu xứ: Nghĩa là nơi "*không có gì cả*" (vô sở hữu xứ). "Không có gì" là do hành giả không hướng tâm đến đề mục "*Thức vô biên xứ*" mà chỉ tác ý đến sự phi hữu (không có gì), sự vắng mặt của Thức và tất cả mọi thứ. Thực hành như vậy, hành giả trú vào chỗ "*không có cái gì*" hết!

- Phi tưởng phi phi tưởng: "*Không tưởng, nhưng không phải không có tưởng*" nghĩa là một mặt không có tưởng thô, nhưng vẫn còn tưởng vi tế. Với bậc thiền vô sắc thứ tư này, tâm đạt đến mức phát triển tột bực trong thiền Định. Đến đây thiền giả tiếp tục tu tập để nhập vào "*Diệt Thọ Tưởng định*".

VIII. NĂM PHÁP THẦN THÔNG

Hành giả khi đắc Tứ thiền, nếu muốn có thần thông, vị ấy câu hữu với pháp tu "*Tứ Như Ý túc*" gồm các yếu tố: Dục, Cần, Tâm (định), Tuệ (quán)...lần lượt hướng đến Túc mạng thông, Thiên nhãn thông, Thiên nhỉ thông, Tha tâm thông, Thần túc thông, sẽ có khả năng đạt các loại thần thông đó.

1) Thần túc thông: Một thân biến thành nhiều thân, độn thổ (đi xuống lòng đất), bay trên trời (đằng vân), đi xuyên qua tường, đi xuyên qua núi v.v...

2) Thiên nhãn thông: Mắt nhìn xa không hề bị ngăn ngại. Có thể ngồi một chỗ mà thấy nhiều nơi khác không trở ngại.

3) Thiên nhỉ thông: Tai có thể nghe được tất cả các loại âm thanh. Nghe tiếng của chúng sanh ở cảnh giới trời, tiếng của chúng sanh ở cảnh giới người. Nghe gần nghe xa không ngăn ngại.

4) Túc mạng thông: Thấy biết được những kiếp quá khứ của chúng sanh.

5) Tha tâm thông: Biết được những suy nghĩ, tâm tư của người đối diện..

Người tu thiền Định có thể đắc ngũ thông. Những người tu khác đạo Phật cũng có thể đạt được năm loại thần thông này. Nhưng còn một loại thần thông khác là Lậu Tận Thông thì chỉ những ai tu theo đạo Phật mới có thể chứng được.

IX. TÓM KẾT

"**Thiền Chỉ**" hay "**Thiền Định**" là phương thức tu tập giúp tâm chuyên chú vào một cảnh, một đề mục, khiến cho mọi vọng tưởng đều ngưng bặt, tạo sự an vui (sukkha) hỷ lạc cho hành giả. Nhưng phiền não (dukkha) và bản ngã vẫn có mặt sau khi xuất định. Như vậy định chưa hoàn toàn triệt tiêu phiền não. Định chỉ mới đè nén phiền não thôi! Giống như tảng đá lớn đè lên đám cỏ. Rễ vẫn còn nằm dưới đất. Khi dời tảng đá đi chỗ khác, thì cỏ có khả năng mọc lại. Cho dù hành giả đạt được các tầng thiền hữu sắc, vô sắc, hay luyện tập đắc các thần thông cũng chưa thể thành tựu sự chứng ngộ Niết-bàn, là mục tiêu tối hậu của đạo Phật. Đó là lý do tại sao mà đức Thế Tôn không dừng lại ở bốn tầng thiền Hữu sắc hay Vô sắc.

Muốn xuất ly sinh tử, thoát khỏi luân hồi, hành giả phải bước qua giai đoạn thứ hai đó là thiền Tuệ. Thiền Tuệ tức là thiền Quán. Nhờ thiền Chỉ, hành giả đạt được Tâm giải thoát. Nhờ thiền Tuệ, hành giả sẽ đạt được Tuệ giải thoát. Chúng tôi tạm ngưng chủ đề thiền Chỉ nơi đây. Lần sau chúng ta tìm hiểu về thiền Quán. Chúc tất cả quý thiền sinh một ngày an lạc trong tâm Chỉ. Nam Mô Bổn Sư Thích Ca Mâu Ni Phật.

THÍCH NỮ HẰNG NHƯ

12/5/2024

(Sinh hoạt với Hội Thiền Tánh Không Houston, TX)

15

TỨ NIỆM XỨ LÀ CON ĐƯỜNG DUY NHẤT...

I. DẪN NHẬP

Thiền Phật giáo có hai nội dung, đó là thiền Chỉ và thiền Quán. Mục đích của thiền Chỉ hay Định là tập trung tâm vào một đề mục, không để tâm lang thang suy nghĩ dính mắc với ngoại cảnh, không nghĩ nhớ đến những hành vi trong quá khứ hay tưởng tượng những gì chưa xảy ra ở tương lai. Do đó mà tâm được định tĩnh, không bị tham sân si quấy nhiễu đưa đến phiền não khổ đau. Còn mục tiêu của thiền Quán là "*duy trì chánh niệm tỉnh giác*" liên tục trên bất cứ hiện tượng nào trồi lên từ thân-tâm, để nhận ra ba tướng "*Vô thường-Khổ-Vô ngã*" của ngũ uẩn, từ đó ly tham, ly sân, buông bỏ không dính mắc với mọi thứ trên đời đưa đến giác ngộ giải thoát.

Thiền Quán, còn gọi là thiền Minh Sát hay Minh Sát

Tuệ. Tiếng Pàli là Vipassana. Vi là "*sự khác biệt*". Passana là *hiểu đúng,* thuật ngữ nhà Phật gọi là "*chánh niệm tỉnh giác*". Minh là ánh sáng, là trí tuệ. Sát là quan sát. Minh sát tuệ hay Vipassana là "*sự hiểu biết một cách sâu sắc, tường tận đề mục mà hành giả quán chiếu*". Có bốn đề mục để thực hành thiền Quán là Thân, Thọ, Tâm, Pháp gọi chung là Tứ Niệm Xứ.

Những bài kinh về thiền Quán được ghi lại trong Trường Bộ Kinh phẩm 22 có tên là "*Đại Niệm Xứ*", trong Trung Bộ Kinh, phẩm 10 có tên là "*Tứ Niệm* Xứ", phẩm 119 có tên là "*Thân Hành Niệm*" và bàng bạc rất nhiều trong Bộ Kinh Nikãya như là Tiểu Bộ, Tương Ưng Bộ.

II. TỨ NIỆM XỨ LÀ CON ĐƯỜNG DUY NHẤT....

Bài kinh Tứ Niệm Xứ xuất phát từ câu chuyện về một pháp thoại do đức Phật dạy cho các đệ tử, mà trong chú giải nói rằng đầu tiên Ngài dạy cho các Phật tử tại gia. Những Phật tử được vinh hạnh nghe bài pháp này là người dân thuộc bộ tộc Kuru ở Kammassadhamma, Tây Bắc Ấn Độ. Về sau đức Phật mới đem bài pháp thoại này giảng cho các đệ tử xuất gia. Muốn tu tập pháp môn thiền Tuệ này, chúng ta cần hiểu rõ lời Phật dạy trong kinh văn. Mở đầu phẩm kinh Tứ Niệm Xứ (Satipatthàna Sutta), đức Thế Tôn thuyết rằng:

"Này các Thầy, đây là con đường độc nhất đưa đến thanh tịnh cho chúng sanh, vượt khỏi sầu não, diệt trừ khổ ưu, thành tựu chánh trí, chứng ngộ Niết-bàn. Đó là Bốn Niệm Xứ."

Chúng ta hiểu như thế nào về việc đức Phật đã khẳng định đây là con đường duy nhất (*Ekãyano maggo)* thanh tịnh chúng sanh, vượt khỏi sầu não, diệt trừ khổ ưu, thành tựu chánh trí, chứng ngộ Niết-bàn? Các nhà chú giải đưa ra một số ý nghĩa của con đường độc nhất như sau:

"1) Con đường duy nhất (ekãyano maggo) ám chỉ một con đường tu thẳng tấp, không ngoằn ngoèo, không ngã rẻ. Đây là một phương pháp hành trì thẳng tấp đưa đến kết quả.

2) Con đường duy nhất, vì trên đường tu, mỗi người tự mình độc hành độc bộ, tự quán chiếu lấy thân tâm mình, cho dù trong thiền đường có đông người cùng tọa thiền.

3) Con đường duy nhất của đấng giác ngộ đã tu tập và thành công. Đó là đấng Thích Ca Mâu Ni. Ngài đã tự mình khám phá ra con đường giải thoát và truyền lại cho chúng ta.

4) Nói con đường duy nhất, vì xưa nay chỉ trong đạo Phật mới có thiền Tuệ.

4) Là con đường độc nhất đưa hành giả thoát ly đau khổ thành tựu chánh trí chứng ngộ Niết-bàn."

-Tứ Niệm Xứ là con đường duy nhất giúp thanh tịnh chúng sanh, diệt trừ khổ ưu, quả là lời hứa tuyệt vời của đức Thế Tôn. Với pháp môn này, đức Phật dạy hành giả trực tiếp quán thẳng vào bốn xứ thuộc thân-tâm để nhận ra thân, thọ, tâm, pháp thực chất của nó là vô thường, bất như ý, vô ngã, giúp hành giả nhận ra ngũ uẩn không thực chất tính, nên không cho ngũ uẩn là ta, của ta hay tự ngã của ta. Từ đó đoạn trừ được ngũ dục: Tài, sắc, danh, thực, thùy. Không bị quyến rủ khi các căn tiếp xúc với các trần như mắt thấy cảnh đẹp, tai nghe tiếng ngọt ngào, mũi ngửi hương thơm, lưỡi nếm vị ngon, da thịt xúc chạm êm ái... là những thứ luôn mời gọi con người khao khát chiếm hữu.

Nhờ trực tiếp soi thẳng vào tâm, hành giả nhận ra những ô nhiễm, những bất thiện trong tâm như tham, sân, mạn, nghi, tà kiến gọi chung là tham ái, vô minh. Nhận ra để làm gì? Để thanh lọc chúng ra khỏi tâm trí của mình. Khi tâm trong sạch, thuần khiết thì đó là thanh tịnh.

Nhờ tu pháp môn này, hành giả vượt thoát sầu não, diệt trừ khổ ưu. Sầu não, khổ ưu là những điều bất như ý, là những lo âu, phiền muộn. Là khổ thân, khổ tâm. Khi thân tâm hành giả đã thanh tịnh, thì phiền não khổ đau không còn nữa!

- Thành tựu Chánh trí: Chánh trí có nghĩa là trí tuệ vượt thoát của các bậc thánh do thành tựu thiền Tuệ mà có. Trí này có khả năng đoạn trừ rốt ráo phiền não. Bậc thánh ngoài việc thực tập thánh đạo tám ngành tức Bát chánh đạo, các vị ấy còn phải tu tập thiền Tuệ để thành tựu Chánh trí và Chánh giải thoát mới đạt được Tứ quả tức A-la-hán, chứng ngộ Niết-bàn.

- Niết-bàn: Là một trạng thái tịch tịnh vô tham, vô sân, vô si, vô ái , vô thủ, vô hữu, vô sanh. Niết-bàn không phải là một cảnh giới, không phải là nơi chốn để con người quy tụ sống chung với nhau. Niết-bàn là một trạng thái chứng đắc của tâm, là một trạng thái trực ngộ của tâm. Muốn hiểu rõ, biết rõ Niết-bàn là gì, thì hành giả phải thực tu, thực chứng, tự mình trải nghiệm mới biết, còn ngôn ngữ lời nói thế gian không sao diễn tả được.

III. BỐN XỨ

Sau khi khẳng định pháp Tứ Niệm Xứ là con đường duy nhất đưa đến giác ngộ, giải thoát luân hồi sinh tử. Đức Thế Tôn giảng tiếp nguyên văn như sau: *"Thế nào là bốn? Này các Tỷ-kheo, ở đây Tỷ -kheo sống quán thân trên thân, nhiệt tâm, tỉnh giác, chánh niệm để chế ngự tham ưu ở đời; sống quán thọ trên các thọ, nhiệt tâm, tỉnh giác, chánh niệm, để chế ngự tham ưu ở đời; sống quán tâm trên tâm, nhiệt tâm, tỉnh giác, chánh niệm để chế ngự tham ưu ở đời; sống quán pháp trên pháp, nhiệt tâm, tỉnh giác, chánh niệm để chế ngự tham ưu ở đời"***.** Đoạn kinh này đức Phật dạy các hành giả phải sống "*quán thân trên thân, quán thọ trên thọ, quán tâm trên tâm, quán pháp trên pháp*" để chế ngự tham ưu ở đời.

Thực ra, pháp tu Tứ Niệm Xứ sẽ đưa hành giả tiến xa hơn. Đó là đi đến giải thoát, chứng ngộ Niết-bàn như lời tuyên bố của đức Phật, chứ không phải chỉ chế ngự tham ưu ở đời. Nhưng bước đầu cần phải đoạn trừ tham ưu để tâm được thanh tịnh. Điểm quan trọng trong bài học Quán đầu tiên này, đức Phật dạy phải luôn luôn áp dụng công thức: "***Nhiệt tâm, tỉnh giác, chánh niệm*". ** Vậy nhiệt tâm, chánh niệm, tỉnh giác là gì?

- Nhiệt tâm: Muốn thành tựu pháp môn thiền Tuệ này, hành giả phải luôn luôn hâm nóng lòng nhiệt quyết, phải giữ lửa tu tập miên mật không lười biếng. Lúc nào cũng chú tâm soi sáng bốn đề mục tu tập của mình. Vì có nhiệt tâm mới có nghị lực vượt qua mọi khó khăn trở ngại trên đường tu. Như một chiếc xe hơi cần có xăng thì đề máy mới nổ. Hết xăng thì máy ngừng chạy và xe nằm yên một chỗ. Xăng là năng lượng để xe di chuyển. Còn nhiệt tâm là năng lượng của người tu tập không thể thiếu.

- Chánh niệm (Sammã-sati): Là một trong tám chi phần của Bát chánh đạo. Niệm có nhiều nghĩa như nhớ, biết, chú tâm, gắn chặt, quan sát v.v... Trong Tứ Niệm Xứ, chánh niệm là sự quan sát những gì xảy ra trong thân tâm mình ngay trong hiện tại bây giờ và ở đây, mà không có phản ứng tích cực hay tiêu cực gì cả. Đối tượng như thế nào thì ghi nhận và biết đúng với bản chất thật của đối tượng đang diễn ra như thế đó. Ở đây đối tượng của Chánh niệm là Thân, Thọ, Tâm, Pháp.

Nhiệm vụ của Chánh niệm là dán cái tâm của hành giả vào đề mục cần quán niệm, từ lúc khởi sanh, tồn tại cho đến khi biến mất. Để làm gì? Để nhận ra bản thể thật sự của vạn pháp là *"vô thường, bất như ý và vô ngã."* Đồng thời cũng nhận ra "*tánh sinh diệt*" của đối tượng. Từ đó hành giả không còn bám víu vào tham dục, sân hận, để tâm thanh tịnh, phát huy Chánh trí đi đến chứng ngộ Niết-bàn.

- Tỉnh giác: Là rõ biết một cách đầy đủ, trong sáng, không tà kiến, điên đảo trên đề mục tu tập. Tà kiến, điên đảo là cái biết chấp ngã, chấp pháp. Tỉnh giác trong Tứ Niệm Xứ là cái biết tự nhiên, thấy sao biết vậy, ghi nhận cái *"đang là, như vậy"* của đối tượng không phản ứng. Ý nghĩa tỉnh giác ở đây đồng nghĩa với chánh niệm, nên chúng ta thường thấy hai bộ chữ này đi chung với nhau là *"chánh niệm tỉnh giác"*.

- Quán thân trên thân: Chánh niệm về thân, nghĩa là hành giả chỉ quán thân thể là thân thể mà thôi. Thân thể đứng yên hay vận hành như thế nào chỉ biết và ghi nhận như thế đó. Tóm lại là quán cấu trúc của thân thể, diễn biến của thân thể, sự hình thành của thân thể, sự hành hoạt của thân thể... Và trong quá trình quan sát, không có phán đoán đây là đàn ông, đàn bà, trẻ con, người lớn, cao, thấp, mập, ốm, cũng không quan tâm đến màu da chủng tộc v.v... Hành giả chỉ quán chiếu tuệ tri về thân như chính thân đang là.

Quán niệm thân thể gồm có các đề mục để thực tập như: *Hơi thở ra vào. Bốn oai nghi: đi, đứng, nằm, ngồi. Tất cả các động tác hoạt động của thân. 32 thể trược của thân thể. Tứ đại: địa đại, thủy đại, hỏa đại và phong đại. Mười giai đoạn tan rả của tử thi.*

Quán thân trên thân, giúp hành giả nhận ra thân này không phải là ta, của ta hay tự ngã của ta, nên từ bỏ việc làm nô lệ cho bản ngã.

- **Quán thọ trên thọ:** Hay quán cảm giác nơi cảm giác, có nghĩa là tỉnh giác ghi nhận một cách khách quan những cảm giác hay cảm thọ của mình trồi lên ngay lúc đó: Vui sướng (*lạc thọ*), buồn phiền (*khổ thọ*) hoặc bình thường, không vui sướng cũng không đau khổ (*xả thọ*), xem chúng khởi lên ra sao, cường độ tăng, giảm và biến mất thế nào. Thí dụ khi có cảm giác vui, hành giả liền biết và ghi nhận: "*có một cảm giác vui*". Có "*cảm giác không vừa ý*" hành giả liền biết và ghi nhận tâm đang không vừa ý.

Thông thường người ta hay thất vọng khi chứng nghiệm cảm thọ khổ, và phấn khởi vui sướng khi có cảm thọ lạc. Pháp quán thọ, đức Phật dạy, thì quán trong yên lặng, không khởi tâm thích hay không thích. Cảm giác khởi sinh như thế nào, quan sát cường độ tăng, giảm, lên, xuống và tan biến của nó như thế ấy mà thôi!

Quán niệm thọ nơi thọ giúp cho hành giả chứng

nghiệm tất cả cảm giác bất luận vui, buồn một cách khách quan bình thản (tâm xả), tránh cho hành giả không bị cảm giác chi phối, tức không bị lệ thuộc vào cảm giác.

- **Quán tâm trên tâm:** Khi hành thiền, nếu có những ý nghĩ hay tư tưởng phát sinh thì hành giả liền biết và ghi nhận chúng. Dù là ý nghĩ thiện hay bất thiện khởi lên, hành giả chỉ quan sát chúng một cách khách quan không luyến ái hay bất mãn. Quán sát tâm mình một cách khách quan như vậy, giúp cho hành giả thấu đạt bản chất và hành hoạt thật sự của tâm. Thường xuyên niệm tâm trên tâm sẽ học được cách kiểm soát và điều khiển tâm mình.

- **Quán pháp trên pháp:** Trong phần này đức Phật dạy hành giả quán những pháp thuộc về con số. Thí dụ như quán:

- *Năm triền cái:* Tham, Sân, Hôn trầm, Trạo cử, Nghi ngờ. Là 5 hiện tượng ngăn che cản trở thiền Định.

- *Ngũ uẩn:* Là năm tổ hợp tạo nên tiến trình sống của con người. Đó là Sắc, Thọ, Tưởng, Hành, Thức.

- *Lục nhập:* Sáu giác quan hay sáu căn: Mắt, Tai, Mũi, Lưỡi, Thân, Ý. Và sáu đối tượng của 6 căn là: Hình sắc, thanh, hương, vị, xúc, pháp (tư tưởng).

- *Thất giác chi* (Bảy yếu tố của sự ngộ đạo): Niệm, Trạch pháp, Tinh tấn, Hỷ, Khinh an, Định và Hành xả.

- *Tứ diệu đế* (bốn sự thật cao quý): Khổ đế, Tập đế, Diệt đế, Đạo đế.

IV. GÚT LẠI

Thiền Tuệ hay thiền Quán là pháp thực hành đặt trọng tâm "***chánh niệm tỉnh giác***" trên bốn đề mục: Thân, Thọ, Tâm, Pháp... bằng cách ghi nhận, quan sát những diễn tiến xuất hiện trên Thân, Thọ, Tâm, Pháp mà không có Ý Căn, Ý thức, Trí năng can thiệp vào. Nguyên tắc quán Tứ Niệm Xứ là quan sát đối tượng lúc sinh khởi, tồn tại và biến mất theo chu kỳ Sinh-Trụ-Diệt một cách rõ ràng đầy đủ sáng suốt để nhận ra tánh Vô thường, Vô ngã và tánh Sinh diệt của đối tượng.

Bài viết này chỉ giới thiệu và tìm hiểu sơ khởi đoạn mở đầu của kinh Tứ Niệm Xứ. Sau này, nếu có dịp chúng tôi sẽ đi vào nội dung chi tiết của bài kinh.Trước khi rời bàn phiếm, một lần nữa, kính gởi đến quý vị hữu duyên lời nhắn nhủ của đức Thế Tôn như một lời hứa chắc chắn những ai tu tập theo pháp này sẽ thành tựu Chánh trí và chứng ngộ Niết-bàn: ***"Này các Thầy, đây là con đường duy nhất đưa đến thanh tịnh cho chúng sanh, vượt khỏi sầu não, diệt trừ khổ ưu, thành tựu chánh trí, chứng ngộ Niết-bàn. Đó là Bốn Niệm Xứ."***

Nam Mô Bổn Sư Thích Ca Mâu Ni Phật.

THÍCH NỮ HẰNG NHƯ

(Ngày 02/6/2024, Sinh hoạt với Hội Thiền Tánh Không, tại Thiền Viện Minh Đăng Quang Houston, TX)

16

Quán THÂN trong kinh TỨ NIỆM XỨ

I. DẪN NHẬP

Thân là thân thể của con người. Niệm là ghi nhận, quan sát. Xứ là lĩnh vực, là đề mục để hành giả quan sát tu tập. Thân ở đây là một trong bốn lĩnh vực: Thân, Thọ, Tâm, Pháp trong bài kinh Niệm Xứ (Satipatthàna sutta) do đức Phật thuyết giảng cho cư sĩ và tu sĩ học Phật, được ghi lại trong Kinh Trung Bộ phẩm số 10, Kinh Trường Bộ phẩm số 20 và tản mạn trong các bộ kinh Nikãya khác.

Học Phật chúng ta biết rằng nếu Bát Chánh Đạo là một bản đồ ghi chú cần thiết cho lộ trình giác ngộ thoát khổ, thì Tứ Niệm Xứ tức thiền Tuệ, chính là bức tranh mô tả cụ thể về quá trình thực hiện lộ trình tu tập đưa đến giác ngộ giải thoát rốt ráo.

Để bắt tay thực hiện từng bước trên lộ trình giác ngộ, hành giả cần phải nắm vững một số vấn đề mà trong pháp thoại đức Phật đã dạy. Đầu tiên là một số khái niệm như: Tứ Niệm Xứ, Nhiệt tâm, Minh sát, Chánh niệm, Tỉnh giác, hành giả cần phải liễu nghĩa thì mới có thể khám phá được sự thật trên chính thân tâm mình như thế nào?

- Niệm (Sati): Còn gọi là Chánh niệm. Niệm có nhiều nghĩa, nhưng ***"Niệm"*** ở đây có nghĩa là **quán sát** thấy rõ hoạt động của đối tượng đang quán. Từ Hán Việt gọi là ***"minh sát"*. - Minh** là rõ ràng, **sát** là quan sát. Quan sát đối tượng một cách rõ ràng không mê mờ, tức là phải quan sát cụ thể, biết rõ ràng tường tận đối tượng, nhưng không có bóng dáng của tham, sân, si, tức bản ngã chen vào mới là "*Chánh niệm*", mới là "*Minh sát*".

- Tỉnh giác (Sampajanna): Giác là biết. Tỉnh là tỉnh táo không mê mờ, Tỉnh giác là biết đầy đủ trong sáng, không tà kiến, điên đảo, không chấp ngã, chấp pháp. Là trạng thái tâm tỉnh táo, sáng suốt, không mê, không uể oải, buồn ngủ hoặc trạo cử lăng xăng. Hành giả không thể nào đặt tâm hay hướng tâm đến đối tượng, mà tâm không ổn định không tỉnh giác. Tâm lăng xăng không thể nào có chánh niệm nơi đối tượng được. Cho nên có chánh niệm nơi đối tượng đồng nghĩa với có tỉnh giác. Vì thế chúng ta thường thấy hai nhóm từ này đi chung với nhau gọi là "*Chánh niệm tỉnh giác*".

- Nhiệt tâm: Nhiệt tâm được hiểu là tinh tấn. Tinh tấn ở đây là sự chuyên cần đều đặn, là kiên tâm bền chí chứ không phải nỗ lực tu mau thành Phật. Cho nên, muốn thành tựu pháp môn thiền Tuệ này, hành giả phải luôn hâm nóng lòng nhiệt huyết, phải giữ lửa tu tập đều đặn miên mật không lười biếng, mà lúc nào cũng chú tâm soi sáng bốn đề mục tu tập của mình. Vì có nhiệt tâm mới có nghị lực vượt qua mọi trở ngại trên đường tu.

II. QUÁN THÂN NIỆM XỨ

Chúng ta sẽ đi theo thứ tự của bản đồ Tứ Niệm Xứ. Đầu tiên là thiết lập chánh niệm trên Thân, tức quán thân nơi thân.

Quán niệm trên thân thể gồm có các đề mục: *1) Hơi thở ra vào. 2) Bốn oai nghi: đi, đứng, nằm, ngồi. 3) Các động tác hoạt động của thân. 4) 32 thể trược của thân thể. 5) Tứ đại: địa đại, thủy đại, hỏa đại, phong đại. 6) Chín hoặc mười giai đoạn tan rả của tử thi.*

1) Đề mục "HƠI THỞ VÀO RA"

- Một: Hơi thở vào, hơi thở ra như thế nào thì nhận biết như thế nấy. Không cần mô tả nó như thế nào.

- Hai: Thở vào dài hay ngắn, biết rõ. Thở ra dài hay ngắn, biết rõ. Không mô tả gì cả.

- Ba: Cảm giác toàn thân hơi thở vô, nhận diện được toàn thân hơi thở vô, nghĩa là khi bắt đầu từ cửa mũi, hơi thở vào cổ họng, xuống lồng ngực và xuống tới bụng (đan điền). Cảm giác toàn thân hơi thở ra, nhận diện được toàn thân hơi thở ra, nghĩa là nhận diện hơi thở từ đan điền, ngược lên lồng ngực, lên cổ họng, qua hai lỗ mũi và ra ngoài. Như vậy là nhận diện diễn tiến toàn thân hơi thở vào ra một cách tường tận.

- Bốn: Tọa thiền một lúc, thì sự an tịnh tự nhiên đến, hành giả cảm thấy thanh thản, thoải mái về cả mặt tâm lý lẫn sinh vật lý. Cảm giác an tịnh toàn thân hơi thở vào, hành giả rõ biết. Cảm giác an tịnh tòan thân hơi thở ra, hành giả rõ biết.

Đây là bốn bước "*minh sát*" về hơi thở vào, hơi thở ra.

2) Đề mục thứ hai là "BỐN OAI NGHI"

Kinh Niệm Xứ ghi: *"Lại nữa, này các Tỳ-kheo, Tỳ-kheo đi, tuệ tri: "Tôi đi", hay đứng, tuệ tri: "Tôi đứng"; hay ngồi, tuệ tri: "Tôi ngồi"; hay nằm, tuệ tri: "Tôi nằm". Thân thể được sử dụng như thế nào, vị ấy biết thân như thế ấy"***.** (hết trích)

Có nghĩa chính xác là: Khi đi biết (tuệ tri) đang đi, đứng biết đang đứng, ngồi biết đang ngồi, nằm biết đang nằm. Ở chỗ này cần lưu ý "*đi, đứng, nằm, ngồi*" chỉ là diễn tiến của thân hành, nên chúng ta cần hiểu: Hành động đang đi chánh niệm đang đi. Hành động đứng chánh niệm đứng. Hành động ngồi chánh niệm ngồi. Hành động nằm chánh niệm nằm. Không có "*tôi đi đứng nằm ngồi*" trong đó. Vì có "*tôi*" là có bản ngã! Chữ "*tôi*" được xử dụng trong bài kinh, chỉ nhằm biểu đạt hình mẫu một người đang thực hiện đi hay đứng mà thôi !

3) Đề mục "CÁC HÀNH HOẠT CỦA THÂN"

Kinh ghi: "*Lại nữa, này các Tỳ-kheo, Tỳ-kheo khi bước tới bước lui, biết rõ việc mình đang làm; khi ngó tới ngó lui, biết rõ việc mình đang làm; khi co tay, khi duỗi tay, biết rõ việc mình đang làm; khi mang áo Tăng già lê, mang bát, mang y, biết rõ việc mình đang làm; khi ăn, uống, nhai, nếm, biết rõ việc mình đang làm; khi đại tiện, tiểu tiện, biết rõ việc mình đang làm; khi đi, đứng, ngồi, ngủ, thức, nói, im lặng, biết rõ việc mình đang làm*". (hết trích)

Tất cả hành động diễn ra trên thân, liền biết rõ. Thí dụ: Ngó tới, ngó lui, mặc áo, mang bát, mang y đều biết rõ. Thậm chí đại tiện, tiểu tiện cũng biết rõ. Hành vi lớn nhỏ đều biết từng chi tiết, từng diễn tiến của nó ngay trong thực tại. Nó diễn biến như thế nào thì thấy y như thế đó!

4) Đề mục "BA MƯƠI HAI THỂ TRƯỢC"

Kinh ghi: "*Lại nữa này các Tỳ-kheo, Tỳ-kheo quán sát thân này, dưới từ bàn chân trở lên, trên cho tới đảnh tóc, bao bọc bởi da và chứa đầy những vật bất tịnh sai biệt: Trong thân này: "Đây là tóc, lông, móng, răng, da, thịt, gân, xương, thận, tủy, tim, gan, hoành cách mô, lá lách, phổi, ruột, màng ruột, bụng, phân, mật, đàm, mủ, máu, mồ hôi, mỡ, nước mắt, mỡ da, nước miếng, niêm dịch, nước ở khớp xương, nước tiểu và não trong đầu*". (hết trích)

Ngày nay, với y khoa phát triển, con số cơ quan nội tạng còn có thể nhiều hơn nữa; nhưng 32 thể trược là con số cơ bản về các thành phần bất tịnh của cơ thể của con người do các nhà cơ thể học Ấn Độ thời đức Phật đã phân loại.

Quán tưởng những thứ bất tịnh trên và trong cơ thể con người, nhằm phá tan ảo tưởng bấy lâu nay con người cho rằng thân thể của mình là thơm tho đẹp đẽ, luôn luyến ái, chăm sóc nó. Quán 32 thể trược, để biết rằng, thân thể này vốn được xây dựng trên nền tảng tánh sinh diệt, và có bản chất bất tịnh, hôi hám, khó nhìn, khó chịu đựng. Từ đó, nhận ra câu nói của cổ nhân "*lớp da của thân này chỉ là cái bọc đựng xương và những chất bất tịnh*". Nhờ nhận ra như thế hành giả sẽ buông bỏ những đam mê sắc dục, khát ái trên con đường tu tập giải thoát.

5) Đề mục "TỨ ĐẠI"

Kinh ghi: *"Lại nữa này các Tỳ-kheo, Tỳ-kheo quán sát thân này về vị trí các giới và sự sắp đặt các giới: "Trong thân này có địa đại, thủy đại, hỏa đại và phong đại"* (hết trích)

Tứ đại là bốn yếu tố lớn kết hợp tạo nên các hình thể vật chất khác nhau trong vũ trụ gọi là Địa đại, Thủy đại, Hỏa đại, Phong đại. Đối với con người, ngoài cấu trúc bởi Tứ đại: Đất, Nước, Gió (Phong), Lửa. Sau này các nhà nghiên cứu Phật học thêm vào hai yếu tố nữa, đó là Thức và Không đại.

- Đất ở đây không phải là *"đất"* cụ thể, mà là tính chất của đất. Tính chất của đất là cứng, mềm, giản nở. Tính chất của nước là ẩm ướt, liên kết. Tính chất của hỏa là nhiệt độ lạnh nóng.- Tính chất của phong là xê dịch, dao động.

6) Đề mục "MƯỜI TƯỚNG TRẠNG CỦA TỬ THI"

Quan sát một tử thi sau khi chết, bị quăng bỏ ở nghĩa địa đất trống ngoài trời có các trạng thái phân hủy khác nhau như sau:

" Lại nữa này các Tỷ-kheo, Tỷ-kheo, như thấy một thi thể bị quăng bỏ trong nghĩa địa một ngày, hai ngày, ba ngày, thi thể ấy trương phồng lên, xanh đen lại, nát thối ra....

" Lại nữa này các Tỷ-kheo, Tỷ-kheo như nhìn thấy một thi thể bị quăng bỏ trong nghĩa địa bị các loài quạ ăn, hay bị các loài diều hâu ăn, hay bị các chim kền ăn (linh thứu); hay bị các loài chó ăn; hay bị các loài giả can ăn; hay bị các loài côn trùng ăn....

"Này các Tỷ-kheo, Tỷ-kheo như thấy một thi thể bị quăng bỏ trong nghĩa địa; với các xương còn liên kết với nhau, còn dính thịt và máu, còn được các đường gân cột lại;... với các xương còn liên kết với nhau, không còn dính thịt nhưng còn dính máu, được các đường gân cột lại;... với các xương còn liên kết với nhau, không còn dính thịt và máu, còn được các đường gân cột lại;.. chỉ còn có xương không dính lại với nhau, rải rác chỗ này chỗ kia, ở đây là xương tay, ở đây là xương chân, ở đây là xương ống, nở đây là xương bắp vế, ở đây là xương mông, ở đây là xương sống, ở đây là xương đầu...

"Lại nữa này các Tỷ-kheo, Tỷ-kheo như thấy một thi thể quăng bỏ trong nghĩa địa, chỉ còn toàn xương trắng màu vỏ ốc... chỉ còn một đống xương lâu hơn một năm... chỉ còn là xương thối trở thành bột... (hết trích)

Đức Phật bày ra Pháp quán mười tướng trạng khác nhau của xác chết với mục đích chỉ ra mặt thật của xác chết. Nhờ quán cảnh ghê rợn này xảy ra trên thân người sau khi chết, hành giả giảm bớt những luyến ái mê say thân sắc dục khi còn sống, mà tinh tấn tu hành.

Trên đây là sáu đề mục tu quán thuộc về Thân. Cả sáu đề mục này hành giả quán sát nó xảy ra trên thân một cách tường tận chi tiết mà không có một phản ứng đối kháng hay chấp nhận gì cả.

Thực tập như vậy, đức Phật gọi là quán thân trên thân, nguyên văn như sau: "*Như vậy, vị ấy sống, quán thân trên nội thân hay sống quán thân trên ngoại thân; hay sống quán thân trên cả nội thân, ngoại thân; hay vị ấy sống quán tánh sanh khởi trên thân; hay sống quán tánh diệt tận trên thân; hay sống quán tánh sanh diệt trên thân. "Có thân đây", vị ấy an trú chánh niệm như vậy, với hy vọng hướng đến chánh trí, chánh niệm. Và vị ấy sống không nương tựa, không chấp trước vật gì ở trên đời. Này các Tỷ-kheo, như vậy Tỷ-kheo sống quán thân trên thân*" (hết trích)

- Quán thân trên nội thân: Có nghĩa là quán thân của chính chúng ta, là tóc, lông, da, răng v.v... là cái thân này đây !

- Quán thân trên ngoại thân: Trong lúc đang quán nội thân, bất chợt có hình ảnh của một người nào đó xuất hiện trong đầu, chúng ta quán ngay trên con người đó, gọi là quán thân trên ngoại thân.

- Quán tánh sanh khởi, quán tánh diệt tận, quán tánh sanh diệt: Thí dụ như thực hành đề mục hơi thở. Tiến trình sinh diệt của hơi thở qua ba giai đoạn sinh-trụ-(hoại) diệt. Quán lúc khởi động hơi thở vào, là quán tánh sanh khởi. Khi hơi thở ra, tức chấm dứt tiến trình của hơi thở, đó là quán tánh diệt tận.

Thí dụ khác nhờ Quán Tứ đại, nên biết rằng sự hình thành của cơ thể con người do đất, nước, gió, lửa mà thành. Nhờ thực tập như vậy nên chúng ta thấy tấm thân này là sự biểu hiện của danh và sắc, không có cái ta nào trong đó! Nếu thân ai mập thì đó là sắc mập. Thân ai ốm thì đó là sắc ốm. Thân ai bệnh đó là sắc bệnh. Tướng đẹp tướng xấu gì cũng chỉ là biểu hiện của sắc thôi. Sắc là sắc, sắc không có tên Mai, tên Loan, tên Hạnh... gì cả. Cái tên chỉ là do người đời gán cho để phân biệt sắc này với sắc kia mà thôi! Hằng ngày quán như vậy, nên thấy thân con người chỉ là danh và sắc, nên phiền não bớt khởi lên.

- Quán thân trên thân: Hai chữ "*quán thân*" đầu có nghĩa là quan sát ghi nhận một bộ phận nào đó của thân đang tiếp xúc với đối tượng.

Thí dụ: Khi đặt bàn tay lên mặt bàn, "*lòng bàn tay*" là một bộ phận của thân. Thí dụ khác: Con mắt nhìn quyển sách, "*con mắt*" là một bộ phận của thân. Tai nghe âm thanh, "*tai*" là một bộ phận của thân. Chữ "*trên thân*" thứ hai trong câu là chỉ toàn bộ thân thể người đang quán.

Cuối cùng đức Phật đi đến kết luận: *"Có thân đây", vị ấy an trú chánh niệm như vậy, với hy vọng hướng đến chánh trí, chánh niệm. Và vị ấy sống không nương tựa, không chấp trước vật gì ở trên đời. Này các Tỳ-kheo, như vậy Tỳ-kheo sống quán thân trên thân"*. (hết trích)

Nhờ luôn an trú chánh niệm trên thân như vậy, hành giả xa lìa mọi dính mắc với bất cứ thứ gì ở trên đời, chỉ dồn nỗ lực tu tập hướng đến chánh trí, chánh niệm. Những vị Tỳ-kheo nào sống như vậy, đức Phật xác nhận rằng vị ấy sống quán thân trên thân.

Tóm lại, Quán Thân như lời Phật dạy thì có 6 đề mục để quán như đã nêu ở trên. Hành giả có thể thực hành thiền Quán bất cứ lúc nào trong ngày. Tùy theo đề mục hành giả chọn mà tọa thiền hay thiền hành (đi bộ) hay thiền nằm. Thông thường người ta chọn đề mục "*hơi thở ra vào*" khi toạ thiền. Trong lúc tọa thiền có những suy nghĩ, hay những xúc chạm, hoặc cảm giác khởi lên thì hành giả nhận biết nhưng không có phản ứng, rồi trở lại quán chủ đề chánh là hơi thở.

THÍCH NỮ HẰNG NHƯ

(Ngày 7-7-2024; Sinh hoạt với Hội Thiền Tánh Không Houston, TX)

17

CHÁNH NIỆM TRÊN CÁC CẢM THỌ

I. DẪN NHẬP

Kinh Tứ Niệm Xứ dạy hành giả thiết lập Chánh Niệm trên bốn lãnh vực Thân, Thọ, Tâm, Pháp gọi tắt là Niệm Thân, Niệm Thọ, Niệm Tâm, Niệm Pháp. Nội dung của các chánh niệm này là quán Thân, quán Thọ, quán Tâm, quán Pháp với nhiệt tâm, tỉnh giác, chánh niệm, nhằm nhiếp phục tham dục và ưu não ở đời. Kinh ghi: " *Tỳ-kheo sống quán thân trên thân, nhiệt tâm, tỉnh giác, chánh niệm để chế ngự tham ưu ở đời; sống quán thọ trên các thọ, nhiệt tâm, tỉnh giác, chánh niệm để chế ngự tham ưu ở đời; sống quán tâm trên tâm nhiệt tâm, tỉnh giác, chánh niệm để chế ngự tham ưu ở đời; sống quán pháp trên pháp, nhiệt tâm, tỉnh giác, chánh niệm để chế ngự tham ưu ở đời*". (* hết trích). Bài hôm nay, chúng ta đặc biệt quan sát về lãnh vực Thọ.

II. QUÁN CÁC CẢM THỌ

Quán các cảm thọ, là quan sát, ghi nhận sự sanh khởi của Thọ uẩn: Đây là Thọ khổ, đây là Thọ lạc, đây là Thọ xả, đây là Thọ liên hệ vật chất, đây là Thọ không liên hệ vật chất. Niệm Thọ để thấy tính sanh diệt, vô thường, khổ, vô ngã của Thọ uẩn. Từ đó hành giả sống không nương tựa, không chấp trước một vật gì ở trên đời, mà chỉ chuyên tâm tu tập hướng đến chánh trí, an trú trong chánh niệm... Nguyên văn đoạn kinh dạy về cảm Thọ như sau:

"Này các Tỷ-kheo, như thế nào là Tỷ-kheo sống quán thọ trên các thọ? Này các Tỷ-kheo, ở đây Tỷ-kheo khi cảm giác lạc thọ, tuệ tri: " Tôi cảm giác lạc thọ"; *khi cảm giác khổ thọ, tuệ tri:* " Tôi cảm giác khổ thọ"; *khi cảm giác bất khổ bất lạc thọ, tuệ tri:* " Tôi cảm giác bất khổ bất lạc *thọ". Hay khi cảm giác lạc thọ thuộc vật chất, tuệ tri:* "Tôi cảm giác lạc thọ thuộc về vật chất"; *hay khi cảm giác lạc thọ không thuộc về vật chất, tuệ tri:* "Tôi cảm giác lạc thọ không thuộc về vật chất". *Hay khi cảm giác khổ thọ thuộc vật chất, tuệ tri:* "Tôi cảm giác khổ thọ thuộc vật chất"; *hay khi cảm giác khổ thọ không thuộc vật chất, tuệ tri:* "Tôi cảm giác khổ thọ không thuộc vật chất". *Hay khi cảm giác bất khổ bất lạc thọ thuộc vật chất, tuệ tri:* "Tôi cảm giác bất khổ bất lạc thuộc về vật chất", hay khi *cảm giác bất khổ bất lạc không thuộc vật chất, tuệ tri:* "Tôi cảm giác bất khổ bất lạc không thuộc vật chất".

Như vậy, vị ấy sống quán thọ trên các nội thọ; hay sống quán thọ trên các ngoại thọ; hay sống quán thọ trên các nội thọ, ngoại thọ. Hay vị ấy sống quán tánh sanh khởi trên các thọ, hay sống quán tánh diệt tận trên các thọ; hay sống quán tánh sanh diệt trên các thọ. "Có thọ đây", vị ấy sống an trú chánh niệm như vậy, với hy vọng hướng đến chánh trí, chánh niệm. Và vị ấy sống không nương tựa, không chấp trước một vật gì trên đời. Này các Tỷ-kheo, như vậy Tỷ-kheo sống quán thọ trên các thọ" (hết trích)

III. TÌM HIỂU Ý NGHĨA ĐOẠN KINH

- Thế nào Tỷ-kheo sống quán thọ trên các thọ? Thân con người khi tiếp xúc với những gì khiến mình cảm thấy dễ chịu, hoặc những gì làm thân mình đau nhức khó chịu. Mình cảm nhận và biết rõ cảm giác xảy ra trên thân mình ngay lúc đó thì gọi là quán thọ trên các thọ.

- Lạc thọ: Là cảm giác dễ chịu, vui vẻ, thích thú.

- Khổ thọ: Là cảm giác khó chịu, bực bội, không ưa.

- Bất khổ bất lạc: Tâm bình thường, không cảm thấy khổ, cũng không cảm thấy lạc. Trạng thái trung tính. Còn gọi là xả thọ.

- Này các Tỷ-kheo, ở đây Tỷ-kheo khi cảm giác lạc thọ, tuệ tri : "Tôi cảm giác lạc thọ": Phật dạy hành giả khi cảm thấy lạc thọ như thế nào, thì vị ấy biết rõ như thế đó. Thí dụ: Trời đang nóng nực có cơn gió thổi qua, mình cảm thấy mát mẻ dễ chịu. "*Cảm giác mát mẻ dễ chịu này chính là lạc thọ"*. Hay là mình uống một ly nước mát lạnh lúc mình đang khát nước, thì có cảm giác khoan khoái đã khát, *"cái cảm giác đã khát khoan khoái đó là lạc thọ"*.

- Khi cảm giác khổ thọ, tuệ tri: "Tôi cảm giác khổ thọ: Thí dụ như mình bị gai hoa hồng đâm vào ngón tay rất khó chịu. "*Khó chịu vì ngón tay bị gai đâm là khổ thọ*"**.** Đau ở chỗ nào thì biết khổ thọ ở chỗ đó.

- Khi cảm giác bất khổ bất lạc, tuệ tri: "Tôi cảm giác bất khổ bất lạc thọ": Bất khổ bất lạc, nghĩa là thân của ta không có cái lạc, cũng không có cái khổ. Nó bình thường, "*cái bình thường đó là cảm giác bất khổ bất lạc*", mình cũng rõ biết cái cảm giác bất khổ bất lạc thọ đó.

Trong kinh Tứ Niệm Xứ, đức Phật nêu lên ba loại thọ. Đó là thọ dễ chịu gọi là lạc thọ. Thọ khó chịu là khổ thọ, và thọ trung tính tức là bất lạc bất khổ thọ. Khi quan sát một đối tượng nếu ta cảm thấy thích thú, dễ chịu, thì đó chính là lạc thọ. Còn như mình không ưa, ghét một đối tượng nào đó, thì chính là khổ thọ. Còn trường hợp mình biết một đối tượng mà cảm giác của mình thế nào cũng được, không thích cũng không ghét, thì đó là thọ trung tính, tức là bất lạc bất khổ thọ.

Mỗi loại lạc thọ, khổ thọ, bất lạc bất khổ thọ, đức Phật lại chia ra làm hai phần. Đó là thọ thuộc vật chất hay thọ không thuộc vật chất.

- Thọ thuộc vật chất: Lạc thọ, Khổ thọ, Bất lạc bất khổ thọ ... phát sanh do những đối tượng được ghi nhận qua năm căn: *Mắt, tai, mũi, lưỡi và thân* là những loại thọ thuộc vật chất.

Thí dụ: Nhìn thấy một người, mình cảm thấy ghét , cảm thấy khó chịu về người đó, *thì cái thọ đó là khổ thọ về vật chất.* Còn khi nhìn thấy người đó mà mình thương mình thích, thì cái đó là *cảm giác lạc thọ thuộc vật chất.* Hoặc khi nhìn thấy một người, mà tâm bình thường không ưa, cũng không ghét, *thì đó là bất lạc bất khổ thọ thuộc về vật chất.*

Khi nghe một âm thanh nhói tai, mình cảm thấy khó chịu, không ưa, thì đó là *khổ thọ thuộc về vật chất*. Ngược lại nghe tiếng nhạc du dương, mình thích, thì đó là *lạc thọ thuộc vật chất*. Hoặc nghe, mà không ưa cũng không thích thì đó là *bất lạc bất khổ thọ thuộc về vật chất*.

Tương tự với mũi, lưỡi hay thân cũng như thế! Hễ cảm thấy dễ chịu khi tiếp xúc đối tượng qua mũi, lưỡi, thân, *thì đó là lạc thọ thuộc vật chất*. Còn như cảm thấy khó chịu khi tiếp xúc với đối tượng qua mũi, lưỡi, thân, thì đó *là khổ thọ thuộc vật chất*. Nếu cảm thấy bình thường không dính mắc với dễ chịu hay khó chịu.... thì đó *là bất lạc bất khổ thọ thuộc vật chất*.

- Thọ không thuộc vật chất: *Thọ do đối tượng phát sinh qua Ý căn*, thì đó là thọ phi vật chất, tức không thuộc vật chất. Thọ này cũng có ba loại. Đó là khổ thọ không thuộc vật chất, lạc thọ không thuộc vật chất, và bất khổ bất lạc thọ không thuộc vật chất.

Thí dụ như mình cảm thấy rất khó chịu vì đầu óc bần thần, mệt mỏi. Trạng thái khó chịu này, *là khổ thọ không thuộc vật chất*. Hay cảm thấy lòng hân hoan dễ chịu khi nhớ lại việc làm thiện lành trước đó vài hôm, thì sự hân hoan dễ chịu này *là lạc thọ không thuộc vật chất*. Còn như có suy nghĩ khởi lên trong tâm, hoặc tâm có trạng thái hôn trầm dả dượi, hay là trạng thái an lạc mát mẻ... mà mình vẫn bình thản, không dính mắc vào đó, không cảm thấy dễ chịu, hay khó chịu, thì đó *là bất lạc bất khổ thọ không thuộc vật chất*.

Nói chung, tất cả những cảm thọ do các đối tượng của Ý gây nên đều là những cảm thọ không thuộc về vật chất.

Tóm lại, trong bài kinh Niệm xứ này, đức Phật dạy có sáu loại thọ. Thứ nhứt là ba loại thọ: Khổ, Lạc, bất Khổ bất Lạc. Và đối với mỗi loại này chia ra làm hai là thuộc vật chất hoặc không thuộc vật chất, thành ra có sáu loại. Đó là khổ thọ thuộc vật chất, khổ thọ không thuộc vật chất. Lạc thọ thuộc vật chất, lạc thọ không thuộc vật chất. Bất khổ bất lạc thọ thuộc vật chất, bất khổ bất lạc không thuộc vật chất.

- Vị Tỷ-khưu sống quán thọ trên các nội thọ; hay sống quán thọ trên các ngoại thọ, hay sống quán thọ trên các nội thọ, ngoại thọ: Nội thân, nội thọ, nội tâm, nội pháp là của mình. Ngoại thân, ngoại thọ ... là của người khác. Thí dụ như mình biết hơi thở là của mình, đồng thời mình cũng hiểu biết hơi thở bên ngoài tức của người khác cũng giống như vậy. Hoặc mình có Lạc thọ, Khổ thọ, không Lạc không Khổ thọ, khi quán ngoại thọ, mình biết người khác cũng có các loại cảm thọ giống như mình.

- Vị ấy sống quán tánh sanh khởi trên các thọ, hay sống quán tánh diệt tận trên các thọ: Quán tánh sanh khởi trên các thọ là quan sát ngay lúc cảm thọ vừa mới bắt đầu xuất hiện. Quán tánh diệt tận trên các thọ là quan sát sự chấm dứt của cảm thọ. Nói chung là quán tánh sanh diệt của thọ uẩn.

Thí dụ như mình cảm thấy thích thú hưng phấn hay phiền muộn về một vấn đề gì, thì ghi nhận ngay từ lúc bắt đầu, đó là quán tánh sanh khởi, rồi quán tiến trình của cảm xúc là quán cường độ thích thú hay phiền muộn cao thấp như thế nào cho đến khi cảm thọ dần lần loãng đi, rồi chấm dứt, đó là tánh đoạn diệt.

Khi tuệ tri được tánh sanh diệt của cảm giác, cảm thọ, thì hành giả nhận ra được tánh Vô thường, Khổ, Vô ngã của Thọ uẩn nói riêng, hay nói chung là nhận ra đặc tánh của Ngũ uẩn là Vô thường, bất toại ý và Vô ngã.

IV. NHỮNG BƯỚC THỰC HÀNH CĂN BẢN TRONG KINH NIỆM XỨ

Trong kinh Niệm Xứ có nhiều đề mục để thực hành. Các đề mục được phân chia qua bốn lãnh vực Thân, Thọ, Tâm, Pháp. Cách thực tập mỗi lãnh vực đều tương tự như nhau. Hành giả có thể chọn một đề mục chánh nào thích hợp với căn cơ và đời sống của mình, và hai hoặc ba đề mục phụ trong lúc tu tập.

Đề mục về Thân đơn giản nhất vì nó cụ thể. Thọ thì trừu tượng hơn, nó là yếu tố chuyển tiếp giữa Thân và Tâm. Nhưng cũng dễ nhận ra. Sau đây là các bước thực hành cụ thể của niệm Xứ.

- Tuệ tri hay chánh niệm: Bước thứ nhất hầu hết các đề mục đều bắt đầu bằng hai chữ "*Tuệ tri*". Tuệ tri là nói đến **cái biết bằng trí tuệ**. Đó là cái biết trong sạch, khách quan, bởi vì nó không có sự can thiệp của tự ngã, không có sự so sánh phê bình đúng sai, thiện ác, không chấp nhận cũng không xua đuổi, nghĩa là không có tham, sân, si trong cái biết này, nên tạm xem như là cái biết của Chân tâm. Khi thực tập, **đối tượng diễn biến như thế nào, quan sát thấy biết đầy đủ như thế ấy**. Cái biết hay tuệ tri này còn gọi là **chánh niệm**. Hành giả đặt "*tâm thiền*" tức "*chánh niệm*" vào "*cái đang là*" của đối tượng, từ lúc nó xuất hiện cho đến khi nó chấm dứt.

Hôm nay chúng ta chỉ nói về quán Thọ thôi. Quán thọ là quán như thế nào? Đó là chúng ta quan sát đối tượng qua các căn: Mắt, Tai, Mũi, Lưỡi, Thân. Chúng ta chú ý nhiều hơn Ý căn, xem các căn nhìn thấy đối tượng như vậy thì trong Ý, tức là trong Tâm có phát sinh sự thích hay ghét, tức là dễ chịu hay khó chịu, thì đó mới là quán thọ.

Như vậy, muốn quán thọ, hành giả phải quan sát được các đối tượng, bao gồm đối tượng vật chất và các đối tượng thuộc về tâm tức không vật chất. Cho nên quán thọ là bao gồm cả quán thân và quán tâm trong đó.

Bốn phép quán Thân, Thọ, Tâm, Pháp có liên hệ chặt chẽ với nhau. Chúng ta không thể chỉ thực hành một loại quán, tức là không thể chỉ quán thân mà không quán thọ, không quán tâm, không quán pháp, mà thực hành đầy đủ cả bốn phép quán luôn.

Nếu trên thân có cảm giác đau nhức đưa đến tâm khó chịu tức Khổ thọ. Quán cảm Thọ là dù Lạc thọ hay Khổ thọ, hành giả chỉ "*tuệ tri*" chứ không can thiệp. Tuệ tri tức biết rõ khi cảm thọ bắt đầu sanh khởi như thế nào,? Cường độ dễ chịu tức Lạc thọ, hay khó chịu tức Khổ thọ, tồn tại lên xuống ra làm sao? Và khi nó dịu xuống rồi chấm dứt như thế nào? Đó là quán Thọ theo chu kỳ Sanh-Trụ-Hoại-Diệt.

Nhận ra tánh sanh diệt của Cảm Thọ rồi, hành giả tiếp tục quán tánh Vô thường, Khổ, Vô ngã của cảm Thọ. Quán cảm thọ là Vô thường vì cảm Thọ không thường hằng, không trụ một chỗ, tức không vui hoài, mà cũng không khổ hoài. Quán các cảm Thọ là Khổ. Cảm thọ khổ là vì hành giả luôn bị sự sanh diệt bức bách không ngừng. Quán các cảm Thọ là Vô ngã, vì không có thực chất nào trong các cảm Thọ.

Như vậy, ở giai đoạn đầu hành giả "*tuệ tri như*

***thật*" về đối tượng. Tiến đến giai đoạn thứ hai hành giả nhận ra "*bản thể của đối tượng*" tức là nhận ra các tánh sanh diệt, vô thường, khổ, vô ngã của đối tượng. Đó là sự tiến triển của trí tuệ.**

Khi tuệ giác được tất cả mọi thứ trên đời này, ngay cả tấm thân ngũ uẩn của mình và tất cả mọi thứ trên đời đều Vô thường, Khổ, Vô ngã... thì kết quả là : *"Có thọ đây", vị ấy sống an trú chánh niệm như vậy, với hy vọng hướng đến chánh trí, chánh niệm. Và vị ấy sống không nương tựa, không chấp trước một vật gì trên đời. Này các Tỳ-kheo, như vậy Tỳ-kheo sống quán thọ trên các thọ".*

V. KẾT LUẬN

Thực tập quán Niệm Xứ, trên bốn lãnh vực Thân, Thọ, Tâm, Pháp nhuần nhuyễn, cho đến lúc thấu hiểu và thể nhập được tam tướng Vô thường, Khổ, Vô ngã trên Thân, Thọ, Tâm, Pháp... sẽ đưa đến kết quả tất yếu là hành giả không còn nương tựa bất cứ một thứ gì trên đời này nữa, vì vị ấy tuệ tri rằng tất cả các pháp đều Vô thường-Khổ-Vô ngã, không có gì vững chắc thường hằng. Ngay cả cái pháp tu, vị ấy cũng không nương tựa bám víu, vì pháp tu cũng chỉ là ngón tay chỉ mặt trăng, là chiếc bè đưa người tu đi qua sông, tới bờ rồi cũng phải buông. Không dính mắc với mọi thứ trên đời, đó là "*Vô sở trụ*" là "*Tánh không*" , là "*Vô nguyện, Vô tác*". Bấy giờ an trú "**chánh niệm như vậy**", tức an trụ tâm trong cái chỗ biết **tất cả đều như vậy** mà thôi, không diễn tả gì hết. Đó là thể nhập Chân như là Niết-bàn...

THÍCH NỮ HẰNG NHƯ

(05-9-2024, Sinh hoạt với đạo tràng Tánh Không Houston, TX,)

18

Thiền Tuệ: " QUÁN TÂM TRÊN TÂM "

I. DẪN NHẬP

Khi nói đến thiền Quán là nói đến Tứ Niệm Xứ. Quán Tứ Niệm Xứ là thiết lập Chánh niệm trên bốn lãnh vực **Thân, Thọ, Tâm, Pháp.** Những lần sinh hoạt trước, chúng ta đã học qua phần quán Thân và quán Thọ. Quán Thân có sáu đề mục để thực tập, đó là quán hơi thở; quán bốn oai nghi: đi, đứng, nằm, ngồi; quán các hành hoạt của thân; quán tứ đại: địa đại, thủy đại, phong đại, hỏa đại; quán 32 thể trược; và quán tử thi. Quán Thọ là quán các cảm thọ nơi thân tâm gồm Khổ thọ là những cảm thọ buồn phiền, không dễ chịu. Lạc thọ là những cảm thọ dễ chịu, thích thú, hài lòng. Xả thọ là những cảm thọ bình thường không khổ cũng không lạc.

Hôm nay chúng ta bước qua phần thứ ba, đó là "*Quán*

Tâm trên Tâm". Muốn quán Tâm, chúng ta cần tìm hiểu xem Tâm là cái gì?

II. KHÁI NIỆM VỀ TÂM

Tâm tiếng Pali là Citta. Theo định nghĩa của A-tỳ-đàm (Abhidhamma), Tâm được dịch là "*cái biết cảnh*" hay "*cái bắt cảnh*". Có cảnh mới có tâm, không có cảnh không có tâm. Con người có sáu cảnh, đó là Sắc, Thanh, Hương, Vị, Xúc, Pháp. Tâm nhận biết cảnh qua sáu căn: Mắt, Tai, Mũi, Lưỡi, Thân và Ý gọi là Nhãn thức, Nhỉ thức, Tỷ thức, Thiệt thức, Thân thức và Ý thức.

Như vậy tâm duyên cảnh mà sinh khởi. Từ một trong sáu Thức, phát sinh nhiều tâm khác như: Tâm thương, tâm ghét, tâm vui, tâm buồn, tâm hận, tâm oán, tâm tham, tâm sân, tâm si, tâm pháp, tâm ấn, tâm bình đẳng, chân tâm, vọng tâm v.v... gọi chung là tâm sở.

Tâm gồm có ba phần:

Ý (Mano), Thức (Vinnana), Tâm (Citta). Tên gọi khác là Ý Căn, Ý thức và Trí năng. Ý hay Ý căn có khả năng tư duy, suy nghĩ về những chuyện đã xảy ra, thường hướng về quá khứ nên trong kinh gọi là Tâm quá khứ.

Ý thức thì có khả năng tổng hợp, phân biệt, nhận định... đưa đến quyết định qua lời nói, hành động ngay trong hiện tại nên gọi là Tâm hiện tại.

Vai trò của Tâm (hay Trí năng) là huân tập, dung chứa những thông tin từ Ý Căn và Trí năng rồi phát họa ra ý tưởng hành động trong tương lai, nên được xếp là Tâm tương lai. Cả ba gọi chung là Tâm Ba thời.

Về tướng trạng, tâm có hai mặt: Động và Tịnh. Động là mặt nổi. Tịnh là mặt sâu lắng yên lặng.

1) Động hay tướng ảo: Là mặt nổi của tâm, do cảnh vật bên ngoài tác động thông qua sáu căn, nên cảnh hiện khởi trong tâm, để cho thức thấy biết. Gọi là động vì lúc nào tâm cũng dao động, bất an, do suy nghĩ; phân biệt phán đoán, vẻ vời của ý căn, ý thức và trí năng. Gọi là ảo, vì tâm thay đổi từng sát-na, lúc vui, lúc buồn, lúc thương, lúc ghét, lúc vầy lúc khác... nên cái biết của nó không thường hằng. Tâm này còn có tên gọi khác là **Vọng tâm, Tâm thế gian hay Tâm ba thời.**

1) Tịnh hay tướng thật: Chiều sâu bên trong của tâm, tức bản thể của tâm là sự yên lặng, sâu lắng, bất sanh bất diệt. Ở nó, có cái "*tự biết*" thường hằng bẩm sinh không cần học hỏi. Đối tượng như thế nào nó biết như thế đó, không khen, không chê... tức không chế định bất cứ điều gì lên đối tượng, nên nó được xem là thật tướng. Tên gọi khác của tâm này là **Tánh giác, là Chân tâm hay Tự tánh v.v...**

Khi tu tập bất cứ pháp môn nào, đức Phật cũng dạy hành giả nên quay về chỗ Thật tướng của tâm, tức quay về Chân tâm, nghĩa là hành giả trở lại sống với cái Tự tánh chân thật của mình. Thật tướng chỉ thuần là cái "*Tự Biết*" là cái "Tuệ tri". Đối tượng hiện hữu nó biết, không có đối tượng, nó cũng biết. Cho nên đặc tính của Thật tướng tâm là thường biết, thường tri.

III. KINH VĂN "QUÁN TÂM"

Bây giờ chúng ta vào đề mục chính là học phần *"Quán Tâm"* trong bài Kinh Tứ Niệm Xứ. Kinh ghi như sau:

"Này các Tỷ-kheo, như thế nào là Tỷ-kheo sống quán tâm trên tâm? Này các Tỷ-kheo, ở đây, Tỷ-kheo, với tâm có tham, tuệ tri: "Tâm có tham"; hay với tâm không tham, tuệ tri: "Tâm không tham". Hay với tâm có sân, tuệ tri: "Tâm có sân"; hay với tâm không sân, tuệ tri: "Tâm không sân". Hay với tâm có si, tuệ tri: "Tâm có si"; hay với tâm không si, tuệ tri: "Tâm không si".

Hay với tâm thâu nhiếp, tuệ tri: "Tâm được thâu nhiếp". Hay với tâm tán loạn, tuệ tri: "Tâm bị tán loạn". Hay với tâm quảng đại, tuệ tri: "Tâm được quảng đại"; hay với tâm không quảng đại, tuệ tri: "Tâm không được quảng đại". Hay với tâm hữu hạn, tuệ tri: "Tâm hữu hạn". Hay với tâm vô thượng, tuệ tri: "Tâm vô thượng". Hay với tâm có định, tuệ tri: "Tâm có định"; hay với tâm không định, tuệ tri: "Tâm không định".

Hay với tâm giải thoát, tuệ tri: "Tâm có giải thoát", hay với tâm không giải thoát, tuệ tri: "Tâm không giải thoát".

Như vậy vị ấy sống quán tâm trên nội tâm; hay sống quán tâm trên ngoại tâm; hay sống quán tâm trên nội tâm, ngoại tâm. Hay sống quán tánh sanh khởi trên tâm; hay sống quán tánh diệt tận trên tâm; hay sống quán tánh sanh diệt trên tâm. "Có tâm đây", vị ấy sống an trú chánh niệm như vậy, với hy vọng hướng đến chánh trí, chánh niệm. Và vị ấy sống không nương tựa, không chấp trước một vật gì trên đời.

Này các Tỷ-kheo, như vậy là Tỷ-kheo sống quán tâm trên tâm" (hết trích)

IV. TÌM HIỂU Ý NGHĨA - KINH VĂN

- Thế nào là "Quán Tâm trên Tâm": Quán là quan sát, là tuệ tri, là ghi nhận, là hay biết... Chữ Tâm đầu tiên được hiểu là Thức. Chữ Tâm thứ hai trong "*Quán Tâm trên các Tâm*" chỉ toàn bộ hệ thống 6 thức của chúng ta. Thức nào trồi lên mạnh nhất thì lấy cái đó làm đối tượng để quán. Quán một thức trong 6 thức đang vận hành gọi là "*Quán Tâm trên các Tâm*".

Quán hay Niệm ở đây bao gồm ý nghĩa là quán sát, tuệ tri. Tuệ tri là cái biết trong sáng khách quan. Còn tâm bị quan sát là trạng thái hiện hữu của tâm thức, là những phản ứng của tâm thí dụ như tâm thiện, tâm ác, tâm tham hay tâm sân... gọi chung là tâm sở.

Quán tâm là ghi nhận, hay biết rõ những gì đang xảy ra nơi tâm, tức những hoạt động ở nơi tâm. Như vậy thiền Quán là nhìn sâu vào sự vật hiện tượng để thấy được hoạt động của nó, từ đâu có nó và bản chất của nó như thế nào.

Trong kinh Tứ Niệm Xứ hay Đại Niệm Xứ, đức Phật đưa ra 16 tâm để hành giả thực tập:

1) Khi tâm có tham, hành giả tuệ tri tâm có tham. Tâm tham là khi tâm bị dính mắc hay ràng buộc với một ái dục nào đó, chẳng hạn như tài, sắc, danh, thực, thùy... Đây là tâm tham của người thế gian nhằm phục vụ riêng cho cá nhân cho bản ngã của mình. Cũng có loại tham của những vị đã bước vào dòng Thánh, đạt các quả vị: Tu-đà-hoàn, Tư-đà-hàm, A-na-hàm. Cái tham của những vị này là lòng mong muốn giúp mọi người tu tập đạt được quả vị thoát khổ giống như mình. Về tâm tham, đức Phật dạy, khi tâm có tham thì tuệ tri tâm có tham.

2) Tâm vô tham, tuệ tri tâm vô tham: Quán tâm vô tham nghĩa là khi tâm không tham, hành giả tuệ tri tâm không tham.

3) Tâm có sân, tuệ tri tâm có sân. Tâm sân là tâm buồn bực, bất như ý, hờn giận thù ghét... Quán tâm sân, là khi tâm có sân, tuệ tri tâm đang có sân.

4) Tâm không sân, tuệ tri tâm không sân. Quán tâm không sân là khi tâm không sân, tuệ tri tâm không sân.

5) Tâm có si, tuệ tri tâm có si. Tâm si là tâm nghi ngờ giằng co, lưỡng lự, không dứt khoát giữa hai vấn đề. Nói cách khác si giống như một màn che chắn khiến hành giả mê man không thấy biết một cách đúng đắn những gì đang hiện hữu trước mặt. Tâm có si thì biết tâm có si.

6) Tâm không si, tuệ tri tâm không si. Tâm không si, tuệ tri tâm không si.

7) Tâm thâu nhiếp, tuệ tri tâm thâu nhiếp. Tâm thâu nhiếp có hai ý. Ý thứ nhất là tập trung. Thí dụ như thâu nhiếp 6 căn không cho chạy theo 6 trần, hay tập trung tâm vào một đối tượng giúp tâm yên lặng, khi thực hành thiền định. Đây là thiện pháp. Còn ý thứ hai là tâm trạng dả dượi, mệt mỏi, chán chường ... là một hình thức của hôn trầm thụy miên, gọi là "***tâm co rút***". Trong bối cảnh "*quán tâm trên các tâm*", thì tâm co rút được hiểu là tâm mỏi mệt, lười biếng. Khi tâm mỏi mệt, buồn ngủ, lười biếng, thì tâm trí không còn tỉnh táo, không còn sáng suốt, mất chánh niệm không muốn tu tập quán chiếu gì cả, nên nó thuộc về ác pháp.

Khi "*tâm co rút*" đưa đến sự mất tỉnh giác, đồng nghĩa với sự hay biết của tâm đang co rút giảm thiểu sự sáng suốt.

8) Tâm tán loạn, tuệ tri tâm tán loạn. Tâm tán loạn là phóng dật, thiếu sự tập trung, do suy nghĩ liên tục hết chuyện này sang chuyện khác, tức thân ở chỗ này mà tâm ở chỗ khác. Nó còn có nghĩa là tâm bất an. Quán tâm tán loạn là khi tâm tán loạn, biết rằng tâm đang tán loạn.

9) Tâm quảng đại, tuệ tri tâm quảng đại. Tâm quảng đại là tâm rộng lớn, thông khoáng của các vị tu thiền đạt được các tầng định như Sơ định, Nhị định, Tam định, Tứ định thì tâm mới đi đến chỗ quảng đại. Tâm quảng đại còn được hiểu là tâm từ, bi, hỷ, xả. Đức Phật dạy khi hành giả đạt được tâm quảng đại thì tuệ tri tâm quảng đại.

10) Tâm không quảng đại, tuệ tri tâm không quảng đại. Tâm không quảng đại là những tâm liên quan đến dục giới. Phật dạy tâm không quảng đại biết rằng tâm không quảng đại.

11) Tâm hữu hạn, tuệ tri tâm hữu hạn. Tâm hữu hạn là tâm ở trong phạm vi cuộc sống của người thế gian. Khi tâm hữu hạn thì tuệ tri tâm hữu hạn.

12) Tâm vô thượng tuệ tri tâm vô thượng. Tâm vô thượng là tâm thoát ra khỏi tam giới: dục giới, sắc giới, vô sắc giới, là tâm ở trạng thái cao nhất, như tâm của đức Phật khi chứng quả Vô Thượng Chánh Đẳng Giác. Người bình thường không có tâm này. Đức Phật dạy vị nào tu tập chứng được tâm vô thượng thì tuệ tri tâm vô thượng.

13) Tâm có định, tuệ tri tâm có định. Tâm định là tâm yên lặng ở trạng thái cận định hay nhập định. Tâm có định thì tuệ tri tâm có định.

14) Tâm không định, tuệ tri tâm không định. Tâm không định thì tuệ tri tâm không định.

15) Tâm giải thoát, tuệ tri tâm giải thoát. Tâm giải thoát là tâm thoát khỏi phiền não trong từng sát-na, hay trong thời gian ngắn, đó là tâm minh sát. Hoặc là tâm giải thoát từng phần của các bậc thánh tăng hay toàn phần của các vị A-la-hán. Phật dạy tâm giải thoát, tuệ tri tâm giải thoát.

16) Tâm không giải thoát, tuệ tri tâm không giải thoát. Tâm không giải thoát, tuệ tri tâm không giải thoát.

V. THỰC HÀNH "QUÁN TÂM TRÊN CÁC TÂM" NHƯ THẾ NÀO?

Thiền Tuệ hay thiền Quán là thiền để thấy cho được bản chất của sự vật hiện tượng. Sự vật hiện tượng được hiểu là con người (thân-tâm) và cảnh vật bên ngoài. Tất cả sự vật hiện tượng đều do duyên sinh. Vì duyên sinh nên vô thường, vô ngã. Do duyên sinh nên các sự vật hiện tượng thay đổi theo thời gian một cách khách quan không theo ý muốn của một ai. Vì không thuận theo ý muốn của mình nên mình khổ (dukkha).

Về vấn đề tu tập, thiền Tuệ không bắt buộc hành giả phải tọa thiền với tư thế bán già hay kiết già liên tục như thực hành thiền Định. Thực hành thiền Tuệ, hành giả có thể ngồi yên quán chiếu những gì xảy ra trên thân trên tâm, hay lúc đi, đứng, nằm, ngồi cũng có thể thực hành thiền Tuệ, nếu hành giả giữ chánh niệm, tức ghi nhận những diễn biến nơi thân, nơi tâm bất cứ lúc nào, bất cứ nơi đâu.

Điều cần nhớ là hoạt động của tâm như thế nào, rõ biết tâm như thế đó chứ không phải cố làm điều thiện, cố làm những gì tốt hơn tâm hiện tại. Vì khi có "*thay đổi đối tượng*" thì lúc ấy bản ngã đã xuất hiện. Khi bản ngã xuất hiện thì sự quán sát của hành giả không còn trong sáng khách quan nữa.

Trong Kinh Tứ Niệm Xứ, đức Phật giới thiệu 16 loại tâm thức, để hành giả thực hành bài "*Quán tâm*". Bất cứ tư tưởng, hình ảnh nào hiện hữu trong tâm, thì đó là đối tượng để tâm quán sát. Khi quán sát, hành giả không đưa thêm tư kiến đúng sai, thiện ác, không bóp méo, bẻ cong uốn nắn, tư duy theo ý của mình, cũng không cố gắng giữ đối tượng thiện, xua đuổi đối tượng ác... nghĩa là không có bản ngã xen vào trong lúc thực hành "*Quán Tâm trên Tâm*". Tâm tham biết đó là tâm tham. Tâm sân biết đó là tâm sân. Tâm si biết đó là tâm si... Tâm như thế nào biết rõ, và khi nó chấm dứt lúc nào cũng biết rõ. Quán như thế để nhận ra tánh sanh-diệt, vô-thường - khổ - vô ngã của Danh-Sắc.

Khi trí tuệ nhận ra tất cả mọi thứ hiện hữu trong tâm có sanh có diệt, thì cũng nhận ra tất cả hiện tượng trên thế gian cũng tùy theo điều kiện mà có sanh có diệt, cho thấy tính vô thường-vô ngã của vạn vật. Người có tuệ giác sẽ không dại gì sống nương tựa chấp trước với những thứ không bền vững ở trên đời, mà chỉ an trú trong chánh niệm phát huy chánh trí hướng tới quả vị giải thoát Niết-bàn.

VI. RÚT RA BÀI HỌC

Tu thiền là tu tâm. Tu tâm có hai mặt. Một mặt là tập trung tâm vào một đối tượng nào đó để giúp tâm yên lặng, thoát khỏi tham, sân, si, mạn, nghi, tà kiến... Đó là tu thiền Định. Còn một mặt khác là phát huy trí tuệ bằng cách quán sát mọi hành hoạt trên thân và tâm của chính mình để nhận ra tánh sanh-diệt, tánh vô thường-khổ-vô ngã của thân tâm, thì đó là tu thiền Tuệ, còn gọi là thiền Quán. Từ đó, hành giả không còn nương tựa hay chấp trước một thứ gì ở trên đời.

Ở phần đầu bài, chúng ta có đề cập đến tướng trạng của tâm con người. Rằng tâm con người có 2 tướng trạng, đó là Tướng thật chỉ cho Chân tâm và Tướng ảo chỉ cho Vọng tâm.

- Nếu chúng ta ở chỗ thật tướng của tâm, thì tâm đó có sự "***tự biết***" , "***hay biết***" bẩm sinh, mà không phải huân tập, suy nghĩ, hay phân biệt. Cái tâm này, nó sâu lắng yên tịnh, bất động, bất sanh bất diệt, bất cấu bất tịnh, bất tăng bất giảm, tức không có sự hiện diện của Tâm ba thời: Quá khứ (Ý căn), Hiện tại (Ý thức), Vị lai (Trí năng).

- Còn Ý căn, Ý thức, Trí năng do cảnh trần mà hiện khởi, nên nó là tướng ngoài của tâm. Vì dính mắc với cảnh, nên nó luôn bị dao động. Nó thay đổi liên tục hết cảnh này sang cảnh khác, hết tư duy này đến tư duy khác, không đứng yên một chỗ nên trong giáo lý nhà Phật gọi nó là Vọng tâm.

Vọng là không thật.

Như vậy khi tu tập, chúng ta trở về với cái tướng thật của tâm. Tướng thật của tâm chỉ thuần "*là cái biết khách quan, trong sáng*" nó không tác động thêm bớt vào sự hiện hữu, ngược lại cũng không ai làm chủ được nó. Vì thế người sống với tâm này sẽ không bị ràng buộc bởi những dục vọng phiền não của thế gian.

Trở lại 16 loại tâm, đức Phật dạy chúng ta thực hành quán chiếu trong bài kinh Tứ Niệm Xứ. Có ít nhất là 9 loại tâm rất phổ biến trong đời sống của chúng ta, đó là các tâm: Tham, Sân, Si, Vô tham, Vô sân, Vô si, Thâu nhiếp, Tán loạn, Hữu hạn. Đức Phật dạy khi một trong các loại tâm này xuất hiện, chúng ta không làm gì khác, ngoài việc ghi nhận, quan sát, biết rõ sự hiện diện của nó mà thôi!

Khi quan sát mà trong tâm không khởi lên bất cứ một ý nghĩ nào khác thì lúc đó hành giả đang trú trong tự tánh, tức tướng thật của tâm.

Tóm lại, Quán Tâm có nghĩa là chúng ta sống được với Cái Thật Tướng của mình. Chỗ đó trong kinh gọi là Chân tâm, Chân như, Bình đẳng tánh, Tự tánh hay Pháp giới tánh v.v... Một lần nữa, chúng ta cần ghi nhớ, mục đích tu tập pháp môn nào, đức Phật cũng đều dạy chúng ta hòa nhập với cái thực tướng của tâm.

Đến đây, chúng tôi tạm ngưng bài "*Quán Tâm Trên Tâm*". Chúc quý vị hữu duyên, thực hành bài tập "*Quán Tâm*" tới đâu thành tựu tới đó. Nam Mô Bổn Sư Thích Ca Mâu Ni Phật.

THÍCH NỮ HẰNG NHƯ

(Sinh hoạt ngày 03/11/2024
với thiền sinh Thiền Tánh Không, Houston, Texas)

19

Quán đề mục "NĂM TRIỀN CÁI" trong kinh Tứ Niệm Xứ

I. DẪN NHẬP

Đức Phật đã từng xác định pháp tu Tứ Niệm Xứ là "*Con đường độc nhất đưa đến: Thanh tịnh chúng sanh; Vượt khỏi sầu não; Diệt trừ khổ ưu; Thành tựu Chánh trí; Chứng ngộ Niết-bàn*". Người nào muốn đạt được năm điều lợi ích nêu trên, thì người ấy phải học và thực tập những gì đức Phật dạy trong bài kinh này. Kinh Tứ Niệm Xứ dạy hành giả thiết lập Chánh niệm trên bốn lãnh vực Thân, Thọ, Tâm và Pháp. Các bài trước, người viết đã lần lượt giới thiệu các phần quán Thân, quán Thọ và quán Tâm. Nay, xin mạn phép chia sẻ đề tài thứ tư là "*Quán Pháp trên các Pháp*"

II. Ý NGHĨA VỀ TỪ "PHÁP"

Từ *"Pháp"* trong giáo lý nhà Phật được hiểu là tất cả những gì thuộc về nhân sinh và vũ trụ, tinh thần và vật chất, tâm lý và vật lý. Pháp chia làm hai nhóm: Tâm pháp và Sắc pháp. Tâm pháp là những pháp trừu tượng không có hình tướng nhưng có tri giác, thí dụ như: *"Suy nghĩ, vui, buồn, phiền não, thương, ghét v.v"*. Sắc pháp có hình tướng nhưng không có tri giác, thí dụ như: *"Cái bàn, cái ghế, cái nhà, phòng học, chiếc xe, bình bông v.v... "* . Về ý nghĩa *"Pháp"* tạm có hai nghĩa chính, đó là Phật pháp và Vạn pháp.

1) Phật pháp: Là những chân lý thường hằng trong vũ trụ đã được đức Phật nhận ra và giảng dạy nhằm giúp chúng sanh giác ngộ, thoát khỏi luân hồi sanh tử. Chẳng hạn như các đặc tính của hiện tượng thế gian là *"Vô thường-Khổ-Vô ngã, Bốn sự thật cao quý (Tứ diệu đế), Duyên khởi Duyên sinh"* hay những phương pháp tu tập để chứng nghiệm trên thân tâm hành giả như: *"Chú tâm cảnh giác, Chánh niệm tỉnh giác, Không nắm giữ tướng chung, không nắm giữ tướng riêng, Thu thúc lục căn, Văn-Tư-Tu, Giới-Định-Tuệ, Thiền Chỉ, Thiền Quán, 37 phẩm trợ đạo v.v..."* Pháp học và pháp hành do đức Phật giảng dạy, hiện còn ghi lại trong Tam tạng kinh điển (Kinh, Luật, Luận). Tất cả đều là Pháp mà là Pháp Phật, được tôn xưng là Pháp bảo, tức một trong ba ngôi Tam bảo (Phật bảo, Pháp bảo và Tăng bảo).

2) Vạn pháp (Hiện tượng thế gian): Là tất cả mọi hiện tượng thế gian, cái gì, cái chi... cũng gọi là pháp. Thí dụ như con người là một pháp, con vật là một pháp, sợi tóc là một pháp, cái nhà là một pháp, cái ghế là một pháp, chiếc xe là một pháp, cây xoài là một pháp, cây bưởi là một pháp, suy nghĩ, buồn, vui, thương, ghét, mỗi sự kiện, mỗi hiện tượng v.v... đều là một pháp. Nói chung bất cứ thứ gì trên thế gian này mà giác quan tiếp xúc được thì gọi là pháp. Và thế gian thì có vô số pháp nên kinh gọi là Vạn pháp.

III. QUÁN "PHÁP TRÊN CÁC PHÁP"

"*Quán Pháp trên các Pháp*" nghĩa là quán bất cứ pháp nào xuất hiện trên thân tâm của hành giả. Nhưng trong kinh Tứ Niệm Xứ, không phải pháp nào cũng quán, đức Phật chỉ dạy chúng sanh quán các pháp đưa đến sự giác ngộ giải thoát cho người tu tập như: *Năm triền cái, Năm uẩn, Sáu nội-ngoại xứ, Thất Bồ đề phần (Thất giác chi), Tứ đế.* Quán ở đây là ghi nhận sự xuất hiện của một pháp nào đó diễn ra trên thân tâm của hành giả, từ khi nó bắt đầu sanh khởi đến khi nó chấm dứt. Đức Phật hoàn toàn không đưa ra phương pháp đối trị, dập tắt hay nuôi dưỡng, mà chỉ "*minh sát*" nghĩa là soi sáng thực tại đối tượng. Khi hành giả "*tuệ tri*" được nó, thì nó biến mất. Ngay khi đó, hành giả nhận ra được bản chất tự "*sinh diệt*" của pháp đang quán. Pháp đầu tiên đức Đạo Sư dạy quán trong kinh Tứ Niệm Xứ là pháp "*Năm Triền Cái*".

IV. Quán "NĂM TRIỀN CÁI"

Muốn quán đề mục "*năm triền cái*" chúng ta cần hiểu "*triền cái*" là gì thì mới quán được. "*Triền*" có nghĩa là trì kéo, trói buộc, khiến mình không thoát ra khỏi sự nặng nề của nó. "*Cái*" là cái lộng hay cây dù che lấp, cản trở khiến cho tâm mình mù mờ, không sáng suốt. Nó là chướng ngại lớn khiến hành giả tu thiền không thể đắc định. "*Triền cái*" gồm năm món: Tham, Sân, Hôn Trầm-Thụy Miên, Trạo cử-Hối quá và Nghi ngờ.

Tham tiếng Pali là *"Chanda"* có nghĩa là mong muốn, ước nguyện, động lực, thúc đẩy. Tham dục này có khi thiện, có khi bất thiện, có khi không thiện cũng không bất thiện, tùy theo cái Tâm mình đi kèm. Thí dụ: Ham tu, ham học Phật pháp, ham làm việc thiện. Đó là tham dục, nhưng là dục tốt. Cũng vậy, trong 37 phẩm trợ đạo có phẩm "*Tứ như ý túc*" gồm bốn yếu tố: Dục, Cần, Tâm, Quán. Yếu tố đầu là: "*Dục như ý túc*" là một loại dục cực mạnh. Nhờ có dục (ước nguyện) thanh cao, muốn đạt được các tầng định hướng tới giải thoát giác ngộ ban đầu đó, mà về sau người tu chứng đắc được định. Dục này lại là thiện pháp. Còn tham lam muốn chiếm đoạt tài sản, tiền bạc của người khác thì đó là dục xấu là bất thiện. Cho nên dục cũng có nhiều loại, chúng ta cần phân biệt hiểu rõ, để khi gặp tình huống ngoài đời chúng ta không bị lúng túng khi xử lý. Đặc biệt, trong đoạn kinh này, đức Đạo Sư bàn đến ái dục và xem "*ái dục là một triền cái*". Vậy ái dục là gì?

1) Triền cái thứ nhứt là "Ái dục": Tiếng Pali là "*tanhã*" *(dưới chữ "**n**" có dấu nặng)* nghĩa là " *lòng khát khao ham muốn được thỏa mãn sự đòi hỏi của năm giác quan*" về điều gì đó thuộc phạm vi tài, sắc, danh, thực, thùy trong đó có thú vui nhục dục... Dính với Ái dục là dính với phiền não. Tại sao? Vì lúc nào mình cũng sống trong lo sợ mất mát đối tượng mình yêu thương luyến ái. Muốn rời bỏ tâm ái dục này thật là khó, bởi con người ta sống với tâm ái dục này từ nhiều đời nhiều kiếp, đến đời này nó đã trở thành kiết sử trói buộc thân tâm mình, cho nên mình cảm thấy luyến ái là chuyện bình thường, thậm chí nó làm mình đau khổ, mình cũng chấp nhận...

Thí dụ như có một ngày con mình không may gặp nạn, thì mình lo lắng, sợ hải vô cùng, vì mình thương yêu nó. Còn như nghe tin con người khác gặp nạn thì mình không lo lắng nhiều như lo cho con mình. Lo lắng, sợ hãi là tâm trạng của phiền não, đau khổ.

Hay là chồng/vợ của mình có tình ý với người khác thì mình ghen tuông đau khổ vì mình bị dính với hai chữ "*luyến ái*", chứ người không quen biết thì họ làm gì cũng mặc kệ.

Hoặc mình sẽ khổ sở vô cùng nếu tài sản tiền bạc của mình bị thất thoát, còn người khác bị mất mát cái gì... thì đó không phải là nỗi lo của mình. Khi mình đam mê, luyến ái với cái gì rồi thì khó mà buông bỏ, cho nên ái dục hay khát ái là những yếu tố căn bản của phiền não khổ đau, là nguyên nhân đưa đến luân hồi sinh tử triền miên.

Vì thế đức Phật cho rằng "*ái dục là triền cái*". Triền cái vì nó ngăn che không cho tuệ giác mình phát huy. Nếu tuệ giác phát huy thì mình hiểu vạn vật đều vô thường, đủ duyên nó ở với mình, không đủ duyên thì nó ra đi. Vật chất, tài sản, tình yêu vợ chồng, tình thương con cái cũng không khác. Nếu hết duyên mình có làm gì, bi lụy ra sao, cầu khẩn thế nào thì cũng không giữ được.

2) Triền cái thứ hai là "Sân": Giáo lý nhà Phật nhấn mạnh Tham, Sân, Si là ba pháp độc hại. Ba cảm thọ đó luôn xuất hiện đầu tiên trong mọi phản ứng của tâm. Những gì khiến ta khoái lạc, yêu thích, cứ muốn được mãi như vậy, đó là tâm Tham. Ham thích điều gì mà không được thỏa mãn thì cảm thấy bực tức, khó chịu thì đó là tâm Sân. Người ta thường nói "*giận quá mất khôn*" vì trong lúc nóng giận mình không kiểm soát được lời ăn tiếng nói và hành động tổn hại đến người và tổn hại ngay cả với chính mình.

Sân có hai mức độ. Mức độ thứ nhứt là sân xuất hiện ở trong tâm. Đó là sự buồn giận, tức tối, âm ỉ trong tâm. Mức độ thứ hai là cơn giận dữ bộc phát ra lời nói trách móc, than phiền, chưởi bới, hoặc hành động đập phá làm tổn thương người đối diện.

Mức độ sân thứ nhứt tuy không làm tổn thương người đối diện, nhưng lại tổn thương chính mình. Vì sự buồn phiền, sân hận đó cứ âm ỉ trong tâm ngày này qua ngày khác, sẽ khiến mình dễ mắc bệnh trầm cảm. Có câu nói "*Hận này đến chết vẫn mang theo*". Nếu thực sự một người sắp chết mà tâm vẫn còn mang mối hận thù với ai đó, thì thật là nguy hiểm, vì người đó sau khi chết sẽ bị sanh vào một trong ba đường ác.

3) Triền cái thứ ba là Hôn trầm-Thụy miên: Hôn trầm-thụy miên là trạng thái tâm mê mờ, tăm tối, luôn cảm thấy người nặng nề, làm biếng, dả dượi, không muốn làm, không muốn học... chỉ muốn thả trôi mọi việc. Người bị hôn trầm trong lúc ngồi thiền cảm thấy lơ mơ, lờ đờ, không rõ biết gì cả, đến khi ngủ gật, mới giật mình tỉnh giấc. Để trị được hôn trầm phải có sự tỉnh giác. Tỉnh từng giây, từng phút, từng giờ, rồi từng ngày và đến cuối cùng là tòan giác. Muốn tỉnh giác chỉ có một cách duy nhất là phải thực tập quan sát.

4) Triền cái thứ tư là Trạo cử-Hối quá : Trạo là nhô lên, trồi lên. Cử là di động, nhúc nhích. Trạo cử là sự xao động bất an trong tâm, biểu hiện ra ngoài thân và lời nói. Cho nên trạo cử có ba loại: Thân trạo cử, miệng trạo cử và ý trạo cử. Còn hối quá là sự hối tiếc.

- Thế nào là thân trạo cử? Đó là người đứng ngồi

không yên. Khi đứng thì ỏng a, ỏng ẹo, nhúng nha nhúng nhảy. Mắt không nhìn thẳng mà liếc ngang liếc dọc. Khi ngồi thì gỏ tay lên bàn hay trên thành ghế. Còn chân thì nhúc nhích rung đùi không yên. Đó là thân trạo cử. Miệng trạo cử là không im lặng được. Không nói thì không chịu được. Người ta vừa mở miệng là mình nhảy vô liền, hoặc người ta nói chưa hết câu là mình chặn lại giành nói. Sở dĩ miệng trạo cử ưa nói năng là tại vì tâm trạo cử. Tâm trạo cử là tâm không an trú trong pháp quán, tâm suy nghĩ lung tung hết chuyện này đến chuyện khác, hết chuyện mình đến chuyện người, hết chuyện quá khứ, hiện tại và chuyện chưa xảy ra ở tương lai, đó là tâm trạo cử. Có một từ khác tương đương với trạo cử là phóng dật. Phóng dật là phóng tâm xa lìa đề mục tu tập. Người có tâm phóng dật là người bị thất niệm.

Còn "***hối quá***" là sự hối tiếc dày vò khiến tâm luôn phiền não. Lưu ý "*hối quá*" khác với "*tàm quý*". Tàm quý là người phạm lỗi, biết xấu hổ, hối hận, thành tâm sám hối và tự hứa sẽ không tái phạm. Còn "*hối quá*" là hối hận, hối tiếc những việc làm có khi tốt có khi xấu. Thí dụ như thời gian qua thích cái này, thích cái kia, mà không lấy, không mua, bây giờ muốn lấy muốn mua cũng không còn cơ hội, nên cứ tiếc nuối hoài.

5) Triền cái thứ năm là Nghi ngờ: Trạng thái Nghi ngờ là trạng thái tâm hoang mang, do dự, không quả quyết. Nghi ngờ pháp môn mình tu tập không đưa đến giải thoát giác ngộ. Hoặc là nghi ngờ chính bản thân mình không có khả năng tu tập pháp môn đang hành trì. Khi có bất cứ những loại nghi ngờ nào xuất hiện, hành giả cần phải tìm cách giải tỏa để tâm không còn hoang mang cản trở con đường tu tập của mình.

IV. NHẬN DIỆN "NĂM TRIỀN CÁI"

Năm triền cái là những pháp bất thiện, vì nó cản trở việc tu tập của hành giả. Nó trói buộc, che lấp khiến cho tâm hành giả mù mờ không sáng suốt, tâm luôn dao động, không thể vào định được. Muốn đạt được định hành giả phải tập trung tâm vào một đối tượng để phát huy các thiền chi: "*tầm, tứ, hỷ, lạc, nhất tâm*" nhằm đoạn trừ năm triền cái: "*tham, sân, hôn trầm-thụy miên, trạo cử-hối quá, nghi ngờ*". Nhưng đó là pháp tu thiền định.

Còn thiền quán (Vipassana) trong kinh Tứ Niệm Xứ dạy rằng: Khi một trong năm triền cái sanh khởi, thì hành giả chỉ ghi nhận, quan sát một cách đầy đủ tiến trình sanh, trụ, đoạn diệt của triền cái đó, mà không có sự tham dự của ý căn, ý thức hay trí năng, chỉ có cái biết của tâm thiền là tuệ giác tức chánh niệm mà thôi!

Kinh Trung Bộ, phẩm Tứ Niệm Xứ, phần quán Pháp, đức Phật dạy như sau: "*... Này các Tỳ-kheo, thế nào là Tỳ-kheo sống quán pháp trên các pháp đối với năm triền cái? Này các Tỳ-kheo, ở đây, Tỳ-kheo nội tâm có ái dục, tuệ tri:* "Nội tâm tôi có ái dục"*, hay nội tâm không có ái dục, tuệ tri:* "Nội tâm tôi không có ái dục". *Và với ái dục chưa sanh nay sanh khởi, vị ấy tuệ tri như vậy; và với ái dục đã sanh nay được đoạn diệt, vị ấy tuệ tri như vậy; và với ái dục đã được đoạn diệt, tương lai không sanh khởi nữa, vị ấy tuệ tri như vậy.*" * (hết trích)

Đức Phật dạy muốn thoát khỏi sầu não do ái dục gây ra, thì mình phải nhận diện ra nó bằng cách ngồi yên lặng nhìn vào trong tâm mình, xem ngay trong giây phút này, mình có đau khổ, có luyến ái khởi lên hay không? Nghĩa là mình có đang thương nhớ người này, thương nhớ người kia hay không? Mình có ham muốn cái này, ham muốn cái kia hay không? Nếu có thì mình phải nhận ra: ***"Đây là tâm ham muốn, đây là tâm ái dục!".*** Ái dục đang sanh khởi. Mình biết là nó đang có mặt ngay lúc này. Hoặc ái dục không sinh khởi, thì lúc đó mình biết rằng: " ***Ái dục không có mặt",*** tức là ngay lúc này mình không bị khổ vì ái dục. Nếu thấy không có ái dục, thì ***"biết không có ái dục***". Hoặc ái dục nổi lên, rồi chấm dứt, thì cũng chỉ "***tuệ tri như vậy***". Hay là ái dục đã đoạn diệt không còn khởi lên ở tương lai, thì cũng "***biết như thế***".

Đức Đạo Sư dạy chúng ta nhận diện "*ái dục*" biết nó có mặt, hay không có mặt, sự nhận diện biết rõ đó gọi là "*tuệ giác*". Khi chúng ta nhìn "*ái dục*" bằng "*tuệ giác*", thì ngay lúc đó tuệ giác đang hiện hữu, chúng ta không bị những suy nghĩ tiêu cực đau buồn về đối tượng làm khổ mình, hoặc sung sướng phấn khởi khi niềm vui hạnh phúc khởi lên. Tất cả mọi thứ vui buồn tự nhiên rơi rụng ngay khi tuệ giác có mặt. Và cứ thế, tuệ giác phát sanh mỗi lúc một mạnh hơn.

Đó là cách đức Đạo Sư dạy chúng ta đoạn trừ được triền cái "*ái dục*" bằng cách quan sát, chánh niệm, chứ không can thiệp dập tắt hình ảnh, hay tư tưởng luyến ái đó ra khỏi tâm thức mình. Bởi nếu mình cố ý can thiệp bằng cách dập tắt nó, sẽ chỉ khiến tâm mình có cơ hội nổi sân.

Chúng ta cần nhớ là Tâm mình chỉ làm được một thứ trong một lúc thôi. Khi nó đang là niệm Tham thì không thể có niệm Tuệ. Chính vì thế mà đức Phật dạy lúc nào chúng ta cũng giữ niệm biết. Đối tượng như thế nào nhận biết như thế đó mà thôi!

Nhận diện các triền cái Sân hận, Hôn trầm, Trạo Cử và Nghi ngờ: Về cách quán sát các triền cái: Sân hận, Hôn trầm, Trạo cử và Nghi ngờ**,** kinh Tứ Niệm Xứ dạy cũng giống như cách quán triền cái Ái dục, nghĩa là hành giả chỉ cần chánh niệm liên tục trên các triền cái, từ khi nó sinh khởi cho đến khi nó tự tan biến, để nhận ra tánh "*sinh diệt*" của nó.

Ngoài những giờ tọa thiền. Hành giả cần thực hiện quán thân, tức giữ chánh niệm trên thân. Chánh niệm trong khi đi, trong khi đứng, trong khi ngồi. Bước đầu thực tập chánh niệm, tức luôn có cái hay biết.

Thí dụ: Biết đôi tay mình cử động. Biết đôi chân mình đi. Nghe giọng nói hay nghe hơi thở của mình thì đó là chánh niệm. Mỗi lần chánh niệm là mỗi lần tuệ giác xuất hiện. Chỉ có chánh niệm mới làm cho sự tỉnh giác phát sinh, và nó mới có thể đối trị lại năm triền cái.

Sau cùng đức Phật đi đến kết luận: " *Như vậy vị ấy sống quán pháp trên các nội pháp; hay sống quán pháp trên các ngoại pháp; hay sống quán pháp trên các nội pháp, ngoại pháp. Hay vị ấy sống quán tánh sanh khởi trên các pháp; hay sống quán tánh diệt tận trên các pháp; hay sống quán tánh sanh diệt trên các pháp. "**Có những pháp ở đây**", vị ấy sống an trú chánh niệm như vậy, với hy vọng hướng đến chánh trí, chánh niệm. Vị ấy sống không nương tựa, không chấp trước một vật gì trên đời. Này các Tỷ-kheo, như vậy là Tỷ-kheo sống quán pháp trên các pháp đối với năm triền cái.*" (hết trích).

Những vị Tỷ-kheo nào quán năm triền cái như lời dạy của Đức Thế Tôn trong kinh Tứ Niệm Xứ, nghĩa là khi các bất thiện pháp đó có mặt, vị ấy an trú chánh niệm trên các pháp đó. Nhờ vậy mà tuệ giác (chánh niệm) ngày một phát triển mạnh mẽ hơn. Tuệ giác nhận diện bản chất sanh diệt của các pháp, nên vị ấy không còn nương tựa hay chấp trước một vật gì trên đời. Tại đây, đức Phật xác định vị ấy sống quán pháp trên các pháp đối với năm triền cái.

V. KẾT LUẬN

"*Năm triền cái*" bị xem là năm pháp bất thiện, nó là những tập khí tùy miên nằm sâu trong tiềm thức. Khi đủ duyên nó trồi lên trì kéo, che đậy tâm thức khiến con người chịu nhiều phiền não, đã thế nó còn là nguyên nhân đưa đẩy con người tạo nghiệp. Rồi chính cái nghiệp này lôi kéo mình đi vào vòng luân hồi sinh tử. Cho nên, năm triền cái này dù ở dạng vi tế phát sinh nơi tâm, hay ở dạng thô, giận dữ thông qua nét mặt, lời nói, hành động... thì cũng cần phải được nhận diện rõ và xử lý theo lời Phật dạy bằng cách áp dụng phương thức "*Nhiệt tâm-Tỉnh giác-Chánh niệm*" trên triền cái xuất hiện. Đó là "*Quán Pháp* ", là tu theo thiền Tuệ còn gọi là thiền Minh Sát (Vipassana).

Thực hành thiền Minh Sát là phát huy tuệ giác trong từ sát-na thời gian. Khi có một pháp thiện, hay bất thiện xuất hiện trên thân tâm, chẳng hạn như một trong năm triền cái sanh khởi, hành giả an trú chánh niệm ngay trên triền cái đó. Khi triền cái biến mất, hành giả cũng nhận diện tâm đang không có triền cái. Nhờ an trú trong chánh niệm mà hành giả nhận diện tiến trình khởi sinh, tồn tại và biến mất của đối tượng. Từ đó, hành giả nhận ra đặc tính của các pháp là : "*vô thường, khổ, vô ngã.*" Tu tập thuần thục, hành giả tiếp tục nhận ra đặc tính "*sanh-diệt*" của hiện tượng thế gian.

Lưu ý: Chúng ta biết rằng trong tâm con người chỉ xuất hiện một niệm, nên khi niệm tuệ có mặt, thì ngay khi đó từng niệm tham, sân, hôn trầm, trạo cử, nghi ngờ tự động rơi rụng. Đó là cách tu tập đoạn trừ năm triền cái, đức Phật dạy trong bài kinh Tứ Niệm Xứ.

Trước khi tạm ngưng đề tài "*Quán Năm Triền Cái*", người viết nguyện chúc các hành giả hữu duyên sớm thành tựu pháp tu theo lời Phật dạy. Nam Mô Bổn Sư Thích Ca Mâu Ni Phật.

THÍCH NỮ HẰNG NHƯ.

(Sinh hoạt ngày 04/5/25 với đạo tràng TTK. Houston, Texas)

20

QUÁN "NGŨ THỦ UẨN" trong kinh TỨ NIỆM XỨ

I. DẪN NHẬP

Đức Phật dạy trong Kinh Tứ Niệm Xứ (Satipatthàna Sutta), ngoài việc quán Thân, Thọ, Tâm, còn có phần quán Pháp. Quán Pháp là quán các đề mục: *Năm Triền Cái, Năm Thủ Uẩn, Sáu Nội Ngoại Xứ, Bảy Giác Chi và Bốn Thánh Đế.* Với nhiệt tâm, tỉnh giác, chánh niệm trong lúc tu tập, hành giả có cơ hội liễu tri tất cả mọi gốc độ, mọi khía cạnh của mỗi pháp. Mục đích là nhận ra tính chất vô thường, khổ, vô ngã, đồng thời cũng nhận ra tánh sinh diệt của ngũ uẩn. Từ sự nhận thức này hành giả tự mình buông bỏ mọi chấp trước, thoát khỏi phiền não bởi tham, sân, si, mạn, nghi, tà kiến... chuyển đổi nhận thức tâm phàm phu thành nhận thức tâm bậc Thánh. Bài viết vừa rồi, chúng tôi đã thông qua phần quán đề mục "*Năm Triền Cái*". Quán Năm Triền Cái: Tham, Sân, Hôn

Trầm, Trạo cử và Nghi ngờ để thấy rõ chúng là các loại pháp si ám gây phiền não trong đời sống hằng ngày, và là nguyên nhân khiến việc tu thiền của hành giả không thể thành tựu. Hôm nay, tiếp tục phần quán pháp, chúng tôi xin mạn phép trình bày đề tài *"Quán Ngũ Thủ Uẩn trong kinh Tứ Niệm Xứ"*.

II. KHÁI QUÁT VỀ "NGŨ UẨN"

Ngũ là năm. Uẩn là nhóm, là khối, là tổ hợp. Như vậy Ngũ uẩn có nghĩa là năm nhóm kết hợp thành đời sống một chúng sinh. Mỗi chúng sinh, tức mỗi con người nhìn chung có 2 phần: Vật chất và tinh thần. Phần vật chất gọi là thân. Phần tinh thần gọi là tâm. Thuật ngữ nhà Phật gọi thân là sắc, tâm là danh. Danh chia ra làm 4 phần đó là: Thọ, Tưởng, Hành và Thức. Như vậy một người sẽ có năm phần: Sắc, Thọ, Tưởng, Hành và Thức nên gọi là Ngũ uẩn.

- Sắc uẩn là thành phần vật chất tạo nên chúng sanh còn gọi là thân. Thân thì có đầu mình tay chân. Bên ngoài, trên đầu có tóc, trên mặt có chân mày, mắt, tai, mũi, miệng... Đó là những thứ mà soi gương chúng ta có thể nhìn thấy được hình dáng màu sắc, có thể va chạm được. Bên trong thân thì có xương, cơ bắp, gân, bao tử, gan, phổi, thận, mật, lá lách, ruột non, ruột già, máu, mũ v.v... là những thứ được lớp da bên ngoài bao phủ.

- Danh uẩn là tâm. Tâm thì trừu tượng, không thể thấy, không thể nghe, không thể ngửi, không thể nếm. Tâm không nhìn thấy được, nhưng chúng ta biết có tâm qua sự biểu hiện của thân. Tâm vui thì nét mặt rạng rỡ, môi luôn nở nụ cười. Tâm buồn thì khuôn mặt chảy xệ nặng nề, hai mắt xụp xuống. Tâm sân hận thì hai vành tai và khuôn mặt đỏ tấy, con ngươi của hai mắt nở to, trồng trắng mắt nổi gân đỏ li ti v.v...

Thọ uẩn, Tưởng uẩn, Hành uẩn, Thức uẩn thuộc về tâm, nên được dọi là Danh uẩn.

- **Thọ uẩn** là những cảm giác dễ chịu hay khó chịu hoặc là trung tính, tức không dễ chịu cũng không khó chịu.

- **Tưởng uẩn** là thành phần kinh nghiệm, bao gồm hai khía cạnh: Nhận thức và hồi ức. Đó là sự hấp thụ về văn hóa, giáo dục, vốn liếng sống của mỗi cá nhân.

- **Hành uẩn** là tất cả những phản ứng, hoạt động và tạo tác của tâm. Tâm có tới 52 tâm sở. Thọ là một tâm sở. Tưởng là một tâm sở. Mỗi tâm sở biểu lộ một tính chất, một trạng thái. 50 trạng thái tâm còn lại là Hành uẩn.

- **Thức uẩn** là khả năng biết đối tượng thông qua 6 giác quan: Mắt, tai, mũi, lưỡi, thân, ý. Khi 6 giác quan tiếp xúc với 6 đối tượng của nó là: Sắc, thanh, hương, vị, xúc, pháp, thì trong tâm xuất hiện 6 loại nhận thức tương ưng là: Nhãn thức, nhĩ thức, tỷ thức, thiệt thức, thân thức và ý thức.

Như vậy, bất kỳ một chúng sinh nào cũng có tối đa là 5 uẩn. Ngũ uẩn còn gọi là Ngũ thủ uẩn, trong Hán tạng có khi dịch là Ngũ ấm. Nhưng lúc nào gọi là Ngũ uẩn, lúc nào gọi là Ngũ ấm, và lúc nào gọi là Ngũ thủ uẩn?

Thí dụ như nói về Sắc, mình nói thân thể này là tôi, là của tôi, tức Sắc này là của tôi, không ai được phép nói năng xúc phạm đến. Như vậy cái Sắc thay vì "*Sắc uẩn*" thì nó lại là

"*Sắc thủ uẩn*". Thủ là bám chặt, giữ chặt, xem cái sắc là của mình.

Đối với Thọ cũng vậy, Thọ là cảm giác dễ chịu hay khó chịu. Khi chấp cảm giác đó là của mình thì "*Thọ uẩn*" đã biến thành "*Thọ thủ uẩn*". Tưởng cũng thế, khi cho những kiến thức, những kinh nghiệm, những tư tưởng là của ta, của tôi, thì không còn là "*Tưởng uẩn*" mà trở thành "*Tưởng thủ uẩn*". Hành và Thức cũng thế. Khi có sự dính mắc cho rằng Hành và Thức là của ta, của tôi, thì gọi là "*Hành thủ uẩn, Thức thủ uẩn*".

Tóm lại, nếu mình chấp Ngũ uẩn là mình, của mình, thì đó là Ngũ thủ uẩn. Khi quan sát Ngũ uẩn không chấp Ngũ uẩn là mình, của mình, thì Ngũ uẩn chỉ đơn giản là Ngũ uẩn. Còn như trong lúc tu tập tọa thiền, tâm mình bị tán loạn, không nhận ra Ngũ uẩn, thì có nghĩa là nó ngăn che mình, khiến mình không nhận ra, thì trường hợp đó Ngũ uẩn gọi là Ngũ ấm. Ấm có nghĩa là khuất lấp, ngăn che.

III. THÀNH PHẦN VÀ NỘI DUNG CỦA NGŨ THỦ UẨN

1) Sắc uẩn: Là phần vật chất hay là phần thân thể của chúng sinh. Thân thể ban đầu được thành hình bởi một phôi thai, do tinh cha và trứng mẹ kết hợp trong thời gian trứng rụng của người mẹ. Phôi thai đó sống trong bụng mẹ trung bình khoảng 9 tháng, dần dần phát triển thành một em bé trai hoặc gái, đầy đủ danh sắc và được sanh ra đời. Em bé được nuôi dưỡng bằng sửa mẹ, lớn lên một chút thì được nuôi dưỡng bằng các loại thực phẩm thích hợp. Em bé lớn dần biết lật, biết bò, biết ngồi, biết đi, biết nhận diện và biết nói. Cơ thể bé nhỏ đó lớn dần theo thời gian, trở thành một thành viên nam hay nữ trong gia đình và xã hội. Mọi người không ai giống ai. Người có làn da trắng mịn màng, người có làn da đen mượt, người khác lại có nước da bánh mật, vàng hay đỏ, có người tóc đen, tóc vàng, tóc nâu, tóc xoắn quăn, tóc thẳng mềm mại. Có người cao, thấp, mập, ốm với nhiều hình thù vóc dáng khác nhau. Tất cả những cái đó được gọi chung là thân thể con người qua cái nhìn tục đế.

Theo cái nhìn của đức Phật thì thân thể con người được thành hình bởi 4 yếu tố: Địa đại, Thủy đại, Hỏa đại và Phong đại, tức đất, nước, lửa và gió. Tính chất của mỗi yếu tố được ghi nhận như sau:

1) Đất là yếu tố của sự bền chắc, cứng mềm, trơn nhám, co giản. Đất là nơi để mọi vật nương tựa vào. Những thứ được ví như đất trên cơ thể con người gồm có: Da, xương, răng, tóc, móng tay, cơ bắp v.v...

2) Đặc tính của nước là lỏng, dính hay rời rạc, được ví như máu, mũ, nước mắt, nước mũi, mồ hôi, nước tiểu ... trong cơ thể con người.

3) Lửa tức nói đến yếu tố hỏa có tính chất nóng hay ấm, ví như nhiệt độ nóng ấm trong cơ thể con người. Năng lượng nhiệt giúp tiêu hóa được thực phẩm, nhưng khi nó yếu ớt ta có thể bị sình bụng hay đau bụng.

4) Tính chất của gió là di chuyển, lay động. Trong cơ thể con người có nhiều luồng gió. Khi chúng ta bị chứng ợ hơi, ho, nhảy mũi, là do luồng gió hay khí từ dưới bụng di chuyển lên. Các chất cặn bả từ trong ruột non, qua ruột già,

xuống hậu môn, bị tống ra ngoài là nhờ sự vận động của gió trong đường ruột. Máu di chuyển khắp châu thân cũng do hoạt động của luồng khí. Nếu luồng khí này bị cản trở không được tự do lưu thông ở chỗ nào thì những cơ bắp liên hệ với chỗ đó bị tê cứng và đau nhức. Ngoài ra, hơi thở là luồng không khí chúng ta dễ nhận ra nhất, khi chúng ta hít vào và thở ra.

Bốn yếu tố này tồn tại khắp vũ trụ gọi là Địa đại, Thủy đại, Hỏa đại và Phong đại.

2) Thọ uẩn: Thọ là những cảm giác nảy sinh trong tâm khi giác quan tiếp xúc đối tượng bên ngoài. Thọ có 3 dạng: Thọ khó chịu, Thọ dễ chịu, và Thọ xả không dễ chịu cũng không khó chịu. Kinh gọi là Khổ thọ, Lạc thọ và Bất khổ bất lạc thọ.

Khổ thọ biểu hiện cảm giác buồn bực, khó chịu, giận hờn, ganh tỵ, lo lắng, sợ hãi... Cảm giác tiêu cực này sẽ dẫn đến tâm sân. Lạc thọ biểu hiện cảm giác tích cực như thích thú, hoan hỷ, an vui, hạnh phúc. Muốn kéo dài cảm giác hạnh phúc, hay niềm an vui thoải mái ở mãi bên mình sẽ dẫn đến tâm tham.

Có một loại cảm giác khác vượt lên trên hai loại cảm giác này, đó là cảm giác thản nhiên, không bị vướng vào thiện duyên hay nghịch duyên, tức không vướng vào hạnh phúc hay khổ đau, gọi là Thọ xả. Thọ xả là trạng thái tâm quân bình đối với mọi hoàn cảnh sống, họ là người có tu tập và làm chủ được tâm cảm xúc của mình trước mọi tác động vui buồn, chứ không phải thản nhiên bởi họ là loại người vô tâm, bất chấp, thờ ơ hay ích kỷ!

3) Tưởng uẩn: Là tri giác, bao gồm tri giác suy nghĩ, tri giác hình dung, liên tưởng, tưởng tượng và phân biệt. Nói chung Tưởng uẩn là những kiến thức, những kinh nghiệm, những gì chúng ta đã từng học, biết qua và ghi nhận vào ký ức. Khi có điều kiện thì nó nhớ lại, nhận ra. Thường thì Tưởng có hai loại phản ứng, một là phản ứng đúng khi chúng ta suy luận đúng, hoặc phản ứng sai do chúng ta suy luận sai. Để có được các loại tri giác đúng chúng ta phải có những dữ liệu đúng.

Thí dụ, khi mình gặp một người nào đó, mình biết đây là ông A, đây là bà B. Mình biết, vì trước đây mình đã từng gặp họ, đã từng quen biết và hiểu đúng về họ. Bây giờ gặp lại mình nhớ tất cả những gì về họ thì đó là Tưởng uẩn. Còn nếu lần đầu tiên gặp mặt người lạ, mình không biết bất cứ một thông tin gì về người đó, như vậy mình không có kiến thức hay Tưởng về người đó. Nhưng ít ra mình cũng biết đây là con người. Nhận ra đây là con người thì đó chính là Tưởng. Hoặc phân biệt thế nào là con người, thế nào không phải là con người, đó cũng là Tưởng.

Trong đời sống hằng ngày con người rất cần đến Tưởng. Nếu không có Tưởng, mình sẽ không phân biệt được đây là cái nhà, đây là chiếc xe, đây là vợ, đây là chồng, đây là con, đây là bạn, người lớn, người nhỏ, ông chủ, nhân viên, không biết xưng hô như thế nào cho thích hợp...Thậm chí khi trò chuyện, những suy nghĩ trong đầu như thế nào để trình bày cho người ta hiểu ý mình muốn nói gì, thì đó cũng là Tưởng. Như vậy, Tưởng uẩn chính là một dạng kiến thức. Nếu không có Tưởng uẩn thì mình chỉ là một người khuyết tật, bị xem như một bệnh nhân về tâm thần, bởi mình không biết gì cả.

Trong vấn đề tu tập, chúng ta thường hay nghĩ Tưởng là một pháp bất thiện. Đó là vì chúng ta đánh đồng ý nghĩa của các từ "*vọng tưởng*" hay "*tưởng tượng*" giống nhau với "*Tưởng*".

Thật ra Tưởng uẩn hay vọng tưởng hoặc tưởng tượng, ý nghĩa khác nhau hoàn toàn. "*Tưởng uẩn*" là kiến thức, là trí hiểu biết đáp ứng cho đời sống cần thiết của con người. "*Vọng tưởng*" là sự suy nghĩ miên man không chủ đích, hết chuyện này sang chuyện khác, từ chuyện quá khứ, đến hiện tại, hay vị lai không ngừng. Còn "*tưởng tượng*" là những suy nghĩ, vẻ vời, không đúng với thực tại. Thí dụ như thấy sợi dây cuộn tròn tưởng là con rắn chẳng hạn.

Người bị "*vọng tưởng*" hay "*tưởng tượng*" trong lúc thực hành thiền bị xem là đang "*phóng dật*" hay "*trạo cử*". Phóng dật là tâm hướng đến chỗ này, hướng đến chỗ kia, nó suy nghĩ chuyện này chuyện kia liên miên không ngừng. Trạo cử cũng vậy, tâm luôn dao động vì suy nghĩ lung tung. Trường hợp này người ta hay dùng hình ảnh "*tâm viên ý mã*" để so sánh. Tâm dao động giống như con khỉ luôn chuyền từ cành cây này sang cành cây khác không dừng, như con ngựa đứt dây cương, chạy từ đường này sang đường khác không đứng yên một chỗ. Người tu thiền mà vọng tưởng cứ khởi lên hoài, sẽ không thể nào nhập định được, nên "*vọng tưởng*" hay "*trí tưởng tượng*" bị xem là các pháp bất thiện. Còn Tưởng uẩn chưa phải là pháp bất thiện hay pháp thiện, nó tùy thuộc theo cái tâm ngay lúc đó.

4) Hành uẩn: Là những hoạt động, những phản ứng hiện hữu hay vi tế của tâm gọi là tâm sở. Tâm có 52 tính chất tức 52 tâm sở, trừ tâm sở Thọ và tâm sở Tưởng. 50 tâm sở còn lại là Hành uẩn. 50 tính chất này có cả .tính chất thiện như: Tín, Tỉnh giác, Tàm, Quí, Vô tham, Vô sân, Vô si, Chánh ngữ, Chánh nghiệp, Chánh mạng, Từ, Bi, Hỷ, Xả... Hoặc tính chất bất thiện như: Tham, Sân, Si, Hôn trầm, Hối tiếc, Giải đãi, Tán loạn, Kiêu mạn, Nghi ngờ, Tà kiến, Ganh tỵ, Tật đố, Vô tàm, Vô quí. Và có cả những tính chất chưa thiện cũng chưa bất thiện, mà nó tùy thuộc cái tâm nó đi theo như: Xúc, Thọ, Tri giác, Chú tâm, Tác ý, Nỗ lực v.v...

Các hoạt động tâm tư đó làm cho tâm không bao giờ ngừng nghỉ. Nó hoạt động liên tục, ngay cả trong lúc chúng ta ngủ hay thức.

5) Thức uẩn: Khả năng nhận biết đối tượng đơn thuần thông qua 6 giác quan. Sáu giác quan đó là: Mắt, tai mũi, lưỡi, thân và ý còn gọi là Nhãn căn, Nhĩ căn, Tỷ căn, Thiệt căn, Thân căn và Ý căn. Sáu căn có sáu đối tượng khi nó tiếp xúc là: Sắc, thanh, hương, vị, xúc và pháp. Để biết được các đối tượng này thì có 6 Thức tương ưng khởi lên là: Nhãn thức, Nhỉ thức, Tỷ thức, Thiệt thức, Thân thức và Ý thức.

Những Thức này chỉ biết đối tượng một cách đơn thuần thôi. Chẳng hạn Nhãn thức chỉ biết hình ảnh, nó chưa biết được đây là con người, con vật hay cây cảnh, những cái biết như vậy thuộc về Tưởng uẩn. Tương tự âm thanh cũng vậy. Khi có âm thanh khởi lên, Nhĩ thức chỉ biết đây là âm thanh. Còn biết được âm thanh này là tiếng người nói, âm thanh này là tiếng kêu của máy lạnh hay là tiếng kêu của con dế, con mèo ... đó là do Tưởng uẩn phân biệt và biết. Khi mũi ngửi mùi, thì Tỷ thức chỉ biết đây là mùi. Còn biết đây là mùi thơm của thức ăn, mùi tanh của thịt cá hay mùi thơm của hoa lan, hoa hồng... phân biệt được như vậy là do Tưởng uẩn.

Khi lưỡi nếm vị, thì Thiệt thức chỉ biết đây là vị, chưa biết đây là vị gì. Để biết được đây là vị cay, đắng, chua, béo, ngọt, bùi, mặn, chát v.v... thì đó là trách nhiệm của Tưởng uẩn. Hay khi xúc chạm, Thân thức chỉ biết có cảm giác trên thân. Còn phân biệt ra đây là nóng, lạnh, cứng, mềm, đau, nhức ... là do Tưởng uẩn biết. Cũng vậy khi tâm có một trạng thái, một tính chất, một hoạt động nào đó, Ý thức nó nhận biết. Còn khi phân biệt rõ tâm là đang buồn, đang sân, đang tham, đang hôn trầm, đang hoài nghi, đây là chánh niệm, đây là niềm tin... là do Tưởng uẩn phân biệt và nhận ra.

Như vậy Thức uẩn chỉ biết 6 loại đối tượng là: Sắc, hương, thanh, vị, xúc, pháp chứ nó chưa phân biệt, chưa biết rõ tên gọi, chưa nhận diện tính chất của những đối tượng này như thế nào. Sự phân biệt, nhận biết đó là việc làm của Tưởng uẩn. Tuy nhiên trên mặt thực tế, khi mình nhìn một đối tượng, là mình biết ngay đó là cái gì liền, nên Tưởng và Thức đi kèm với nhau, mà ngay cả Thọ và Hành cũng đi kèm với nhau nữa. Bởi vì khi giác quan tiếp xúc với đối tượng, thì mình sẽ nhận diện ngay đối tượng và sẽ có cảm giác là dể chịu hay khó chịu hoặc không dễ chịu không khó chịu. Trong tâm có liền những phản ứng liên quan đến đối tượng thì đó là Hành.

Như vậy khi mắt tiếp xúc với đối tượng bên ngoài, thì Sắc khởi lên, ngay lập tức có Thọ, có Tưởng, có Hành, có Thức đi kèm liền. Mặc dù theo lý luận thì nói cái này có trước, cái kia mới sinh khởi, nhưng thực ra khi có một uẩn sanh ra, thì nhanh như điện chớp, bốn uẩn kia sanh theo liền ngay khi đó, có nghĩa là bốn uẩn thọ, tưởng, hành, thức luôn đi chung một cách bất khả ly, nên nói Ngũ uẩn luôn luôn có mặt là vậy!

IV. "QUÁN NGŨ UẨN" TRONG KINH TỨ NIỆM XỨ

Vì ngũ uẩn mang tính tổ hợp bởi nhiều yếu tố, cho nên chúng không thường hằng, không tồn tại mãi với thời gian. Do vậy mỗi người đều phải trải qua giai đoạn sanh, già, bệnh, chết. Để làm chủ được các phản ứng của tâm, khi vô thường xảy ra đối với cơ thể chúng ta, hay đến với người thân của chúng ta, thì ngay bây giờ chúng ta cần làm quen với quy luật "*sinh-trụ-hoại-diệt*", cần có "*nhận thức đúng đắn về ngũ uẩn*". Nếu không, thì cái nhìn lệch lạc sẽ khiến chúng ta luôn sống trong phiền não khổ đau.

Trong việc thực tập quán Ngũ Thủ Uẩn. Đức Phật dạy hành giả phải tư duy về các uẩn: "*Đây là Sắc, đây là Sắc tập, đây là Sắc diệt. Đây là Thọ, đây là Thọ tập, đây là Thọ diệt. Đây là Tưởng, đây là Tưởng tập, đây là Tưởng diệt. Đây là Hành, đây là Hành tập, đây là Hành diệt. Đây là Thức, đây là Thức tập, đây là Thức diệt...*". Nghĩa là hành giả phải tư duy biết rõ cái gì là Sắc, cái gì là Thọ, Tưởng, Hành, Thức. Quan sát khi Ngũ uẩn có mặt, tồn tại và đoạn diệt như thế nào.

Thiền Tứ Niệm Xứ dạy hành giả lấy Hơi Thở làm đề mục để thực tập. Biết rõ khi hơi thở vào từ mũi xuống ngực xuống đan điền. Tự ngưng một chút rồi thở ra, hơi thở bắt đầu từ đan điền, lên lồng ngực, qua hai lỗ mũi rồi ra ngoài. Hơi thở ra vô là do sự chuyển động của gió. Ngay chỗ này phong đại có mặt. Khi gió chuyển động như vậy thì có sự xúc chạm tạo cảm giác nóng hoặc lạnh nơi mũi. Cảm giác nóng lạnh đó chính là hỏa đại. Rồi khi thân đang ngồi thiền, biết thân cứng hay mềm, lạnh hay ấm, đó là địa đại. Vậy quan sát hơi thở hành giả nhận ra được tứ đại, tức nhận diện được Sắc uẩn.

Trong lúc thực hành chủ đề Hơi thở, nếu tai nghe âm

thanh, mình biết đây là âm thanh, đó là cái biết của Thức uẩn. Nếu biết âm thanh đó của con chó hay con mèo, thì đó là Tưởng uẩn có mặt. Khi âm thanh khiến cho mình khó chịu hay dễ chịu, đó là Thọ uẩn có mặt, hoặc là buồn ngủ, hay có sự nghi ngờ, hoặc chú tâm chỗ này chỗ kia, thì đó là Hành uẩn.

Vậy trong lúc ngồi thiền, hành giả quan sát được cả Sắc uẩn, Thọ uẩn, Tưởng uẩn, Hành uẩn và Thức uẩn. Và khi quan sát Ngũ uẩn, hành giả thấy rằng năm uẩn này nó tự vận hành theo quy luật, theo cái cách của nó, chứ không có cái tôi, cái ta nào điều khiển nó cả!

V. LỜI KẾT

Nhận diện được Ngũ uẩn khởi sanh chính là quán Pháp. Thấy được mối liên hệ của các uẩn với nhau, đó là quán Pháp. Thấy được một uẩn khởi lên thì bốn uẩn kia khởi lên đồng thời với nhau thì đó là quán Pháp. Nhưng quán Pháp không phải chỉ đơn thuần quán sự có mặt của từng uẩn hay toàn bộ Ngũ uẩn, mà sâu sắc hơn là hành giả thấy được tánh Vô thường, Bất như ý, Vô ngã và sanh-diệt của Ngũ uẩn như lời đức Phật dạy trong kinh *"... Vị ấy sống quán tánh sanh khởi trên các pháp, hay sống quán tánh diệt tận trên các pháp, hay sống quán tánh sanh diệt trên các pháp"*. Đó mới chính là mục tiêu của thiền Tứ Niệm Xứ.

Lời nhắn nhủ cuối bài học quán Ngũ thủ Uẩn, đức Phật dạy rằng: *"Có những pháp ở đây" vị ấy sống an trú chánh niệm như vậy, với hy vọng hướng tới chánh trí, chánh niệm. Và vị ấy sống không nương tựa, không chấp trước một vật gì trên đời. Này các Tỷ kheo, như vậy là Tỳ-kheo sống quán pháp trên các pháp với năm thủ uẩn"* . Thẩm thấu lời dạy của đức Phật, sau thời gian kiên trì tu tập, hành giả nhận ra bản thể của Ngũ uẩn không thực chất tánh, nó vô thường, biến dịch, vô ngã. Nó chịu quy luật của Sinh-Trụ-Hoại-Diệt như tất cả mọi hiện tượng thế gian. Theo giáo lý Duyên khởi của nhà Phật, tất cả các pháp hữu vi, tức những pháp có điều kiện, hễ có sinh thì có diệt. Chính vì vậy, một hành giả có tuệ giác về tánh sanh-diệt sẽ không còn vướng mắc với bất cứ vật gì ở trên thế gian này, ngay cả không còn "*chấp trước Ngũ uẩn này là của ta, là ta hay tự ngã của ta*", hành giả sẽ tự do, thoát khỏi sự phiền não khổ đạu ở kiếp sống hiện tại.... Tiếp tục tu hành buông bỏ mười kiết sử vi tế, chứng quả vị A-la-hán, vị ấy trở thành một bậc vô sanh, bất tử. Việc cần làm đã làm xong, vị ấy thoát khỏi Tam giới, an trú Niết-bàn.

Chúng tôi tạm ngưng bài viết "*Quán Ngũ Thủ Uẩn*" tại đây. Kính chúc quý thiền sinh, quý độc giả hữu duyên thành tựu pháp tu đã chọn của mình. Nam Mô Bổn Sư Thích Ca Mâu Ni Phật./.

THÍCH NỮ HẰNG NHƯ

(20/3/2025, sinh hoạt với Hội Thiền Tánh Không Texas)

21

Quán đề mục "6 NỘI-NGOẠI XỨ" trong kinh TỨ NIỆM XỨ

I.DẪN NHẬP

Xứ theo nghĩa thông thường là vị trí, nơi chốn. Trong giáo lý nhà Phật có 12 xứ, gồm sáu nội xứ và sáu ngoại xứ, gọi chung là "*Sáu nội-ngoại xứ*". Sáu nội xứ chính là sáu Căn có nghĩa là lĩnh vực, cơ quan, bộ phận, cánh cửa, nguồn gốc, sức mạnh... Sáu Căn là sáu giác quan của thân tâm con người, đó là: Mắt, Tai, Mũi, Lưỡi, Thân và Ý, được xem như sáu cánh cửa liên lạc với thế giới bên ngoài khi tiếp xúc với sáu ngoại xứ, tức sáu trần cảnh là: Sắc, Thanh, Hương, Vị, Xúc, Pháp.

II. Ý NGHĨA và CÔNG DỤNG CỦA "6 NỘI-NGOẠI

XỨ"

- Sáu nội xứ, hay sáu căn gồm:

1. Nhãn xứ/Nhãn căn: Là hai con mắt, có khả năng ngắm nhìn, tiếp xúc với ánh sáng, hình ảnh, màu sắc...

2.Nhỉ xứ / Nhỉ căn: Là hai lổ tai, có khả năng nghe, tiếp xúc với âm thanh, tiếng động.

3.Tỷ xứ / Tỷ căn: Là hai lỗ mũi, có khả năng ngửi, tiếp xúc với các loại mùi hương bên ngoài.

4.Thiệt xứ / Thiệt căn: Là đầu lưỡi, có khả năng nếm, tiếp xúc với các vị mặn, ngọt, đắng, cay v.v...

5.Thân xứ / Thân căn: Là toàn bộ cơ thể, ngoại trừ tóc, lông, móng tay, răng. Thân có khả năng cảm nhận sự xúc chạm với nóng lạnh, trơn, mềm , đau đớn v.v.

6. Ý xứ / Ý căn: Là trung tâm vận hành các căn còn lại. Có khả năng suy nghĩ, nhận thức các pháp.

- Sáu ngoại xứ hay sáu trần, là đối tượng của sáu căn gồm:

1. Sắc xứ: Hình ảnh, màu sắc, ánh sáng, là đối tượng của mắt.

2.Thanh xứ: Âm thanh, tiếng động, là đối tượng của tai.

3. Hương xứ: Mùi hương... là đối tượng của mũi.

4.Vị xứ: Vị, mặn, ngọt, đắng, cay... là đối tượng của lưỡi.

5. Xúc xứ: Cảm giác nóng, lạnh, cứng, mềm, đau đớn... là đối tượng của thân.

6. Pháp xứ: Hình ảnh, ý niệm, cảm xúc, suy nghĩ... là đối tượng của ý.

Khi 6 nội xứ và 6 ngoại xứ tương tác với nhau, sinh ra cái biết, gọi là thức. Thí dụ mắt nhìn thấy bình bông thì ngay khi đó trong tâm hình thành cái biết về mắt, và bình bông được gọi là Nhãn thức.

Tiếp theo cảm xúc khởi lên thích, hay không thích, hay trung tín, đưa đến tình trạng tham lam hay sân hận và sau cùng là phát ra lời nói, hành động... tạo nghiệp. Nghiệp dù lành hay dữ đều là nguyên nhân khiến con người rơi vào vòng luân hồi sanh tử.

Do sáu căn là nơi tiếp xúc với sáu trần sanh phiền não nên bị xem là gốc rễ của khổ đau. Muốn đoạn tận khổ đau hành giả phải tu tập bằng cách quán chiếu để hiểu rõ từng cảm xúc xuất hiện. Quan sát một cách khách quan rõ biết tường tận, đó là giây phút tuệ giác xuất hiện làm chủ được Nhãn căn và cảm thọ. Khi tuệ giác có mặt thì kiết sử lặng yên. Tương tự như Nhãn thức. Năm thức kia là Nhỉ thức, Tỷ thức, Thiệt thức, Thân thức và Ý thức cũng vậy.

III. Quán đề mục "6 NỘI-NGOẠI XỨ" trong kinh TỨ NIỆM XỨ

Trong kinh Tứ Niệm Xứ, phần quán pháp trên đối tượng *"Sáu Nội-Ngoại Xứ"*, đức Phật dạy rằng do **hai duyên Căn và Trần gặp nhau khởi sinh Kiết sử**. Kiết sử là sự trói buộc khiến con người rơi vào nỗi khổ niềm đau. Cách tu tập là hành giả phải tuệ tri về hai pháp đó, cũng như tuệ tri kiết sử từ lúc khởi lên cho đến khi chấm dứt như thế nào, tuyệt đối không can thiệp. Nguyên văn lời kinh như sau:

"... Này các Tỳ kheo , thế nào là Tỳ kheo sống quán pháp trên các pháp đối với sáu nội ngoại xứ? Này các Tỳ kheo, ở đây Tỳ kheo tuệ tri con mắt và tuệ tri các sắc, do duyên hai pháp này, kiết sử sanh khởi, vị ấy tuệ tri như vậy; và với kiết sử chưa sanh nay sanh khởi, vị ấy tuệ tri như vậy; và với kiết sử đã sanh nay được đoạn diệt, vị ấy tuệ tri như vậy; và với kiết sử đã được đoạn diệt, tương lai không sanh khởi nữa, vị ấy tuệ tri như vậy. (hết trích)

Tìm hiểu đoạn kinh văn này, hành giả biết rằng khi một trong sáu căn tiếp xúc với trần cảnh tương ưng sẽ phát sanh kiết sử. Thực tập quán pháp trên đề mục "*sáu nội-ngoại xứ*" bằng cách tuệ tri nội-ngoại xứ, đồng thời cũng tuệ tri kiết sử từ lúc mới xuất hiện đến khi kiết sử đoạn diệt... mà không can thiệp vào. Chúng như thế nào biết như thế ấy.

Thí dụ như: Bình thường kiết sử không hiện hữu, hành giả tuệ tri trong tâm không có kiết sử. Đến khi tai nghe những lời nói không hay về mình, hành giả cảm thấy bực bội khó chịu. Tai là nội xứ, tên gọi là Nhĩ xứ hay Nhĩ căn. Những lời nói không hay này là Thanh xứ. Sự bực bội sân hận là kiết sử. Như vậy, do duyên hai pháp: *Tai và Âm thanh tương tác với nhau nên khởi sinh phiền não. Phiền não là kiết sử.*

Kinh Tứ Niệm Xứ dạy phần quán Pháp trên đối tượng "*sáu nội-ngoại xứ*" bằng cách hành giả tuệ tri các pháp nội ngoại và kiết sử mà không có phản ứng gì cả. Chỉ lặng lẽ quan sát sự vận hành của kiết sử mà thôi. Đối với năm nội xứ và năm ngoại xứ còn lại cũng quán như thế!

Đoạn kinh tiếp, Đức Phật dạy:

"Như vậy vị ấy sống quán pháp trên các nội pháp; hay sống quán pháp trên các ngoại pháp; hay sống quán pháp trên các nội pháp, ngoại pháp. Hay vị ấy sống quán tánh sanh khởi trên các pháp; hay sống quán tánh diệt tận trên các pháp; hay sống quán tánh sanh diệt trên các pháp. "Có những pháp ở đây", vị ấy sống an trú chánh niệm như vậy, với hy vọng hướng đến chánh trí, chánh niệm. Và vị ấy sống không nương tựa, không chấp trước một vật gì trên đời. Này cá Tỷ kheo, như vậy là Tỷ kheo sống quán pháp trên các pháp đối với sáu nội-ngoại xứ." (hết trích)

Khi hành giả thường xuyên quán nội pháp, ngoại pháp và kiết sử như thế, hành giả sớm nhận ra sự vận hành của các pháp. Không pháp nào có mặt thường hằng ở trên đời này. Nó thay đổi theo chu kỳ *"sinh, trụ, hoại, không"*. Nó khởi sinh, tồn tại rồi đoạn diệt. Từ đó, hành giả nhận ra tánh sinh-diệt của các pháp.

Khi có bất cứ pháp nào xuất hiện, hành giả an trú chánh niệm trên pháp đó. Dần dần chánh trí được phát huy, đưa đến kết quả là hành giả buông bỏ tham, sân, si, sống không nương tựa, không chấp trước, không bám víu bất cứ pháp gì trên đời, ngay cả tấm thân ngũ uẩn, hành giả cũng không xem đó là mình, là của mình. Vị Tỷ kheo nào sống được như vậy, đức Phật xác nhận vị Tỷ kheo đó sống quán pháp trên các pháp đối với sáu nội-ngoại xứ.

IV. KẾT LUẬN

Học Phật, hành giả biết nguyên nhân của Khổ là tham ái, dục vọng, phát sinh từ sự dính mắc của mắt với sắc đẹp, của tai với âm thanh êm dịu, của mũi với mùi hương quyến rủ, của lưỡi với vị ngon ngọt, của thân với cảm giác đê mê, của ý với những suy nghĩ, tưởng tượng hấp dẫn. Những thứ này là cội rễ sinh đau khổ. Như vậy sáu căn mắt, tai, mũi, lưỡi, thân, ý là sáu cửa ngỏ khởi đầu sự dính mắc với sáu trần sanh phiền lụy khổ đau (Kiết sử). Để tránh tình trạng này, hành giả cần tu tập rèn luyện để sáu căn tự làm chủ, không chạy theo sự quyến rủ của sáu trần, thì kiết sử không sanh khởi.

Đời sống bản thân của mỗi người là sự cộng hưởng của cá thể và vũ trụ. Con người liên lạc với thế giới bên ngoài là nhờ có sáu cánh cửa đó là sáu căn. Hạnh phúc hay đau khổ là do hành giả có làm chủ được sáu căn hay không ? Cho nên bài quán pháp trên đề mục "*Sáu nội*-ngoại xứ" không chỉ là bài học lý thuyết về ý nghĩa từ ngữ, mà còn là bài pháp nhắc nhở hành giả cần rèn luyện chánh niệm mỗi lúc mỗi thời để làm chủ sáu căn. Lúc nào cũng có chánh niệm thì tâm không phóng dật lang thang. Đó là cách thanh lọc để các căn được thanh tịnh. Chúng tôi tạm dừng bài viết nơi đây. Kính chúc quý độc giả quý thiền sinh sớm thành tựu được pháp tu đã chọn. Nam Mô Bổn Sư Thích ca Mâu Ni Phật.

THÍCH NỮ HẰNG NHƯ

(Sinh hoạt ngày 06/7/2025 với Hội Thiền Tánh Không Texas)

22

Quán đề mục "THẤT GIÁC CHI" trong kinh TỨ NIỆM XỨ

I. DẪN NHẬP

Cốt lõi của sự thực hành thiền Tứ Niệm Xứ là xây dựng Chánh Niệm trên bốn lãnh vực Thân, Thọ,Tâm, Pháp. Đây là phép rèn luyện kỷ năng chú tâm liên tục những gì xảy ra trên Thân, Thọ, Tâm, Pháp. Mỗi lãnh vực có nhiều đề mục để quán. Riêng về phần quán Pháp, có năm đề mục để quán là: *Năm Triền Cái, Ngũ uẩn, Sáu Nội-Ngoại Xứ, Thất giác chi và Tứ Thánh đế*. Bài viết này chúng ta đặt trọng tâm vào đề mục quán Thất giác chi, theo hướng dẫn trong kinh "*Tứ Niệm Xứ*". Trước khi đi vào phần thực tập, chúng ta cần thông qua đề tài "*Thất giác chi*" trong 37 phẩm trợ đạo là gì?

II. Ý NGHĨA VÀ TÁC DỤNG CỦA BẢY GIÁC CHI

Thất giác chi bao gồm bảy yếu tố tu tập đưa đến giác ngộ giải thoát. Đó là: *Niệm giác chi, Trạch Pháp giác chi, Tinh Tấn giác chi, Hỷ giác chi, Khinh an giác chi, Định giác chi và Xả giác chi.* Mỗi giác chi có một vai trò quan trọng của riêng nó, chẳng hạn như việc phát triển trí tuệ, duy trì động lực thực hành, giúp tâm an tịnh, hỷ lạc, khinh an, đó là vai trò của Niệm giác chi, Trạch pháp giác chi và Tinh tấn giác chi... đến việc cân bằng tâm thức không còn dính mắc với bất cứ điều gì là vai trò của Định giác chi và Xả giác chi. Nếu thiếu một giác chi, con đường tu tập sẽ mất sự quân bình khó đi đến giác ngộ.

1) Niệm giác chi : Niệm tiếng Pali là "*sati*". Sati có nhiều nghĩa, tùy theo ngữ cảnh, chúng ta có thể hiểu niệm là: ghi nhớ, ghi nhận, quán sát, soi sáng, nhận diện, tỉnh thức, thấy biết, nghe biết, xúc chạm biết v.v...

Giác là biết rõ một cách sáng suốt. Niệm giác chi có nghĩa là sự tỉnh giác, có khả năng quan sát, soi sáng thực tại một cách khách quan, thấy biết rõ ràng mọi thứ đang diễn ra trong thân và tâm. Niệm giác chi là cái biết trực tiếp như thật về đối tượng ngay bây giờ và tại đây. Cái biết đang là này giúp cho tâm hành giả không bị lôi cuốn theo cảm xúc hiện tại, hay suy nghĩ về quá khứ, hoặc tưởng tượng ở tương lai. Vì thế, Niệm giác chi ở đây cũng chính là Chánh Niệm trong Bát Chánh đạo, là Niệm căn, Niệm lực trong Ngũ căn, Ngũ lực...

Về cách thực hành thì hành giả có thể tu tập trong mọi tư thế: Đi, đứng, nằm, ngồi trong tất cả mọi hành động hằng ngày... Tuy nhiên tư thế tọa thiền là tư thế thực hành quan trọng nhất, vì nó giúp cho hành giả dễ dàng rèn luyện sự chú tâm liên tục. Từ đó có thể phát triển thói quen luôn nhớ chánh niệm trong các sinh hoạt đời sống hằng ngày.

2) Trạch pháp giác chi: Trạch là quan sát, chọn lựa. Ý nghĩa thông thường là sự phân biệt rõ ràng giữa thiện và ác, thánh và phàm, tích cực và tiêu cực... Trong vấn đề thực tập thiền, thì Niệm giác chi là năng lực quan sát pháp như thế nào biết như thế đó, nghĩa là không can thiệp vào pháp. Còn Trạch pháp giác chi cũng là sự quán chiếu, nhưng có khả năng phân biệt đúng sai, tốt xấu, đưa ra những lựa chọn sáng suốt và phù hợp với chân lý, tương ưng với Chánh kiến, Chánh Tư duy trong Bát chánh đạo. Nhờ nắm vững yếu tố Trạch pháp, hành giả yên tâm hành trì từng bước trên lộ trình tâm linh của mình, không còn mơ hồ lo sợ đi sai đường.

3) Tinh tấn giác chi: Tinh tấn là sự kiên trì, nỗ lực, siêng năng không ngừng nghỉ trong việc tu tập, vượt qua khó khăn và thử thách, trái ngược với lười biếng. Tinh tấn giác chi giữ vai trò quan trọng trong việc thúc đẩy hành giả kiên trì trên con đường tu tập. Nhưng không có nghĩa là ráng sức một cách quá mức khiến thân thể đi đến kiệt quệ. Ai cũng biết trên đường dài tu tập, có lúc hành giả cảm thấy phấn khởi, thích thú, nhưng cũng có lúc gặp chướng ngại khiến tâm hành giả lo âu, chán nản. Nếu không có tinh tấn, tâm hành giả dễ rơi vào sự trì trệ, lười biếng.

4) Hỷ giác chi: Khi hành giả siêng năng thực hành đúng

pháp, không còn bị vọng tưởng quấy rối, nhận thấy có sự tiến bộ và lợi ích của việc tu tập nên hành giả cảm thấy hoan hỷ. Đó là trạng thái lạc thọ, là Hỷ giác chi. Tuy nhiên, hành giả phải cẩn thận không nên chấp trước vào trạng thái Hỷ lạc này. Nếu hành giả không an trú trong chánh niệm, mà thích thú hưởng thụ, thì Hỷ lạc trở thành một thứ kiết sử trói buộc, chứ không còn là Hỷ giác chi nữa!

Nhìn chung, Hỷ không chỉ là một cảm giác dễ chịu, mà còn là một yếu tố giúp duy trì sự tinh tấn trong tu tập. Khi có niềm vui, hành giả không cảm thấy quá mệt mỏi, hay chán nản những khi gặp trở ngại trên lộ trình tu tập. Ngược lại nhờ có Hỷ hỗ trợ nên hành giả cảm thấy con đường tu hành tuy có gian nan, nhưng đó là một hành trình khám phá đầy thú vị, nên hành giả cố gắng vượt qua.

5) Khinh an giác chi: Khinh an giác chi là trạng thái nhẹ nhàng thư thái của thân và tâm.

- *Về Tâm :* Không còn bị những suy nghĩ nặng nề, những lo âu phiền muộn chi phối, nên tâm được nhẹ nhàng, thư giản, dễ chịu, thì đó là trạng thái tâm khinh an.

- *Về Thân:* Khi ngồi thiền, vô định sâu, tâm hoàn toàn tĩnh lặng, hành giả cảm thấy cơ thể dường như nhẹ hẫng, không còn trọng lượng. Những căng thẳng trong cơ bắp, những áp lực trong cơ thể dần tan biến, chỉ còn lại một cảm giác thư thái dễ chịu. Đó là trạng thái thân khinh an.

Yếu tố Khinh an, giúp hành giả duy trì sự cân bằng trên con đường tu tập, nó khiến hành giả cảm thấy thân tâm nhẹ nhàng thanh thoát, mọi áp lực, mọi căng thẳng biến mất.

6) Định giác chi: Định có hai loại. Thứ nhứt là An chỉ định thuộc về thiền Chỉ (Samatha) gồm bốn tầng thiền Hữu sắc, cao hơn là bốn tầng thiền Vô sắc, và định Sát-na thuộc về thiền Quán (Vipassana)

Định tiếng Pali là Samãdhi. Định là trạng thái ổn định vững chắc của tâm, là khả năng an trú trong sự tĩnh lặng tuyệt đối, không còn bị quấy nhiễu bởi những vọng tưởng, những phiền não.. nên tâm không còn bị xao động. Định có ba cấp bậc là: Sát-na định, Cận hành định và Kiên cố định. Tu thiền Chỉ (Samatha) mà đắc Sơ thiền, tâm an định nhưng không vững chắc, tạm gọi là Sát-na định. Từ Nhị thiền trở lên có thể xem như Cận hành định. Nếu vững chắc thì gọi là Kiên cố định hay Bất động định.

Định không phải là trạng thái tâm hư vô trống rỗng không biết gì, mà định là trạng thái tâm an trú trong thực tại với sự tỉnh thức trọn vẹn. Nhưng định chưa phải là mục tiêu cuối cùng trên con đường giác ngộ giải thoát. Định là phương tiện giúp tâm yên lặng, sáng suốt, là nền tảng để hành giả quán chiếu phát huy trí tuệ thấy rõ chân lý. Phần quán chiếu này tức là phần tu tập Thiền Quán (Minh sát tuệ, Vipassana).

Tu tập Thiền quán hay Tuệ quán, hành giả không cần xử dụng tới Kiên cố định mà chỉ cần tâm ổn định, tức là Sát-na định. Nhưng nếu vị nào đắc thiền Định chuyển qua thiền Quán vẫn tốt hơn là vị không đắc thiền.

7) Xả giác chi: Xả tiếng Phạn là "*upekkha*", bình thường có nghĩa là buông xả không dính mắc. Theo Vi Diệu Pháp (Abhidhamma) upekkha có nghĩa là trung lập, không phân biệt, không thiên vị bên nào bất kể người đang hạnh phúc hay đau khổ, thiện hay bất thiện, thân hay sơ, bạn hay thù. Người đạt tâm Xả, xem tất cả chúng sinh đều bình đẳng. Đó là trạng thái quân bình chứ không phải là sự thờ ơ, lãnh đạm, dửng dưng, vô cảm, thiếu lòng trắc ẩn. Trái lại, tâm Xả là trạng thái tâm bình thản do phát xuất từ trí tuệ nhận biết rằng mỗi chúng sinh đang gặt quả của nghiệp riêng mình.

Người tu tập đạt được trạng thái Xả, tâm vị ấy hoàn toàn tự do, không bị lay chuyển bởi 8 pháp thế gian: Thành công-Thất bại, Khen-Chê, Nổi danh-Mất danh, Hạnh phúc-Khổ đau. Nội tâm vị ấy vững chãi, tự tại, không còn sợ hãi, không còn lo lắng, không còn bị lôi cuốn theo dòng xoáy của cuộc đời. Tâm Xả là kết quả của thiền định vững chắc.

Thất giác chi có thể chia ra làm hai nhóm: Nhân và Quả.

- Nhóm Nhân là ba giác chi đầu gồm Niệm giác chi, Trạch pháp giác chi và Tinh tấn giác chi.

- Nhóm Quả gồm bốn giác chi tiếp theo là Hỷ giác chi, Khinh an giác chi, Định giác chi và Xả giác chi. Khi tu tập hành giả chỉ thực hiện trên phần Nhân. Còn phần Quả, khi Nhân đầy đủ thì tự nó sẽ phát sinh. Hành giả không thể tự tạo ra Hỷ, Khinh an, Định và Xả được.

Gút lại, bảy giác chi này không phải là những yếu tố tách rời, mà có mối liên hệ mật thiết, mỗi chi giữ một vai trò quan trọng trong việc hỗ trợ hành giả thực hành Tứ Niệm Xứ, giúp họ đạt được sự tỉnh giác và giải thoát.

III. QUÁN ĐỀ MỤC "BẢY GIÁC CHI"

Sau đây là phần quán Pháp trên các pháp đối với bảy

giác chi. Kinh Tứ Niệm Xứ dạy nguyên văn như sau:

"..... *Này các Tỷ-kheo, thế nào là Tỷ-kheo sống quán pháp trên các pháp đối với Bảy giác chi? Này các Tỷ-kheo, ở đây Tỷ-kheo nội tâm có niệm giác chi, tuệ tri: "Nội tâm tôi có niệm giác chi"; hay nội tâm không có niệm giác chi, tuệ tri: "Nội tâm tôi không có niệm giác chi". Và với niệm giác chi chưa sanh, nay sanh khởi, vị ấy tuệ tri như vậy, và với niệm giác chi đã sanh, nay được tu tập viên thành, vị ấy tuệ tri như vậy*" (hết trích)

Qua đoạn kinh này đức Phật dạy: Khi trong tâm hành giả có một niệm nào xuất hiện thì hành giả có ngay cái biết, tức tuệ tri về đối tượng đó. Cái biết đang là về đối tượng đó gọi là chánh niệm, là niệm giác.

Và khi trong tâm có chánh niệm, hành giả biết rõ là trong tâm mình đang có chánh niệm. Trong tâm không có chánh niệm, thì biết là trong tâm không có chánh niệm. Hoặc chánh niệm chưa sanh, bây giờ sanh khởi, hành giả cũng biết như thế. Hay là hành giả tu tập chánh niệm được viên thành, hành giả cũng tuệ tri như vậy.

Về các chi: Trạch, Tấn, Hỷ, Khinh, Định, Xả... kinh Tứ Niệm Xứ cũng dạy cách thực tập giống như cách quán Niệm giác chi.

Tiếp theo kinh dạy: "... *Như vậy vị ấy sống quán pháp trên các nội pháp; hay sống quán pháp trên các ngoại pháp; hay sống quán pháp trên các nội pháp, ngoại pháp. Hay vị ấy sống quán tánh sanh khởi trên các pháp; hay sống quán tánh diệt tận trên các pháp; hay sống quán tánh sanh diệt trên các pháp. "Có những pháp ở đây", vị ấy sống an trú chánh niệm như vậy, với hy vọng hướng đến chánh trí, chánh niệm. Và vị ấy sống không nương tựa, không chấp trước một vật gì trên đời. Này các Tỷ-kheo, như vậy là Tỷ-kheo sống quán pháp trên các pháp đối với Bảy giác chi"* (hết trích)

Các vị Tỷ-kheo tu tập an trú chánh niệm trên các nội pháp, ngoại pháp. Nhận ra tánh sanh diệt của các pháp...Từ đó, vị ấy không nương tựa hay chấp trước bất cứ việc gì trên đời, chỉ lo tu tập phát huy chánh trí chánh niệm trên các pháp. Đức Phật xác nhận vị Tỷ-kheo ấy sống quán pháp trên các pháp đối với Bảy giác chi.

IV. KẾT LUẬN

Thất giác chi là những yếu tố hỗ trợ cho sự phát triển tâm linh, đạt được giác ngộ. Trong khi Tứ Niệm Xứ tập trung vào việc quan sát, nhận biết các hiện tượng xảy ra trên thân, thọ, tâm, pháp.

Như vậy chúng ta có thể hiểu Tứ Niệm Xứ là bốn nền tảng để quan sát và nhận biết các pháp. Còn Thất giác chi là những yếu tố cung cấp phương tiện để hành giả phát triển và duy trì sự tỉnh giác đó.

Quán pháp là để thấu hiểu các pháp. Hiểu rõ đặc tính của các pháp, hành giả áp dụng phương thức "*như lý tác ý*" vào con đường tu tập của mình. Thí dụ năm pháp bất thiện: Tham, Sân, Hôn Trầm, Trạo cử và Hoài nghi bị xem là Năm triền cái cản trở sự tỉnh giác thì hành giả cần loại chúng ra. Ngược lại, Thất giác chi là bảy yếu tố hỗ trợ cho sự phát triển tâm linh, giúp hành giả giác ngộ giải thoát, thì thiền sinh chúng ta cần học tập nuôi dưỡng.

THÍCH NỮ HẰNG NHƯ

(Sinh hoạt ngày 10/8/2025 với Hội thiền Tánh Không Texas)

23

Quán đề mục "TỨ THÁNH ĐẾ" trong kinh TỨ NIỆM XỨ

I. QUÁN PHÁP TRÊN CÁC PHÁP

Quán pháp trên các pháp trong kinh Tứ Niệm Xứ được hiểu là nhìn sự vật bằng cái nhìn khách quan, nhìn cái đang là của đối tượng ngay trong hiện tại, dù đối tượng thiện hay bất thiện, tâm không phản ứng đồng ý hay bài xích. Quán pháp được chia làm hai nhóm.

-Nhóm thứ nhứt: Đức Phật đưa ra đề mục "*Quán Ngũ Thủ Uẩn*" giúp hành giả làm chủ thân thể, cảm giác, tri giác, tâm tư và nhận thức (Sắc, Thọ, Tưởng, Hành, Thức). Đề mục thứ hai là "*Quán Sáu Nội-Ngoại Xứ*" giúp hành giả làm chủ được sáu giác quan: Mắt, Tai, Mũi, Lưỡi, Thân và Ý, khi các giác quan tiếp xúc với sáu trần: Sắc, Thanh, Hương, Vị, Xúc, Pháp.

Trong tiến trình quán pháp này, hành giả trải nghiệm "*cái này không phải là tôi, cái này không phải là tự ngã của tôi, cái này không phải là của tôi*", dẫn tới tình trạng viễn ly được sự "*chấp ngã và chấp pháp*".

- Nhóm thứ hai: Là nhóm tìm hiểu về "*chân lý*". Chân lý là những sự thật xảy ra trong cuộc đời không ai tránh khỏi. Thực tập nhóm này, hành giả sẽ phát huy được tuệ giác hướng tới giác ngộ giải thoát.

Trong phần quán pháp hôm nay chúng ta đề cập đến "*bốn sự thật cao quý*" kinh gọi là "*Tứ thánh đế*". Tứ thánh đế là đề mục cuối cùng trong kinh Tứ Niệm Xứ ở phần quán pháp.

II. TÌM HIỂU KHÁI QUÁT NỘI DUNG "TỨ THÁNH ĐẾ"

"*Tứ thánh đế*" hay "*Tứ diệu đế*" là bài kinh nói về bốn sự thật hiện hữu trên thế gian bao gồm: Khổ đế, Tập đế, Diệt đế và Đạo đế. Bài kinh này, lần đầu tiên Đức Phật giảng cho 5 anh em Kiều Trần Như tại vườn Lộc Uyển. Kết quả cụ thể là các vị đạo sĩ này, sau khi nghe bài kinh này đã giác ngộ và chứng quả Thánh, chấm dứt phiền não. Chúng ta nhớ Kiều Trần Như là một trong những vị đạo sĩ nổi tiếng, được vua Tịnh Phạn mời vào cung xem tướng cho Thái tử Tất-Đạt-Đa lúc sơ sinh. Từ một vị đạo sĩ lỗi lạc thuở Thái tử còn sơ sinh. Vậy mà, thời gian sau này lại trở thành bạn đồng tu, rồi trở thành đệ tử của đức Phật. Điều này cho thấy trí tuệ vĩ đại của đức Phật không thể lạm bàn!

Tìm hiểu khái quát về nội dung bốn thánh đế:

A. KHỔ ĐẾ

Khổ dịch từ tiếng Phạn là "*dukkha*", nghĩa là đau đớn, phiền lòng, bực bội, bất như ý, không thỏa mãn... Khổ đế là sự thật về khổ đau, sự thật về bất toại nguyện, không hài lòng trong cuộc sống... Cái khổ này không miễn trừ bất cứ một ai dù sống ở thời đại nào, dù nghèo, giàu, đẹp hay xấu... Từ lúc đức Phật trình bày "*sự thật về khổ*" cho đến bây giờ trải qua mấy ngàn năm, vấn đề khổ vẫn không thay đổi. Nói chung bản chất cuộc đời của con người là Khổ, nên Khổ là có thật, là Khổ đế. Khổ đế có hai loại:

- **Khổ về sinh lý (thuộc về thân):** Có 4 cái khổ là Sinh, Già, Bệnh, Chết. ***Sinh khổ*** (Sinh ra trong cuộc đời, con người ai cũng phải lo toan đối đầu với cuộc sống khiến con người chịu khổ). ***Già khổ*** (Thân thể theo thời gian bị lão hóa, già nua. Già thì mắt mờ, răng rụng, tay chân yếu ớt, không tự làm chủ lấy mình, cho nên khổ). ***Bệnh khổ*** (Tứ đại không hài hòa, các tế bào trong cơ thể ngày một già hoại, sinh bệnh tật nên khổ). ***Chết khổ*** (Không ai tránh khỏi cái chết, vì sợ chết, nên khổ).

- **Khổ về tâm lý (thuộc về tâm):** Có 4 khổ: ***Oán tắng hội khổ*** (Người không ưa, chuyện không thích, mà cứ gặp hoài nên khổ). ***Ái biệt ly khổ*** (Yêu thương mà xa cách nên buồn nhớ khổ đau). ***Cầu bất đắc khổ*** (Cầu mong điều gì mà không được nên khổ). ***Ngũ ấm xí thịnh khổ*** (Năm uẩn: Sắc, Thọ, Tưởng, Hành, Thức lúc hưng thịnh khỏe mạnh thì vui vẻ, đến lúc suy nhược, mệt mỏi, chán chường thì khổ).

Do tám cái khổ của sinh lý và tâm lý nêu trên, khiến tình cảm con người thường xuyên trải qua những cảm xúc: ***Sầu, Bi, Khổ, Ưu, Não.*** Năm phương diện cảm xúc này làm cho con người chìm vào trong cảm giác bất hạnh, nên khổ.

Tám loại khổ trên được các học giả Phật giáo phân thành ba loại đó là: Khổ Khổ, Hoại Khổ và Hành Khổ.

- ***Khổ khổ:*** Cái khổ trực tiếp, rõ ràng xảy ra cho con người như bệnh tật, già yếu, chết chốc, sự mất mát và những cảm xúc tiêu cực như buồn bã, lo lắng, sợ hãi v.v... Đó là những trải niệm đau đớn mà chúng ta có thể dễ dàng nhận ra và cảm nhận. Khổ-Khổ là khổ này chưa dứt thì những khổ khác ập tới, nên gọi là khổ-khổ.

Thí dụ: *Làm bếp bị đứt tay, đau đớn đã khổ thân (sinh lý khổ), ngay khi đó tâm nổi cơn thịnh nộ tức giận cái dao, hay tức mình không cẩn thận, thì cái khổ sau (khổ tâm lý) chồng lên cái khổ trước, nên gọi là Khổ-Khổ.*

Hoặc đang bực bội, vì thời tiết nóng nảy tác động lên thân (sinh lý khổ), mà trong nhà máy điều hòa không khí bị hư không làm việc khiến mình lo lắng phiền lòng (tâm khổ). Hai cái Khổ đến liên tục, Khổ này ập trên Khổ kia nên gọi là Khổ-khổ.

- ***Hoại khổ:*** Sự hủy hoại đưa đến sầu khổ. Sầu khổ phát sinh do sự thay đổi, biến hoại của vạn pháp. Thực vậy, mọi thứ trong thế gian không ngừng thay đổi từ tốt đẹp đến hư hoại biến mất, gọi là vô thường. Niềm vui hạnh phúc và những điều tốt đẹp rồi cũng sẽ mất đi. Và sự mất mát đó mang đến đau khổ. Hiện tượng vô thường này khiến cho con người luôn bị áp lực bởi tâm lý thương tiếc, sầu khổ mãi diễn ra trong tâm thức.

Thí dụ: *Đau buồn khi người thân yêu qua đời, tiếc nuối vật sở hữu bị mất, đau thương vì mối quan hệ tình cảm yêu đương tan vỡ... Những loại đau khổ do vô thường gây ra như vậy gọi là Hoại khổ.*

- Hành khổ: Đây là những hành hoạt của tâm thuộc về Hành uẩn. Hành uẩn bao gồm những suy nghĩ lăng xăng, những trạng thái tiêu cực hay tích cực. Nếu không làm chủ được tâm, thì những ý nghĩ đó bộc phát ra thành hành động và lời nói tạo Nghiệp. Dù Nghiệp thiện hay bất thiện cũng là nguồn gốc dẫn dắt chúng sanh trôi lăn trong vòng luân hồi sanh tử chịu nhiều đau khổ.

B. TẬP ĐẾ

Đế thứ hai trong bài kinh Tứ thánh đế là Tập đế, là sự thật về nguồn gốc của khổ đau bao gồm tham ái, lòng ham muốn, bám víu, chấp thủ. Muốn mà không được nên khổ. Được rồi sợ mất nên khổ. Chấp thân này là tôi, của tôi nên khổ. Về tham ái, đức Phật chia ra ba loại tham ái:

1. Dục ái: Là dính mắc, tham ái đối với các đối tượng giác quan: Sắc, Thanh, Hương, Vị, Xúc, Pháp. Tham lam hưởng thụ lạc thú từ ngũ dục: Tài, Sắc, Danh, Thực, Thùy. Vì tham ái ngũ dục mà có sát sanh, trộm cắp, tà dâm, nói dối, say sưa rượu chè. Dục lạc thế gian là ô uế lạc, là bất tịnh lạc. Người nào dính vào những thứ mình thích, sẽ đau khổ khi mất chúng, nên dục ái là nguyên nhân đưa đến đau khổ.

2. Hữu ái: Là tham ái đối với sự tồn tại và tái sinh, tức mong muốn được sống đời này và đời sau. Hữu ái thường đi kèm với quan niệm "*thường kiến*", tin rằng có một cái gì đó thường còn bất biến và mong muốn cái đó được tồn tại sau khi chết. Vì muốn được tồn tại nên con người sợ hãi cái chết.

3.Vô hữu ái: Là tham ái đối với sự không tồn tại, sự đoạn diệt. Mong muốn chấm dứt sự tồn tại hoặc tái sinh. Có câu thơ: "*Kiếp sau xin chớ làm người, làm cây thông đứng giữa trời mà reo*" để mô tả trạng thái tuyệt vọng, chán ngán kiếp sống của con người.

Vô hữu ái thường đi kèm với chủ nghĩa "*đoạn kiến*". Người đoạn kiến, tin rằng không có gì tồn tại sau khi chết, cho nên có người sống bất chấp đạo đức, họ cho rằng sống đạo đức cũng được, không đạo đức cũng được, miễn sao những thứ đó phục vụ tốt cho nhu cầu đời sống là họ bất cần. Nhưng làm người sống ở bất cứ quốc gia nào, đều phải tuân theo luật lệ của quốc gia đó. Nếu có những hành vi trái với luân thường đạo lý, giết người cướp tài sản... Ở đây chưa bàn tới luật nhân quả trong nhà Phật, mà chỉ nói đến luật lệ thế gian, liệu người phạm tội này có tránh được nỗi khổ tù tội vì bị luật thế gian trừng trị hay không?

Nói chung do Vô minh nên con người chìm đắm trong Tham ái nên mới khổ. Muốn hết khổ thì phải đoạn tận Vô minh bằng cách học hỏi tu tập nhận ra mọi thứ trên đời này là Vô thường, từ đó không còn chạy theo những quyến rủ của dục vọng.

C. DIỆT ĐẾ

Diệt đế là sự thật thứ ba trong kinh Tứ Diệu Đế, là

phần quan trọng trong giáo lý Phật đà, vì Diệt đế là điểm cần đến của người tu hành. Khổ có nguyên nhân, nên khi đoạn tận nguyên nhân gây ra Khổ, thì hết Khổ, kinh gọi là Diệt đế. Đó là trạng thái Niết-bàn, tịch diệt, an lạc.

Niết-bàn không phải là nơi chốn, không phải là đối tượng của tư duy, khái niệm hay ngôn ngữ, mà nó là trạng thái an lạc hạnh phúc tuyệt đối khi tâm ý vắng mặt Tham, Sân, Si. Niết-bàn còn được diễn tả dưới nhiều danh từ tiêu biểu trong kinh như :Vô sanh, Giải thoát, Vô vi, Vô lậu, Đáo bỉ ngạn, Tịch tĩnh, Chân như, Thực tướng, Pháp thân v.v...

D. ĐẠO ĐẾ

Là con đường đạo, gồm tám phương thức tu tập chấm dứt khổ đau gọi là Bát chánh đạo. Bát chánh đạo gồm: Chánh kiến, Chánh tư duy, Chánh ngữ, Chánh nghiệp, Chánh mạng, Chánh tinh tấn, Chánh niệm, Chánh định.

1) Chánh kiến: Ngắn gọn Chánh kiến là hiểu đúng, nhận thức đúng. Chánh là ngay thẳng, đúng đắn. Kiến là nhận biết, là thấy, là quan niệm. Chánh kiến trong Bát chánh đạo là sự nhận thức sáng suốt và hợp lý trên căn bản của trí tuệ như: Mọi hiện tượng thế gian thành hình đều do nhân, do duyên sanh, và chúng luôn luôn biến dịch thay đổi, nên chúng vô thường, vô ngã. Nhận thức rõ về Tứ đế, Thập nhị nhân duyên, không chấp thường, chấp đoạn. Nhận thức rõ về nhân quả-nghiệp báo. Nhận rõ tất cả chúng sanh cùng một bản thể thanh tịnh v.v... Tóm lại Chánh kiến là những lời giảng dạy của bậc giác ngộ là đức Thế Tôn.

2) Chánh tư duy: Là những suy nghĩ chân chánh, tích cực hướng thiện, không trái với lẽ phải. Chánh Tư duy ở đây là dựa trên Chánh kiến mà tư duy tìm hiểu thật rõ ràng những điều đã nghe giảng để chuyển hóa tâm hồn của mình, loại bỏ những tà kiến sai lầm, hoàn thiện đạo đức sâu sắc.

3) Chánh ngữ: Là lời nói có Chánh kiến, có Tư duy, nghĩa là khi giao tiếp với mọi người, hành giả chỉ nói lời chân thật không dối trá, không nói hai chiều gây chia rẽ, không nói lời thô tục hung dữ, cũng không nói những lời phù phiếm vô ích.

4) Chánh nghiệp: Nghiệp là những hành động có tác ý. Chánh nghiệp là hành động đúng đắn tránh ba loại ác nghiệp: Sát sinh, Trộm cắp, Tà dâm. Ngược lại, luôn có hành động tôn trọng sự sống của sinh vật, tôn trọng tài sản của người khác, giữ gìn phẩm hạnh trong các mối liên hệ.

5) Chánh mạng: Nuôi sống bản thân bằng nghề nghiệp lương thiện không tổn hại riêng mình và người khác, không vi phạm giới luật và không bị thúc đẩy bởi tham, sân, si. Các nghề không chân chánh đức Phật đề cập tới là: Buôn bán vũ khí, buôn bán người (nô lệ hoặc mại dâm), buôn bán thịt động vật, buôn bán rượu và chất gây nghiện.

6) Chánh tinh tấn: Là sự nỗ lực bền bỉ, tỉnh thức, không buông lung trong việc tu tập thiền định. Chánh tinh tấn là sự siêng năng một cách khôn ngoan không quá cố gắng đưa đến sự kiệt quệ của thân và tâm. Ngoài việc siêng năng công phu thiền định. Chánh tinh tấn loại bỏ những thói quen bất thiện, phát triển những phẩm chất tốt đẹp.

7) Chánh niệm: Là khả năng tỉnh thức, ghi nhận, quan sát khách quan những gì xảy ra trên thân tâm ngay trong hiện tại bây giờ và ở đây. Đối tượng như thế nào biết như thế đó, không dính mắc hay bài xích. Nhờ vậy mà tâm hành giả được yên lặng, không bị cảm xúc chi phối. Chánh niệm trong mọi lúc đi đứng nằm ngồi, giúp hành giả dần nhận ra đặc tính vô thường, khổ, vô ngã nơi thân tâm.

8) Chánh định: Khi tọa thiền tâm yên lặng, tư tưởng tập trung không tán loạn thì đó là giai đoạn vào định, là trạng thái an trú trong các tầng thiền (Jhàna). Có 4 mức độ Chánh định là Sơ thiền, Nhị thiền, Tam thiền và Tứ thiền. Trạng thái thanh tịnh của mỗi tầng thiền không giống nhau.

Sơ thiền được xây dựng từ sự "*ly dục, ly bất thiện pháp*". Nghĩa là tâm không còn "*tham, sân, hoài nghi, hôn trầm, trạo cử*," vì bấy giờ trong tâm xuất hiện năm chi thiền, đó là "*tầm, tứ, hỷ, lạc, nhất tâm*". Lên Nhị thiền thì buông bớt tầm, tứ. Tam thiền thì buông thêm hỷ. Đến Tứ thiền thì tâm chỉ còn nhất tâm, mới hoàn toàn bất động.

Chánh định trong Bát chánh đạo là loại định được nâng đỡ bởi Giới (Chánh ngữ, Chánh nghiệp, Chánh mạng) và phát triển cùng với Chánh tinh tấn và Chánh niệm. Chánh định là tâm hoàn toàn yên lặng, nhưng tỉnh thức chứ không phải là định trống rỗng không biết gì. Bát chánh đạo là các yếu tố giúp hành giả thanh lọc thân-khẩu-ý đưa đến trí tuệ sáng suốt và giải thoát thật sự.

Tóm lại, bốn chân lý cốt lõi của Tứ thánh đế, giúp người tu tập nhận thức rõ về cuộc đời không ai là không khổ, tìm ra nguyên nhân khổ đau và thực hành theo con đường Bát chánh đạo đưa đến giải thoát giác ngộ...

III. QUÁN "TỨ THÁNH ĐẾ" TRONG KINH TỨ NIỆM XỨ

"*Tứ thánh đế*" là đề mục quán pháp cuối cùng trong kinh Tứ Niệm Xứ. Ý nghĩa về "*quán pháp trên các pháp đối với Bốn thánh đế*", nguyên văn kinh dạy như sau:

"... *Này các Tỷ-kheo, thế nào là Tỷ-kheo sống quán pháp trên các pháp đối với Bốn Thánh Đế? Này các Tỷ-kheo, ở đây, Tỷ-kheo như thật tuệ tri: "Đây là Khổ"; như thật tuệ tri: "Đây là Khổ tập"; như thật tuệ tri: "Đây là Khổ diệt"; như thật tuệ tri: "Đây là Con đường đưa đến Khổ diệt".* (ngưng trích)

Đoạn kinh này dạy, khi tâm hành giả phiền muộn, bức bối khó chịu... thì ngay lúc đó hành giả tuệ tri như thật "*Đây là Khổ*". Khi trong tâm khổ sở vì ham muốn điều gì đó mà không đạt được, hoặc cảm thấy buồn phiền vì xa vắng người thương. Hành giả biết ngay đây là nguyên nhân gây ra khổ. Kinh dạy hành giả như thật tuệ tri: "*Đây là Khổ tập*" nghĩa là ghi nhận có Khổ tập. Hoặc khi trong tâm hoàn toàn vắng lặng tham, sân, si... tức không còn phiền não, thì hành giả tuệ tri như thật "*Đây là Khổ diệt*".

Muốn đạt được Khổ diệt tức Diệt đế, hành giả tuệ tri như thật: "*Đây là Con đường đưa đến Khổ diệt là Bát chánh đạo*". Bát chánh đạo gồm tám chi: Chánh kiến, Chánh tư duy, Chánh ngữ, Chánh nghiệp, Chánh mạng, Chánh tinh tấn, Chánh niệm, Chánh định.

Đoạn kinh tiếp theo Đức Phật dạy:

"*Như vậy, vị ấy sống quán pháp trên các nội pháp;*

hay sống quán pháp trên các ngoại pháp; hay sống quán pháp trên các nội pháp, ngoại pháp. Hay vị ấy sống quán tánh sanh khởi trên các pháp; hay sống quán tánh diệt tận trên các pháp; hay sống quán tánh sanh diệt trên các pháp. "Có những pháp ở đây", vị ấy sống an trú chánh niệm như vậy, với hy vọng hướng đến chánh trí, chánh niệm. Và vị ấy sống không nương tựa, không chấp trước một vật gì trên đời. Này các Tỷ-kheo, như vậy là Tỷ-kheo sống quán pháp trên các pháp đối với Bốn Thánh Đế...(ngưng trích).

Hành giả nào tu tập đúng theo lời Phật dạy, luôn giữ chánh niệm trên các nội pháp, ngoại pháp, nhận ra tánh sanh diệt trên các pháp, vị ấy không sống nương tựa, không chấp trước một vật gì trên đời, thì vị ấy là Tỷ-kheo sống quán pháp trên các pháp đối với Bốn thánh đế.

***

Đề tài "*Quán Tứ thánh đế*" là phần quán pháp cuối cùng của bài kinh Tứ Niệm Xứ. Như vậy chúng ta đã tạm thông qua các phần Quán Thân, Thọ, Tâm và Pháp. Đi đến kết luận của bài kinh Niệm Xứ này, đức Phật cho biết kết quả của việc tu tập Bốn Niệm Xứ nguyên văn như sau:

"Này các Tỷ-kheo, vị nào tu tập Bốn Niệm Xứ này như vậy trong bảy năm, vị ấy có thể chứng một trong hai quả sau đây: Một là chứng Chánh trí ngay trong hiện tại, hay nếu còn hữu dư y, thì chứng quả Bất hoàn. - Này các Tỷ-kheo không cần gì đến bảy năm, một vị nào tu tập Bốn Niệm Xứ này như vậy trong sáu năm, trong năm năm, trong bốn năm, trong ba năm, trong hai năm, trong một năm, vị ấy có thể chứng một trong hai quả sau đây: Một là chứng Chánh trí ngay trong hiện tại, hay nếu còn hữu dư y, thì chứng quả Bất Hoàn. -

Này các Tỷ-kheo, không cần gì đến một năm, vị nào tu tập Bốn Niệm Xứ này trong bảy tháng, vị ấy có thể chứng một trong hai quả sau đây: Một là chứng Chánh trí ngay trong hiện tại, hay nếu còn hữu dư y, thì chứng quả Bất hoàn. - Này các Tỷ-kheo, không cần gì bảy tháng, một vị nào tu tập Bốn Niệm Xứ này trong sáu tháng, trong năm tháng, trong bốn tháng, trong ba tháng, trong hai tháng, trong một tháng, trong nửa tháng, vị ấy có thể chứng một trong hai quả sau đây: Một là chứng Chánh trí ngay trong hiện tại, hai là nếu còn hữu dư y, thì chứng quả Bất hoàn. - Này các Tỷ-kheo, không cần gì nửa tháng, một vị nào tu tập Bốn Niệm Xứ này trong bảy ngày, vị ấy có thể chứng một trong hai quả sau đây: Một là chứng Chánh trí ngay trong hiện tại, hai là chứng quả Bất hoàn. ***- Này các Tỷ-kheo, đây là con đường độc nhất đưa đến thanh tịnh cho chúng sanh, vượt khỏi sầu não, diệt trừ khổ ưu, thành tựu Chánh trí, chứng ngộ Niết-bàn. Đó là Bốn Niệm Xứ.***

Thế Tôn thuyết giảng như vậy. Các Tỷ-kheo ấy hoan hỷ, tín thọ lời dạy của Thế Tôn." (hết trích)

Tùy theo khả năng cũng như công phu tu tập Bốn Niệm Xứ. Dài nhất là bảy năm, ngắn nhất là bảy ngày, hành giả sẽ chứng được một trong hai quả: *Một là Chánh trí ngay trong hiện tại, hai là chứng Tam quả A-Na-Hàm tức Bất hoàn*. Sau cùng đức Phật còn xác quyết rằng con đường độc nhất đưa đến thanh tịnh cho chúng sanh, vượt khỏi sầu não, diệt trừ khổ ưu, thành tựu Chánh trí, chứng ngộ Niết-bàn. Đó là Bốn Niệm Xứ.

Kinh ghi rằng sau khi nghe đức Thế Tôn thuyết giảng như vậy, các Tỷ-kheo vô cùng hoan hỷ tín sâu lời dạy của

Ngài.

III. KẾT LUẬN

Sau khi học bài kinh "*Tứ Niệm Xứ*". Một số thiền sinh đặt câu hỏi là tại sao đức Phật dạy rất nhiều phương pháp mà lại xác quyết "*Bốn Niệm Xứ*" là con đường độc nhất đưa đến thanh tịnh cho chúng sanh, vượt khỏi sầu não, diệt trừ khổ ưu, thành tựu Chánh trí, chứng ngộ Niết-bàn? Câu hỏi này chắc đã được nhiều bậc tôn túc giải đáp. Trong phạm vi hiểu biết hạn hẹp, người viết có tư duy thô thiển xin phép chia sẻ như sau:

Muốn thoát khổ giác ngộ, đức Phật dạy hành giả phải tu tập theo lộ trình Giới-Định-Tuệ. Con đường tu Tứ Niệm Xứ cũng bao gồm đầy đủ Giới-Định-Tuệ. Và đặc biệt là quán thẳng vào thân tâm của chính hành giả. Trong lúc quán như thế hành giả luôn an trú trong Chánh niệm. Chánh niệm là khả năng tỉnh thức ngay trong hiện tại bây giờ và ở đây. Cái biết này hoàn toàn trong sáng, tạm xem đó là cái biết của Tánh giác, là cái tự biết bẩm sinh, không có sự tham dự của vọng tâm tức không có tham, sân, si. Không có quá khứ tiếc nuối, không có ảo vọng tương lai, mà ngay trong hiện tại cũng không suy nghĩ lan man phóng dật. Như vậy quán niệm bốn xứ giúp cho tâm hành giả được thanh tịnh. Khi tâm thanh tịnh thì làm gì có ưu sầu khổ não!

Ngoài ra, khi quán pháp qua các đề mục Năm triền cái, Ngũ uẩn, Sáu nội-ngoại xứ, Thất giác chi, Bát chánh đạo, hành giả sẽ hiểu rõ bản chất của các pháp là "*Vô thường, khổ, vô ngã*". Hiểu các pháp sinh ra do nhiều điều kiện mà thành, nên có sanh thì có diệt. Biết rằng đau khổ hay hạnh phúc là do mình "*thừa tự nghiệp*" của mình gây ra... Quán sát và nhận ra những chân lý như vậy, tạm xem là hành giả có "*chánh trí*" ngay trong hiện tại nên không còn "*chấp ngã, chấp pháp*", không còn dính mắc với bất cứ những gì trên đời, mà chỉ chuyên tâm tu tập thể nhập quả thánh A-Na-Hàm. Và cao hơn nữa là thể nhập Niết-bàn là trạng thái tỉnh thức sáng suốt của tâm, là trạng thái tâm yên lặng hoàn toàn, không tư duy, không ngôn ngữ, không phiền não, là trạng thái của đế thứ ba trong Tứ thánh đế là Diệt đế, là trạng thái vô vi, vô lậu. Chỉ người trải nghiệm "*Chánh trí, Niết- bàn*" mới tự hiểu mà thôi. Còn chúng ta có cố gắng dùng từ ngữ giải thích như thế nào cũng không thể chính xác được.

Trước khi tạm ngưng bài viết chủ đề "*Quán Tứ Thánh Đế trong kinh Tứ Niệm Xứ*" , người viết kính chúc quý độc giả, thiền sinh hữu duyên tu tập sớm vượt khỏi sầu não, khổ ưu, thành tựu Chánh trí, chứng ngộ Niết-bàn ngay trong đời này. Nam Mô Bổn Sư Thích Ca Mâu Ni Phật.

THÍCH NỮ HẰNG NHƯ

(Oct 05-2025 Sinh hoạt với Hội Thiền Tánh Không Texas)

24

TÙY DUYÊN THUẬN PHÁP

I. DẪN NHẬP

Trong câu chuyện hằng ngày, thỉnh thoảng chúng tôi có nghe một vài thiền sinh nhắc đến cụm từ "*Vạn pháp tùy duyên*", có khi lại nghe câu "*... cứ để cho các pháp tự vận hành rồi đâu cũng vào đấy!* " hoặc "*Tùy duyên thuận pháp*". Những câu nói này không phải là những câu nói cho qua chuyện, khi mình gặp một vấn đề nan giải nào đó xảy ra trong đời sống hằng ngày, mà thực ra đó là những câu nói liên quan đến vấn đề tu học của những người con Phật. Hôm nay, chúng tôi chọn cụm từ "*Tùy Duyên Thuận Pháp*" để chia sẻ ý nghĩa cùng nói lên sự lợi ích trong việc tu tập pháp này. Các cụm từ vừa nêu trên về mặt ý nghĩa cũng gần giống nhau. Hiểu một, sẽ hiểu được luôn cả ba không khó!

"*Tùy duyên thuận pháp*" gồm bốn chữ nhưng có hai

vế: Vế thứ nhất là "*Tùy duyên*", vế thứ nhì là "*Thuận pháp*". Duyên là "*điều kiện*" là "*pháp*" bên ngoài tác động vào hành giả. Còn thuận pháp là phản ứng chấp nhận pháp, khi hành giả giáp mặt với bất cứ loại duyên nào xảy đến với mình!

II. TÙY DUYÊN LÀ GÌ?

- Tùy: Có nghĩa là căn cứ vào, phụ thuộc vào, dựa vào. (*Thí dụ tùy cơ ứng biến, tùy theo tình hình mà đối phó hành động, dựa theo tình thế mà làm cho phù hợp.)*

- Duyên: Là một trong những thuật ngữ quan trọng trong giáo lý nhà Phật. Duyên thường đi đôi với chữ Nhân gọi là "*Nhân Duyên*". Nhân duyên này có nghĩa là điều kiện hay yếu tố thành lập một sự kiện, tức một pháp nào đó!

Thí dụ như bài kinh "*Vô Ngã Tướng*" dạy con người do năm uẩn lập thành. Năm uẩn là sắc, thọ, tưởng, hành, thức. Mỗi uẩn này là một điều kiện, một yếu tố gọi là duyên. Như trong Giáo lý "*Duyên Khởi Duyên Sinh*", đức Phật dạy "*Các pháp hiện hữu trên thế gian do nhiều điều kiện hợp lại mà thành*". Điều kiện này chính là duyên. Hoặc trong bài "*Mười Hai Nhân Duyên*" (Vô minh, Hành, Thức, Danh sắc, Lục nhập, Xúc, Ái, Thủ, Hữu, Sanh, Già, Chết). Mười hai nhân duyên là 12 mắt xích dính liền tạo thành một vòng tròn không lối thoát gọi là bánh xe luân hồi. Bắt đầu là Vô minh duyên Hành. Hành duyên Thức. Thức duyên Danh Sắc v.v... Duyên ở đây có nghĩa là nguyên nhân sinh khởi. Chúng ta có thể hiểu rằng Vô Minh là nguyên nhân sinh ra Hành. Hành là nguyên nhân sinh ra Thức v.v...

Duyên cũng đứng giữa hai từ Nhân và Quả. Trong cụm từ *"Nhân-Duyên-Quả"*, Nhân là yếu tố chính, là những gì có năng lực sinh khởi. Duyên là những tác nhân phụ, xem như là những điều kiện, là chất xúc tác, giúp cho Nhân chính phát sanh. Khi Nhân và Duyên kết hợp đầy đủ, chín muồi, thì Quả xuất hiện. Tùy theo tính cách của Nghiệp Duyên mà trổ Quả tốt lành, an lạc, hạnh phúc, hay Quả xấu ác, phiền não, khổ đau.

Ví dụ: Hạt mầm trong nhụy hoa cúc là "Nhân chính", các điều kiện liên quan như đất, nước, thời tiết, ánh nắng mặt trời, sự chăm sóc của con người, thuật ngữ gọi những yếu tố này là "Nhân phụ" gọi là "Duyên". Khi nhân-duyên chín muồi, hạt mầm mọc thành thân cây. Thân cây cao lớn đủ sức tặng cho đời những đóa hoa sắc màu xinh đẹp. Những đóa hoa này chính là "Quả" mà người trồng gặt hái được.

Như vậy Duyên có nghĩa chung là điều kiện hay nhân tố hỗ tương cho sự sống.

- Tùy duyên: Là dựa vào duyên mà xử lý mọi chuyện thích hợp với hoàn cảnh do duyên tạo ra.

Thí dụ: *Như hôm nay chúng ta đang có buổi sinh hoạt. Tùy vào buổi sinh hoạt đông hay ít người, thời gian cho phép dài hay ngắn, trình độ lớp học ra sao? Mình sẽ tùy vào hoàn cảnh (là duyên) cho phép, mà chương trình sinh hoạt dài hay ngắn, cao hay thấp, sao cho thích hợp với hoàn cảnh. Đó là "tùy duyên".*

Thí dụ khác: *Hôm nay ta không thấy khỏe trong người, thì tùy vào sức khỏe mà không làm việc quá sức, hoặc nếu cần thì nghỉ ngơi để khi khỏe lại sẽ tiếp tục công việc. Sức khỏe là "duyên". Duyên không tốt, nên chọn cách nghỉ ngơi. "Nghỉ ngơi" là hành động hợp lý khi hoàn cảnh sức khỏe không cho phép. Nghỉ ngơi là "tùy duyên" mà hành động hợp lý.*

Hoặc: "*Trước kia, hằng tuần đạo tràng chúng ta sinh hoạt tại thiền đường. Thời gian qua, vì tình trạng bệnh dịch lan tràn. Bệnh dịch lan tràn là "duyên bên ngoài" khiến thiền sinh không thể đến thiền đường để sinh hoạt. Ban tổ chức chọn giải pháp liên lạc với nhau qua hệ thống Google zoom. Việc chọn giải pháp thứ hai này là hành động "tùy duyên", tức là tùy theo cái duyên bệnh dịch gây ra, mà thay đổi nơi sinh hoạt.*

Tóm lại "*tùy duyên*" là gặp hoàn cảnh nào thì "*tùy theo hoàn cảnh*" đó mà xử lý thích hợp. Gặp "*môi trường*" nào thì "*tùy môi trường*" đó mà ứng biến thích nghi. Ở trong "*trạng thái nào*" thì "*tùy vào trạng thái đó*" mà sống sao cho phù hợp và đúng tốt, thì đó là "*tùy duyên*".

Qua định nghĩa trên, chúng ta có thể rút ra bài học về "*Tùy duyên*". Không phải nói "*tùy duyên*" là chúng ta phó mặc, buông xuôi tất cả mọi sự việc xảy ra trong đời sống của chúng ta. Tốt cũng được, xấu cũng được. Giỏi cũng được, dở cũng được. Ta không quan tâm! Tùy duyên không phải là buông thả cuộc đời, mặc cho dòng nước cuốn trôi đời mình đi đâu thì đi, mặc kệ! Tinh thần tùy duyên không phải như thế!

Là người học Phật, ta nên biết "*tùy duyên*" là cơ hội để ta thực tập giữ tâm bình tỉnh, xem nhẹ được-mất, hơn-thua, cao sang - nghèo hèn, danh giá-khổ nhục. Nhờ vậy mà tâm chúng ta được bình ổn trước những cơn thịnh nộ hay dịu dàng từ những trận gió thế gian bất ngờ ập tới! Tùy duyên như thế mới là tùy duyên một cách sáng suốt, có trí tuệ, của người học Phật!

III. THUẬN PHÁP LÀ GÌ ?

- Thuận: Có nghĩa là bằng lòng, chấp nhận, đồng tình, xuôi theo, noi theo, thích hợp, vừa lòng, thuận ý, hài hòa. Khác với thuận là nghịch hay ngược.

- Pháp: Tiếng Pali là Dhamma, tiếng Sanskrit là Dharma. Tùy theo ngữ cảnh mà Pháp mang ý nghĩa khác nhau.

Pháp là tất cả mọi sự vật cụ thể hay trừu tượng trên thế gian như: Con người, con vật, thời gian giờ giấc, không gian bốn mùa, nóng, lạnh, mưa gió… hay các sự kiện, tập quán, luật lệ, thói quen, phép cư xử, bổn phận, nghĩa vụ, việc thiện, việc ác, đức hạnh hay các đối tượng của tâm ý (gọi là pháp trần).

Pháp (viết hoa) là những lời dạy của đức Phật bao gồm Kinh-Luật-Luận. Nếu hữu hình gọi là sắc pháp. Vô hình gọi là tâm pháp. Có thể tánh (kết hợp giữa hai giống đực cái) gọi là hữu pháp. Không thể tánh gọi là vô pháp. Các pháp bao gồm: Sắc pháp, tâm pháp, hữu pháp, vô pháp, gọi là chung là Pháp giới. (*)

- Thuận pháp: Có nghĩa là pháp tốt hay xấu tác động đến mình, mình chấp nhận, thuận theo. Thuận theo bằng cách có "*nhận thức trung thực đúng đắn về pháp này*", đồng thời có thái độ ứng xử thích hợp. Đó gọi là thuận pháp. Ngược lại, nếu mê man thưởng thức hay chống đối phản kháng bằng ý nghĩ, hành động thuận theo bản ngã mình thì đó là "*bất thuận pháp*".

IV. SỐNG "TÙY DUYÊN THUẬN PHÁP"

Về phương diện đời sống của con người, ai cũng biết cuộc đời luôn có hai mặt: Thành công-thất bại, hạnh phúc-đau khổ, đúng-sai, đẹp-xấu, yêu thích-ghét bỏ v.v... Tùy lúc, tùy thời khi duyên xuất hiện tác động vào đời sống của mỗi người, chúng ta không thể chọn lựa mặt này mà bỏ mặt kia. Nhất là khi duyên tới từ mặt nghiệp quả. Duyên đến như thế nào mình chấp nhận như thế đó! Duyên tốt thì mình trân trọng. Duyên xấu thì mình phải tự hiểu đó là do lỗi lầm của mình gây ra, cần phải điều chỉnh cuộc sống sao cho tốt hơn.

Trường hợp, khi thuận duyên đến, như sự thành công trong nghề nghiệp, tiền bạc dồi dào, con cái đỗ đạt, gia đình hạnh phúc v.v... chúng ta đừng quá sung sướng hưởng thụ phúc lộc mà quên lời Phật dạy "*các pháp hữu vi đều vô thường*". Trong thời gian hưởng thụ phước do nghiệp đãi, nếu không lo bồi thêm phước mới. Đến khi phước củ xài hết, mà nhân mới là nhân xấu, tương lai nghiệp trổ sẽ khiến mình khổ sở vô cùng.

Còn như bị duyên xấu đến, khiến ta gặp nhiều chuyện trái ngang, đổ vỡ, phiền muộn, đau khổ. Gặp duyên này thì đừng quá thất vọng, bi quan, chán nản. Đây có thể là do nhân xấu mình đã tạo trước kia, bây giờ phải gánh chịu. Có phản kháng cũng không ích lợi gì, nên cố gắng, nhẫn nại vượt qua thời gian khó khăn. Thời gian chịu khổ dài hay ngắn là do nghiệp mình gây ra nặng hay nhẹ mà thôi!

Nói thế không có nghĩa là mình buông xuôi thả lỏng mọi chuyện. Là người học Phật, chúng ta nên chấp nhận duyên xấu hay duyên tốt với tinh thần tích cực. Tích cực là hiểu biết luật "*Nhân Quả*". Con người sinh ra và sống trong Nhân Quả thì khó mà trốn tránh được hậu quả những gì mình đã gây ra . Thay vì chán nản buồn khổ, khiến cho cuộc sống mỗi lúc, mỗi thêm rối ren đen tối, thì chúng ta có thể chuyển nghiệp xấu thành tốt bằng cách nghĩ lành, làm lành, tạo nhân tốt cho mai sau. Hoặc khi duyên lành tới, trong lúc hưởng thụ cũng đừng quên các pháp vốn "*vô thường, khổ, vô ngã*" mà sống sao cho tốt với chính mình và với mọi người, mọi loài xung quanh.

Ngoài ra, chúng ta cũng cần biết rằng "*Tùy duyên*" là các pháp phụ thuộc bên ngoài. Còn "*Thuận pháp*" là Nhân. Nhân mới là chủ yếu bên trong tâm của chúng ta. Khi duyên xuất hiện tác động đến ta, điều quan trọng là phản ứng của tâm ra sao? Chúng ta có bình tỉnh thấy biết như thật về duyên đó nên tâm bình thản. Hay là chúng ta mê man hưởng thụ? Nếu mê man thích thú hưởng thụ, thì bấy giờ tâm ta đã khởi "*Nhân tham*". Còn như bực bội khó chịu là chúng ta đang khởi "*Nhân sân*". Tâm tham lam, sân hận, là hai thứ lậu hoặc, ô nhiễm mang sự lo âu, sợ hãi, khổ đau đến cho con người.

Tóm lại, người gặp hoàn cảnh khó khăn trở ngại, hoặc dễ dàng suông sẻ, tâm không bị dao động, gặp khổ không lo sợ, gặp vui không chìm đắm, đó là người có tu tập, có trí tuệ vậy!

V. LÀM SAO ĐỂ "SỐNG TÙY DUYÊN THUẬN PHÁP"?

Người "*Sống Tùy Duyên Thuận Pháp*" là người có tu tập theo lời Phật dạy. Một trong những pháp người đó thực hành là giữ chánh niệm trong bốn oai nghi đi, đứng, nằm, ngồi, hay trong lúc làm bất cứ điều gì, cũng làm trong chánh niệm. Đó là phương thức hành Thiền Vipassana trong mọi lúc mọi thời.

Chúng ta có thể tu tập theo Pháp Như Thật (Yathà bhùta). (**) Pháp Như Thật là phương thức thực hành để có cái Biết phù hợp với sự thực nhằm chuyển hóa tâm lao xao, loạn động, chủ quan sang tĩnh lặng, thanh thản, khách quan. Pháp này thuộc về thiền Huệ. Tuy lậu hoặc, tập khí, kiết sử, tùy miên vẫn còn nhưng bị cô lập không khởi lên thành tạp niệm (vọng tưởng).

Khi thực tập pháp này, hành giả phải xử dụng giác quan và phải có đối tượng. Nếu không xử dụng giác quan tiếp xúc ngay với đối tượng (tức tiếp xúc duyên) thì cái Biết sẽ rơi vào Tâm ba thời bất khả đắc là: Quá khứ (ý căn), hiện tại (ý thức), vị lai (trí năng), và vì thế hành giả đang sống trong cái tâm ảo tưởng mất chánh niệm.

Trong kinh "*Nhất Dạ Hiền Giả*" đức Phật dặn dò: "*Quá khứ không truy tìm, Tương lai không ước vọng, Quá khứ đã đoạn tận, Tương lai lại chưa đến, Chỉ có pháp hiện tại, Tuệ Quán chính là đây...*". Kinh Kim Cang cũng dạy: "*Quá khứ, hiện tại, tương lai bất khả đắc. Chỉ có bây giờ và ở đây*". Nội dung hai đoạn kinh này, không ngoài mục đích nhắc nhở người tu tập ở trong hoàn cảnh nào cũng không được thất niệm!

Thực hành Pháp Như Thật thường xuyên giúp hành giả an trú trong chánh niệm tức có cái Biết rõ ràng, trong sáng, khách quan trên đối tượng (pháp hay duyên). Hành giả không có phản ứng thuận (thích) hay nghịch (không thích) đối với pháp mà chỉ thấy cái đang là của pháp, tức pháp như thế nào thấy biết như thế ấy, nên pháp không tác động được vào cảm thọ của hành giả. Và vì vậy, tâm hành giả không tạo thêm "*Nhân mới*" khi tiếp xúc với thiện duyên hay ác duyên.

Nhờ công phu tu tập hành trì qua pháp Quán Như Thật, mà hành giả tuệ tri được bản chất "*vô thường, khổ, vô ngã*" của vạn duyên, sẽ không dễ dàng bị quyến rủ bởi vật chất, khi duyên tốt đến thăm, và vượt qua nỗi ưu sầu, phiền não, khi bị duyên xấu tấn công. Từ đó hành giả giữ được sự cân bằng trong đời sống hằng ngày để có thể tiếp tục tiến xa hơn trên con đường tu tập tâm linh hướng đến giải thoát giác ngộ./.

Nam Mô Bổn Sư Thích Ca Mâu Ni Phật

Thích Nữ Hằng Như

(Thiền thất Chân Tâm, 13/5/2023)

Tài liệu:

(*) Phật Quang Đại Tự Điển, Tự điển Phật học Tuệ Quang

(**) Xem thêm: Sách "Trên Đường Về Nhà", Chương: Thiền Huệ - Pháp Như Thật". TNHN, Ananda Viet Foundation xuất bản. Amazon tổng phát hành.

25

"CÁC PHÁP HẠNH PHÚC"

Cho Cư Sĩ Tại Gia

I. DẪN NHẬP

Sống ở đời ai cũng mong cầu được hạnh phúc. Hạnh phúc là gì? Các nhà tâm lý học ngày nay mô tả hạnh phúc là một trạng thái tâm lý tích cực của con người được thể hiện bởi cảm giác vui vẻ, thích thú, hài lòng trước những đầy đủ về vật chất và thoải mái về tinh thần. Nó khiến bản thân người ta cảm thấy yêu đời hơn.

Theo cách viết, người Trung Hoa định nghĩa hạnh là may mắn, còn phúc là sự đầy đủ phước báo. Những ai gặp nhiều may mắn, thành công trong nghề nghiệp, hài hòa trong tình yêu, đằm thắm trong hôn nhân được xem như người có hạnh phúc. Ngược lại người bất hạnh là người không may mắn, tình cảm hôn nhân gảy đổ, công ăn việc làm luôn thất bại, luôn phiền não.

Có cách định nghĩa khác, hạnh là niềm vui, vui trong môi trường sống dù giàu hay nghèo không quan trọng, phúc là phước báo có được, nhưng không dành riêng cho mình mà mang chia xẻ cho người khác, và như vậy là cảm thấy mãn nguyện, là có được niềm vui, là có được niềm hạnh phúc.

Mặc dù đức Phật đã từng dạy, tất cả mọi thứ xảy ra trên cõi đời này đều không bền vững, nhưng trước mưu cầu hạnh phúc là quyền lợi chính đáng của mỗi người, Ngài cũng phương tiện cho rằng để có hạnh phúc thì con người phải hoàn thiện hai phương diện. Thứ nhất là phần thân thể phải khỏe mạnh. Thứ hai là phần thọ, thọ ở đây là cảm xúc phải được bình an. Ngoài ra yếu tố từ bi, tức tình thương yêu, đưa đến hành động, lời nói... bố thí, san xẻ, chăm sóc khiến chúng sanh vui vẻ hạnh phúc, cũng làm cho người ta hạnh phúc.

Tóm lại, hạnh phúc là điều mà tất cả mọi người đều mong cầu tìm kiếm. Không phải chỉ bây giờ người ta mới mong cầu hạnh phúc, mà từ ngày xưa vào thời đức Phật còn tại thế, người ta cũng mong cầu có được an lạc hạnh phúc. Dưới đây là những điều đức Phật dạy cho các đệ tử tại gia tìm cầu khả lạc, khả hỷ, khả ý trong đời sống hằng ngày cũng như tương lai, tiêu biểu là bài dạy trưởng lão Cấp-Cô-Độc.

II. BỐN PHÁP HẠNH PHÚC TRONG HIỆN TẠI

Đáp ứng lời yêu cầu của trưởng giả Anathapindika (Cấp-Cô-Độc) làm thế nào để cư sĩ tại gia có được an lạc hạnh phúc trong hiện tại và tương lai? Đức Phật đã giảng như sau:

"Có bốn loại an lạc, này gia chủ, người tại gia thọ hưởng các dục thâu hoạch được, tùy thời gian, tùy thời cơ khởi lên cho vị ấy. Thế nào là bốn? Đó là hạnh phúc hay lạc sở hữu, lạc thọ dụng, lạc không mắc nợ, lạc không phạm tội.

1) Hạnh phúc sở hữu: *Tài sản thâu hoạch tích lũy được bằng sự nỗ lực siêng năng làm việc đúng pháp. Khi nghĩ đến sự sở hữu tài sản một cách chân chính như vậy, người cư sĩ cảm thấy hạnh phúc.*

2) Hạnh phúc thọ dụng: *Người cư sĩ tại gia thọ hưởng những tài sản thâu hoạch được do nỗ lực tinh tấn, tích lũy được do sức mạnh cánh tay, do mồ hôi đổ ra đúng pháp, thâu hoạch đúng pháp. Dùng tài sản này nuôi bản thân, nuôi gia đình và làm các việc phước đức. Khi nghĩ đến sự thọ hưởng những tài sản tự tạo ra như vậy, người cư sĩ cảm thấy hạnh phúc.*

3) Hạnh phúc không nợ nần: *Khi không bị mắc nợ ai dù ít hay nhiều. Người cư sĩ tại gia cảm thấy vui vẻ, thoải mái, hạnh phúc.*

4) Hạnh phúc không phạm tội: *Ở đây vị Thánh đệ tử thành tựu thân hành không phạm tội, thành tựu khẩu hành không phạm tội, thành tựu ý hành không phạm tội. Khi nghĩ đến những thành tựu này vị ấy được lạc, được hỷ.*

Trong bốn điều hạnh phúc này, điều hạnh phúc không

lỗi lầm là điều hạnh phúc có giá trị cao nhất. Phật dạy rằng giá trị của ba điều hạnh phúc sở hữu tài sản, hưởng thụ và không mắc nợ, chỉ bằng 1/16 giá trị hạnh phúc không phạm tội qua bài kệ dưới đây: "Được lạc không mắc nợ/ Nhớ đến lạc sở hữu/ Người hưởng lạc tài sản/ Với tuệ, thấy như thị / Do thấy vị ấy biết / Sáng suốt cả hai phần / Lạc vậy chỉ bằng được / Bằng một phần mười sáu / Lạc không có phạm tội."

III. BỐN PHÁP HẠNH PHÚC TRONG TƯƠNG LAI

Đáp ứng nhu cầu tìm kiếm khả lạc, khả hỷ, khả ý khó tìm được ở đời, đức Như Lai đưa ra bốn pháp như sau:

1) Đầy đủ niềm tin: *Là thành tựu chánh tín, có đức tin đối với Tam bảo, nhất là tin tưởng vào sự giác ngộ của Như Lai. Ngài là bậc A-La-Hán, Chánh Đẳng Giác, Minh Hạnh Túc, Thiện Thệ, Thế Gian Giải, Vô Thượng Sĩ, Điều Ngự Trượng Phu, Thiên Nhân Sư, Phật, Thế Tôn. Này gia chủ đây là đầy đủ lòng tin.*

2) Đầy đủ giới đức: *Thành tựu giới đức, từ bỏ sát sanh, trộm cắp, tà dâm, nói dối, đắm say rượu men, rượu nấu. Này gia chủ đây gọi là đầy đủ giới đức.*

3) Đầy đủ bố thí: *Vị Thánh đệ tử sống ở nhà cùng gia đình, tâm không bị cấu uế xan tham chi phối, bố thí rộng rãi, với lòng rộng mở, sẵn sàng chia xẻ khi được yêu cầu. Này gia chủ, đây gọi là đầy đủ bố thí.*

4) Đầy đủ trí tuệ: *Tâm không bị tham, sân, nghi, hôn trầm thụy miên, trạo cử hối quá ... chi phối. Thành tựu trạch pháp, đầy đủ pháp học pháp hành, thấy rõ sự sinh diệt của* *các pháp, bước vào dòng minh kiến, đầy đủ trí tuệ.*

Thành tựu bốn pháp này, vị Thánh đệ tử luôn được khả lạc, khả hỷ, khả ý tức an lạc hạnh phúc trong hiện tại và cả trong tương lai.

IV. ỨNG DỤNG LỜI PHẬT DẠY

Bốn điều đưa đến an lạc hạnh phúc cho người tại gia trong đời sống hiện tại, mà đức Phật đã thuyết dạy từ hơn mấy ngàn năm trước, đến nay vẫn còn giá trị. Nội dung bốn điều hạnh phúc đó cho thấy đức Phật là người hiểu rõ tâm lý của quần chúng. Ngài biết rằng con người muốn sống an vui phải được đáp ứng đầy đủ về mặt vật chất lẫn tinh thần, tức phải đủ ăn, đủ mặc cho bản thân mình, gia đình mình.

Rải rác trong các bài kinh, đức Phật nêu rõ cái nghèo là nguồn gốc của thói hư, tật xấu, của những hành động vô đạo đức và tội lỗi như trộm cắp, dối trá, bạo động, thù hằn, độc ác. Do đó trong ba điều kiện đầu, Ngài hướng dẫn người Phật tử tại gia việc ổn định tài chánh như một điều kiện căn bản tạo nên hạnh phúc gia đình. Ngoài ra, tinh thần phải được bình an thì con người mới thực sự được hạnh phúc.

Tuy nhiên, học Phật chúng ta cũng cần ghi nhớ, trên cơ sở tuệ giác giải thoát khổ đau sinh tử, đức Phật cho rằng tài sản, của cải vật chất không phải là cứu cánh của cuộc đời, không phải là tài sản thừa tự của kẻ xuất gia tầm cầu giác ngộ, nhưng cũng cần phải có những điều kiện vật chất tối thiểu nuôi thân, mượn thân tu tập, để được thành công trong đời sống tâm linh.

Muốn sở hữu một số tiền bạc, tài sản hay của cải nào đó, đức Phật dạy người cư sĩ phải nỗ lực làm việc, cố gắng học hỏi trau dồi nghề nghiệp để đạt kết quả tốt. Đồng tiền chân chánh kiếm được, để nuôi gia đình bằng sức lực, bằng kiến thức của bản thân mình chính là niềm vui, niềm hạnh phúc của mình. Và dĩ nhiên, mình cảm thấy hạnh phúc khi được tự do hưởng thụ tài sản do mình tạo ra. Bên cạnh đó, việc không bị nợ nần khiến đời sống của mình không bị trải qua những ngày tháng lo âu, hồi hộp, sợ chủ nợ đến quấy rầy, đó chính là những ngày tháng an vui hạnh phúc.

Muốn không rơi vào tình trạng mắc nợ, trong nhiều bài kinh đức Phật nhắc nhở chúng ta mặc dù làm việc có được tài sản dư thừa cũng nên thực hành pháp "***thiểu dục tri túc***", phải giữ gìn, tiết kiệm bằng cách chi tiêu vừa phải, cần để dành lại một phần nào đó để phòng ngừa mai sau, vì không ai biết được chuyện gì sẽ xảy ra!

Ở đây chúng ta cần nhớ là tiết kiệm, chứ không phải bủn xỉn, keo kiệt, không dám xử dụng cho bản thân hay giúp đỡ những người cần giúp đỡ. Vì nếu không khéo cân bằng việc chi tiêu, xử dụng tiền bạc hợp lý, chúng ta sẽ biến thành kẻ nô lệ của đồng tiền.

Ba pháp đầu tiên đức Phật dạy con người ta làm thế nào để có được hạnh phúc về mặt vật chất. **Nhưng pháp thứ tư mới là pháp được đức Phật xem là có giá trị nhất**. Vì pháp này Ngài dạy người cư sĩ tại gia phải tu tập giữ ba nghiệp thân, khẩu, ý thanh tịnh. Nghĩa là lời nói, hành vi, cử chỉ, và tâm ý luôn trong sạch không gây lỗi lầm, đồng nghĩa với việc sống trong cộng đồng xã hội, mình là con người biết tôn trọng nguyên tắc, luật lệ nơi quốc gia mình cư trú, mình không phạm tội nên được sống yên ổn. Về mặc tâm linh nghiệp báo, mình giữ ba nghiệp thanh tịnh không gây lỗi lầm, không gây nhân xấu, thì cuộc sống của mình cũng được bình an hạnh phúc.

Riêng bốn pháp đưa đến an lạc trong tương lai dành cho những ai có niềm tin sâu sắc vào Tam Bảo (Phật, Pháp, Tăng). Thứ nhất tin rằng đức Như Lai là đấng chứng ngộ toàn giác, là bậc Thầy của trời người. Tin rằng Pháp Phật dạy là chân lý đưa con người đến giải thoát giác ngộ. Tin rằng các vị thánh Tăng là những vị xuất gia tu hành xa lìa ác pháp, tiếp tục đưa chánh pháp đến với mọi người.

Tin sâu Tam Bảo, người Phật tử đã quy y, nguyện thọ và tuân giữ năm giới. Đó là từ bỏ sát sanh, trộm cắp, tà dâm, nói dối, xử dụng những chất ghiền nghiện như như sì-ke, ma túy hay cồn rượu. Những giới này chính là hàng rào ngăn cản người Phật tử phạm những lỗi lầm đưa đến khổ đau.

Đạo Phật là đạo Từ Bi và Trí Tuệ, nên người con Phật chỉ sống đạo đức thôi chưa đủ, mà phải tu tập phát huy tinh thần từ bi và trí tuệ.

Từ bi là sống mở lòng thương xót mọi người, mọi loài không phân biệt. Hành động tích cực để phát huy lòng từ bi là thực hành hạnh Bố thí.

Muốn phát huy trí tuệ, hành giả phải tìm cách gần gũi các bậc thiện tri thức để trạch pháp, học pháp, tư duy về pháp. Nghe và hiểu về bốn sự thật: Khổ, nguyên nhân của Khổ, Khổ diệt và con đường dẫn đến Khổ diệt. Nghe và hiểu về sự thật duyên sinh của mọi hiện hữu. Nghe và hiểu về dục và các pháp chướng ngại giải thoát. Nghe và hiểu về Ngũ thủ uẩn.

Nghe và hiểu về thiền quán, thiền định, như lý tác ý làm lành lánh dữ v.v... để sau cùng nhận chân ra hạnh phúc an lạc ở đời chỉ phù du, huyễn tạm, bởi nó đòi hỏi nhiều điều kiện mới có, nên nó vô thường, khổ, không, vô ngã. Từ đó, chúng ta sẽ vượt qua, không còn ý muốn tìm cầu những thứ phù du trong thế giới hiện tượng, mà tinh tấn tu hành mưu cầu một hạnh phúc siêu việt tịch tịnh giải thoát Niết-bàn ngay bây giờ và ở đây, đồng nghĩa là hạnh phúc miên viễn.

Trở lại vấn đề an lạc hạnh phúc. Là người Phật tử tại gia sống trong thế giới tương đối, người nào thành tựu cả tám điều nêu trên được xem như là hạng người cư sĩ tối thắng với nhiều ưu điểm đáng đề cao như tiền bạc của cải kiếm được một cách hợp pháp bằng chính sức lao động hay kiến thức của mình, biết chia xẻ tạo phước, thọ dụng chừng mực, không tham đắm, nhiễm trước, thấy được nguy hiểm của lòng tham bằng trí tuệ, người đó xứng đáng được hưởng an lạc hạnh phúc trong cuộc đời này....

THÍCH NỮ HẰNG NHƯ
Thiền Viện Chân Như, Navasota, TX.
(An Cư Kiết Xuân 22/2/2023)

* *Tài liệu: Kinh Tăng Chi Bộ, VII Phẩm Nghiệp Công Đức*

VỀ TÁC GIẢ

-Thế danh: Trần Võ Kim-Huê sinh năm 1952. (Biên Hòa, Đồng Nai, Việt Nam)

-Trước 1975 tại Việt Nam: Nhà giáo.

-Từ 1975 -1988 tại Hoa Kỳ: Công chức liên bang, Chuyên viên Thẩm Mỹ (Cosmetologist)

-Từ 1988-2011: Chủ nhiệm ĐẸP Weekly Magazine; Chủ trương Đẹp's Charity Fund, phục vụ công tác thiện nguyện tại Hoa Kỳ, Việt Nam và các trại Tỵ nạn Đông Nam Á từ năm 1988-2011. Có nhiều tác phẩm xuất bản, Văn: Truyện dài, truyện ngắn (Trần Kim Vy). Thơ (Lê Mỹ Như Ý).

-Năm 2005: Tu học với Thiền Sư Thích Thông Triệt, Thiền chủ thiền phái TÁNH KHÔNG , Nam California (pháp danh An Như)

- Năm 2006: Xuất gia tu gieo duyên, tại Bồ Đề Đạo Tràng, Ấn Độ, với Hòa Thượng Thích Thông Triệt.

-Năm 2011: Hội đủ nhân duyên, thọ giới Sa-di-ni (pháp hiệu Thích Nữ Hằng Như) nhập chúng tu học tại Tổ đình Tánh Không (Nam California) suốt 5 năm- Đã hoàn tất các khóa Phật học và Giáo thọ dòng thiền Tánh Không từ năm 2005 đến 2015.

-Năm 2015: Thọ Cụ Túc Giới – Nhận trách nhiệm Giáo Thọ Sư trung ương TTK.

-Năm 2016: "*Y giáo phụng hành*" xuống núi hành đạo theo nhu cầu. Hằng năm về Tổ đình Tánh Không (Nam Cali) hoặc Thiền viện Chân

Như (Navasota, Texas) an cư 3 tháng.

Các tác phẩm : "*Trên Đường Về Nhà*" (2020), "*Ứng Dụng Lời Phật Dạy*" (2021), "*Từng Bước Học Phật*" (2026). Published by: Ananda Viet Foundation.

Hiện trú xứ tại Thiền Thất CHÂN TÂM, 7310 Garden Field Ln. Richmond, Texas 77407 và Thiền Viện CHÂN NHƯ, 8801 Fm 2445, Navasota, Texas, 77688, USA.

SÁCH ĐÃ XUẤT BẢN Quý đọc giả có thể oder sách trên Amazon.com

https://www.amazon.com/Tren-Duong-Ve-Nha-Vietnamese/dp/1087936683

https://www.amazon.com/Ung-Dung-Loi-Phat-Vietnamese/dp/1087886287/

www.ingramcontent.com/pod-product-compliance
Lightning Source LLC
LaVergne TN
LVHW040419051026
849517LV00002B/381
* 9 7 9 8 2 9 5 6 5 7 3 6 8 *